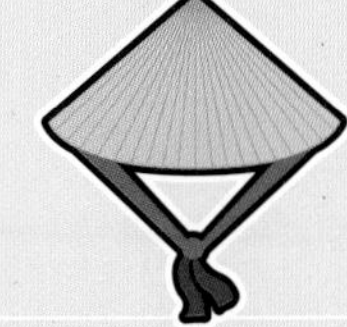

거 꾸 로 공 부 하 는

딱! 한권 수능 베트남어

저 정유경

머리말

쌀국수 퍼(Phở)의 나라

동남아시아 국가이지만, 쌀쌀한 겨울이 있는 나라

외세에 굴복하지 않고 이를 물리친 나라

우리나라와 베트남 간 경제 · 사회적 관계가 더욱 밀접해짐에 따라, 국내에서 베트남어의 위상은 더욱 높아지고 있다. 특히, 상당수의 국내 기업이 베트남에서 적극적인 투자 활동 등을 하고 있기 때문에 베트남어뿐 아니라 베트남 문화 이해에 대한 수요 역시 크게 증가하고 있다.

이러한 가운데, 검 · 인정 교육 과정 내 제2외국어로써 베트남어 교육이 시작되었고, 동시에 대학수학능력시험 제2외국어 수험 과목 가운데 하나로 채택되었다. 최근 몇 년간 제2외국어 과목으로써 베트남어를 채택하는 고등학교가 많아지고 있고, 기존의 외국어가 아닌 베트남어를 적극적으로 선택하여 학습하는 수험생 역시 증가하고 있다.

이러한 가운데, 필자는 직접 베트남어 수업을 진행하는 고등학교 현장에서 대학수학능력시험 가운데 제2외국어 과목의 특성이 잘 반영된 수능 대비 학습서의 필요성을 절실하게 느끼게 되었다. 상대적으로 적은 시간 및 노력 대비 고득점 및 1등급을 획득할 수 있는 방법, 이른바 '가성비'를 높일 수 있는 노하우를 전달한다면 보다 많은 수험생들이 베트남어 과목을 선택하게 되지 않을까 하는 고민에서 본 교재의 집필이 시작되었다.

수능 기출 문제를 철저하게 분석함으로써 문항의 유형을 분류할 수 있고, 새로운 문제 유형이나 변형된 문제 유형 등도 확인할 수 있다. 즉, 이렇게 '거꾸로 공부하는' 방법을 통해 필수 내용뿐 아니라 문제 풀이 방법을 숙지하게 되어 고득점을 획득할 수 있게 된다.

모쪼록 본 교재를 통해, 베트남어를 제2외국어 선택 과목으로 선택하는 모든 수험생들이 원하는 대학으로 진학할 수 있는 도움이 되기를 바란다. 또한, 선택 과목으로 시작한 베트남어에 대한 관심이 이후에도 계속되어 우리나라와 베트남 간의 관계 발전에 일조할 수 있는, 베트남 문화에 대한 이해의 소양을 갖춘 인재로 성장해가길 소망하며 동시에 축복한다.

대학수학능력시험 베트남어 출제 동향

평가 목표

제2외국어 영역은 발음·철자(문자)의 이해 및 식별력, 어휘의 이해 및 활용 능력, 문법의 이해 및 적용 능력, 의사소통 표현의 이해 및 활용 능력, 문화의 이해 및 활용 능력을 평가한다.

출제 기본 방향

일상생활에서 해당 외국어로 의사소통할 수 있는 언어 사용 능력과 해당 외국(어권) 문화에 대한 이해 능력을 평가할 수 있도록 출제한다.

기출 문제 구성 (총 30문항)

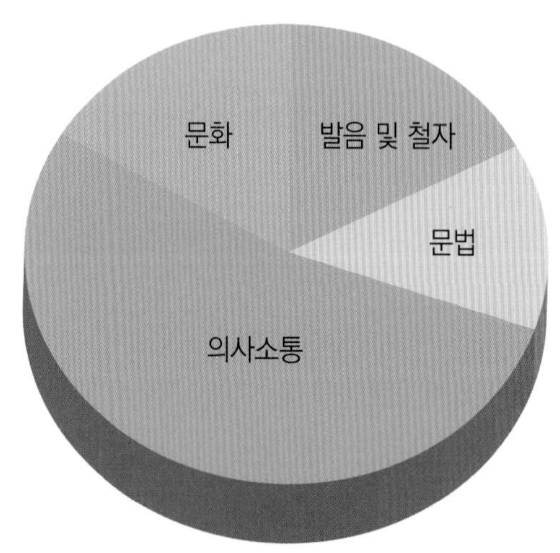

가 발음 및 철자 교육 과정에 제시되어 있는 '기본 어휘표'와 '의사소통 기본 표현'에서 다루어진 낱말을 중심으로 발음과 철자(문자)를 학습한다.

나 문법 '의사소통 기본 표현'을 이해하는 데 필요한 문법 사항을 충분히 학습해야 한다. 문법 사항을 단순히 암기하기보다는 '의사소통 기본 표현' 또는 '기본 어휘표'의 낱말과 관련지어 학습하는 것이 좋다.

다 의사소통 교육과정에 제시되어 있는 '의사소통 기본 표현'의 항목과 예시 표현을 중심으로 학습한다. 이를 통하여 다양한 상황 속에서 각 표현들을 활용할 수 있는 능력을 기르도록 한다.

라 문화 이해 해당 외국(어권)의 문화를 이해하고, 문화와 관련한 표현을 익히는 것이 필요하다. 특히 교육 과정을 참조하여 해당 외국(어권)의 대표적인 언어문화, 생활문화, 전통문화, 예술, 지리, 역사 등에 대한 내용을 다양하게 학습하도록 한다.

이 책의 특징

1 기출 문제 및 모의평가 기출 문제 망라

대학수학능력시험 기출 문제뿐 아니라 6월과 9월의 모의평가 기출 문제를 망라하여, 출제 경향을 분석하고 문항의 유형에 따라 분류하였다.

2 수능 기출 문제 분석

수능 기출 문제 분석을 통해, 수능 베트남어에 반드시 출제되는 내용과 빈번하게 출제되는 내용, 즉 고득점 획득을 위해 반드시 알고 있어야 하는 내용을 거꾸로 학습하는 방법을 제안하였다.

3 필수 어휘 반복적 기재

기출 문제 내 어휘 역시 검인정 필수 어휘에 해당하기 때문에 모든 문제의 어휘를 반복적으로 기재하여, 수험생이 자연스럽게 필수 어휘에 노출되어 숙지할 수 있도록 하였다.

4 기출 문항 풀어보기 & 연습문제

유형별 기출 문제 분석 이후, 수험생이 스스로 학습 내용을 확인할 수 있도록 '기출 문항 풀어보기' 섹션과 '연습 문제' 섹션을 마련하였다.

5 모의고사 1회분 제공

본 교재를 통해 수능 베트남어의 고득점 및 1등급 달성을 위한 핵심 내용을 학습한 이후 실제 수능 응시 전에 실전처럼 연습할 수 있는 모의고사 1회분을 활용하여 실전 마무리를 할 수 있다.

이 책의 구성

STEP 1

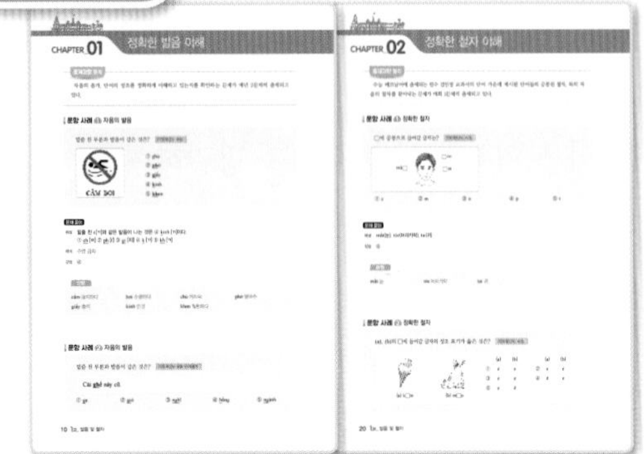

▶ 기출 문제 분석

* 한국교육평가원의 출제 방향에 기반하여 최근 기출 문제를 분석하였고, 출제 경향 분석을 통해 어떤 방향으로 학습해야 하는지를 제시한다.

  기출 문제를 상세하게 분석하여 해당 표현이나 문법 사항을 알기 쉽게 풀어 설명하였다. 문제를 푸는 과정에서 베트남어 학습을 충분히 익힐 수 있다.

STEP 2

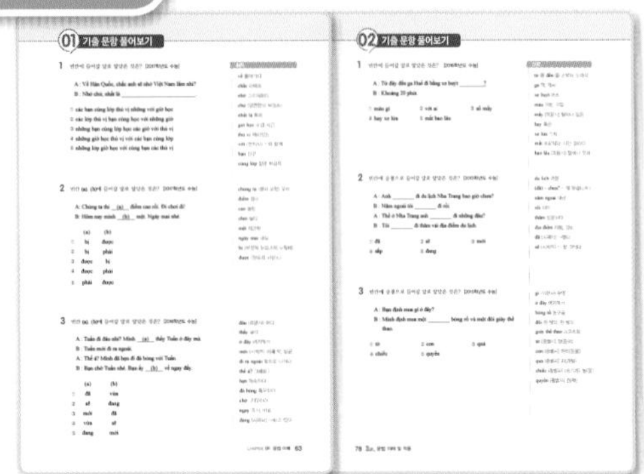

▶ 기출 문항 풀어보기

* 유형별로 다양한 문항 사례를 학습하고 이와 같은 유형으로 시험에 출제된 문제를 묶어서 구성하였다. 유형별 문제를 풀어봄으로써 문제 유형에 대한 적응 훈련을 할 수 있다.

STEP 3

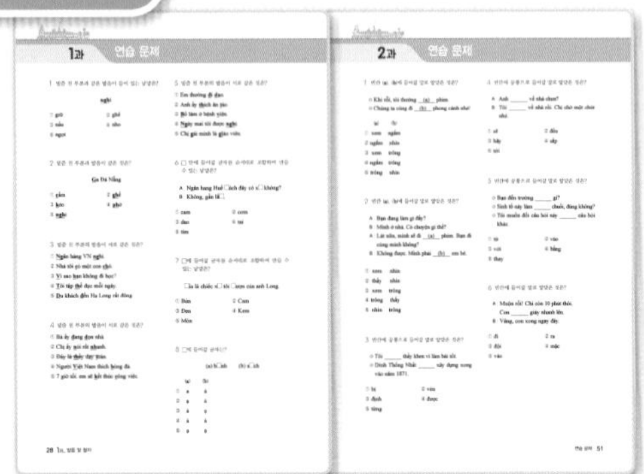

▶ 연습 문제

* 과별로 연습문제를 구성하였다. 지금까지 출제된 문제를 분석하여 출제될 만한 문제를 수록하여 학습자 스스로 자가 점검을 해 볼 수 있다. 해설 또한 꼼꼼하게 정리되어 있으니 완벽한 이해를 하고 넘어가도록 하자.

STEP 4

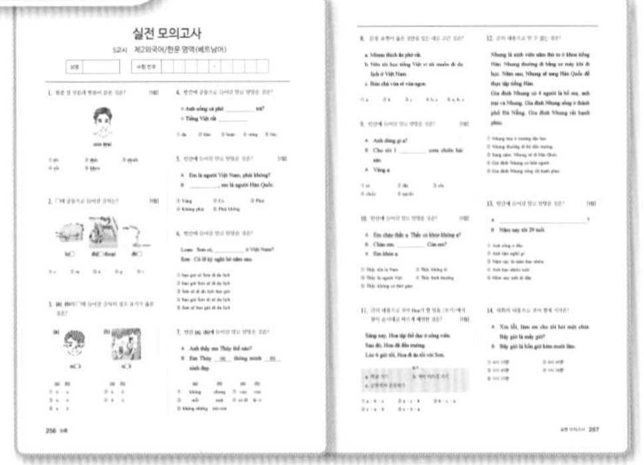

▶ 실전 모의고사

* 유형과 난이도를 최근 기출 문제에 맞게 구성하여 실전 모의고사를 구성하였다. 실제 시험 시간(40분)에 맞춰 문제를 풀어 보면서 실제 시험을 보는 것과 같이 연습해 보면 좋다.

학습 일정표

* 학습 내용을 학습한 날짜를 기입하세요.
* 학습한 후 각 단원의 내용과 문항을 모두 이해했는지 체크해 보고 복습이 필요하면 복습란에 체크해 두세요.
* 다시 학습해야 하는 부분은 비고란에 페이지, 문항 번호를 적고 별도로 학습하세요.

학습 내용		학습 날짜	학습 진행 체크		비고
			학습 완료 체크	복습	
1과 발음 및 철자	CHAPTER_01 정확한 발음 이해	월 일	내용☐ 문항☐	☐	
	CHAPTER_02 정확한 철자 이해	월 일	내용☐ 문항☐	☐	
2과 어휘 이해 및 활용	CHAPTER_01 낱말의 다양한 의미 이해	월 일	내용☐ 문항☐	☐	
	CHAPTER_02 상황에 맞는 낱말 활용	월 일	내용☐ 문항☐	☐	
	CHAPTER_03 전치사/종별사/접속사 활용	월 일	내용☐ 문항☐	☐	
3과 문법 이해 및 적용	CHAPTER_01 문법 이해	월 일	내용☐ 문항☐	☐	
	CHAPTER_02 문법에 맞는 정확한 표현	월 일	내용☐ 문항☐	☐	
4과 의사소통 이해 및 활용	CHAPTER_01 인사 표현	월 일	내용☐ 문항☐	☐	
	CHAPTER_02 개인 정보 표현	월 일	내용☐ 문항☐	☐	
	CHAPTER_03 시간 표현	월 일	내용☐ 문항☐	☐	
	CHAPTER_04 날씨 표현	월 일	내용☐ 문항☐	☐	
	CHAPTER_05 쇼핑 표현	월 일	내용☐ 문항☐	☐	
	CHAPTER_06 음식 표현	월 일	내용☐ 문항☐	☐	
	CHAPTER_07 여행 표현	월 일	내용☐ 문항☐	☐	
	CHAPTER_08 학습 · 업무 표현	월 일	내용☐ 문항☐	☐	
	CHAPTER_09 건강 표현	월 일	내용☐ 문항☐	☐	
	CHAPTER_10 장소 표현	월 일	내용☐ 문항☐	☐	
	CHAPTER_11 취미 활동 표현	월 일	내용☐ 문항☐	☐	
5과 베트남 문화 이해 및 활용	CHAPTER_01 인물	월 일	내용☐ 문항☐	☐	
	CHAPTER_02 지역	월 일	내용☐ 문항☐	☐	
	CHAPTER_03 음식	월 일	내용☐ 문항☐	☐	
	CHAPTER_04 예술	월 일	내용☐ 문항☐	☐	

목차

머리말 3
대학수학능력시험 베트남어 출제 동향 4
이책의 구성 6
학습 일정표 7

1과

발음 및 철자

CHAPTER_01 정확한 발음 이해 10
CHAPTER_02 정확한 철자 이해 20

2과

어휘 이해 및 활용

CHAPTER_01 낱말의 다양한 의미 이해 32
CHAPTER_02 상황에 맞는 낱말 활용 36
CHAPTER_03 전치사/종별사/접속사 활용 44

3과

문법 이해 및 적용

CHAPTER_01 문법 이해 54
CHAPTER_02 문법에 맞는 정확한 표현 65

의사소통 이해 및 활용

CHAPTER_01 인사 표현 86
CHAPTER_02 개인 정보 표현 94
CHAPTER_03 시간 표현 113
CHAPTER_04 날씨 표현 124
CHAPTER_05 쇼핑 표현 132
CHAPTER_06 음식 표현 142
CHAPTER_07 여행 표현 154
CHAPTER_08 학습 · 업무 표현 168
CHAPTER_09 건강 표현 179
CHAPTER_10 장소 표현 186
CHAPTER_11 취미 활동 표현 192

문화 이해 및 활용

CHAPTER_01 인물 214
CHAPTER_02 지역 218
CHAPTER_03 음식 233
CHAPTER_04 예술 238

실전모의고사 1회분 256
정답 및 해설 262

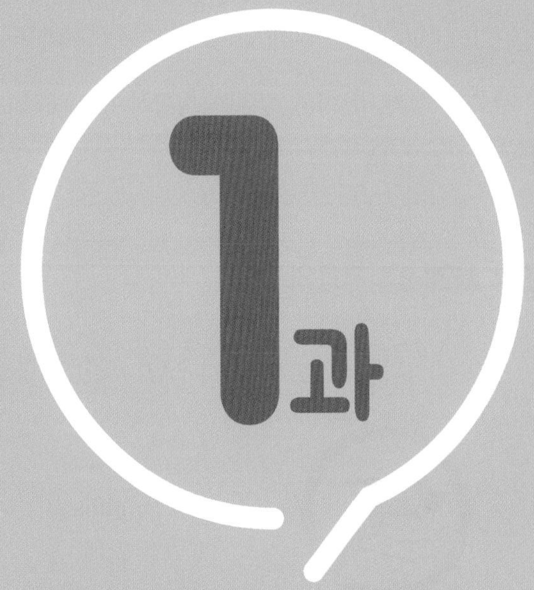

발음 및 철자

CHAPTER_01 정확한 발음 이해

CHAPTER_02 정확한 철자 이해

1과 연습문제

CHAPTER_01 정확한 발음 이해

출제경향 분석

자음의 음가, 단어의 성조를 정확하게 이해하고 있는지를 확인하는 문제가 매년 2문제씩 출제되고 있다.

문항 사례 ① 자음의 발음

밑줄 친 부분과 발음이 같은 것은? 2019학년도 수능

CẤM BƠI

① chú
② phở
③ giấy
④ kính
⑤ khen

문제 풀이

해설 밑줄 친 c[ㄲ]와 같은 발음이 나는 것은 ④ kính [ㄲ]이다.
① ch [ㅉ] ② ph [f] ③ gi [지] ④ k [ㄲ] ⑤ kh [ㅋ]

해석 수영 금지

정답 ④

어휘

cấm 금지하다　　bơi 수영하다　　chú 아저씨　　phở 쌀국수
giấy 종이　　kính 안경　　khen 칭찬하다

문항 사례 ② 자음의 발음

밑줄 친 부분과 발음이 같은 것은? 2019학년도 9월 모의평가

Cái ghế này cũ.

① ga　　② gió　　③ nghĩ　　④ hồng　　⑤ ngành

문제 풀이

해설 ghế에서 gh의 발음은 [ㄱ]이므로 이와 같은 발음은 ① ga[ㄱ]이다.
② gi[지] ③ ngh[응] ④ h[ㅎ] ⑤ ng[응]

해석 이 의자는 오래되었다.

정답 ①

어휘

cái (사물의 종류를 나타내는 분류사) ghế 의자 cũ 오래된, 낡은
ga 역, 역사 gió 바람 nghĩ 생각하다
hồng 감 ngành 부문, 분야

문항 사례 ③ 자음의 발음

밑줄 친 부분의 발음이 같은 것을 고른 것은? 2019학년도 6월 모의평가

A : Dạo này trông Huy **kh**ác quá!
(a)

B : Vâng, **ch**áu mới **c**ắt tóc và đeo **k**ính đấy ạ.
(b) (c) (d)

① (a), (b) ② (a), (d) ③ (b), (c) ④ (b), (d) ⑤ (c), (d)

문제 풀이

해설 (a) kh[ㅋ]
(b) ch[ㅉ]는 tr[ㅉ]와 발음 유사
(c) c[ㄲ]와 (d) k[ㄲ]의 발음은 q[ㄲ]와 유사

해석 A: 요즘 Huy가 너무 달라 보이네!
B: 네, 저는 이제 막 머리를 자르고, 안경을 썼어요.

정답 ⑤

분석 ▶ **지각 동사 trông** (~처럼 보이다)

시간 부사	술어(동사)	목적어	목적 보어	
Dạo này	trông	Huy	khác	quá!
요즘	Huy가 너무 달라 보이네!			

▶ **현재 완료 시제 mới** (이제 막, 방금, 비로소)

주어	mới	술어(동사)	
Cháu	mới	cắt	tóc
저는	이제 막	머리를 잘랐어요	
Cháu	mới	đeo	kính
저는	방금	안경을 썼어요	

'이제 막', '방금', '비로소'의 의미인 mới는 현재 완료 시제의 의미를 나타내며, 반드시 주어 cháu와 술어(동사) cắt 사이에 있어야 한다. mới와 동의어는 vừa, vừa mới가 있다.

어휘

dạo này 요즘
quá 매우, 몹시
mới (시제어) 이제 막, 방금
đeo (안경을) 쓰다
ạ (높임말임을 표시)
trông ~처럼 보이다
vâng (긍정 답변) 네
cắt 자르다
kính 안경
khác 다른
cháu 조카/손주
tóc 머리카락
đấy (문미에 위치하여 강조의 뉘앙스)

문항 사례 ④ 정확한 성조

그림에 해당하는 낱말의 성조 표기가 옳지 <u>않은</u> 것은? 2019학년도 수능 6월 모의평가

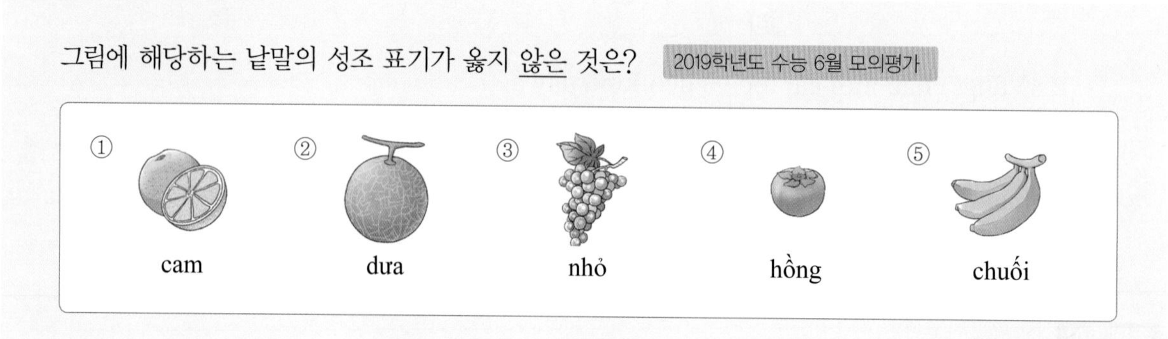

문제 풀이

해설 ③ 포도는 nho이다. nhỏ는 '작은'을 의미하는 형용사이다.

정답 ③

분석 ▶ cam, dưa, nho, hồng, chuối 등의 과일은 hoa quả라고 한다.
▶ **크기를 나타내는 형용사:** nhỏ (작은) ↔ lớn, to (큰)

어휘

cam 오렌지
dưa 멜론
nho 포도
hồng 감
chuối 바나나
nhỏ 작은

문항 사례 5 자음의 발음

밑줄 친 부분의 발음이 같은 것을 고른 것은? 2018학년도 수능

> Chị gái tôi đang ngồi nghỉ trên ghế nhỏ trong công viên.
> (a) gái, (b) nghỉ, (c) ghế, (d) nhỏ

① (a), (b) ② (a), (c) ③ (b), (c) ④ (b), (d) ⑤ (c), (d)

문제 풀이

해설 (a) g[ㄱ]와 (c) gh[ㄱ] 발음이 같다.

(b) ngh[응] (d) nh[(콧소리가 많이 나는) ㄴ]

해석 나의 언니(누나)가 공원 안 작은 의자 위에 앉아 있습니다.

정답 ②

분석 ▶ 시제어 **đang** (~하고 있다)

주어	시제어	술어(동사)		
Chị gái tôi	đang	ngồi	현재 진행	나의 언니가 앉아 있다.
	đã		과거	나의 언니가 앉았다.
	vừa mới		현재 완료	나의 언니가 이제 막 앉았다.
	sắp		근접 미래	나의 언니가 곧 앉는다.
	sẽ		미래	나의 언니가 앉을 것이다.

문형의 시제를 나타내는 시제어 đã / vừa mới / đang / sắp / sẽ는 항상 주어와 술어 사이에 위치해야 함을 기억하자.

▶ **전치사 trên** (~위에), **trong** (~안에)

trên	ghế	nhỏ	trong	công viên
작은 의자 위에			공원 안	

trên ~위의 / dưới ~아래의   trong ~안의   ngoài ~밖의

▶ **가족 관계**

어휘	뜻	어휘	뜻	어휘	뜻
bố	아빠	mẹ	엄마	bố mẹ	부모님
ông	할아버지	bà	할머니	ông bà	조부모님
chị gái	언니/누나	em gái	여동생		
anh trai	형/오빠	em trai	남동생		

어휘

chị gái 누나/언니
nghỉ 쉬다
nhỏ 작은
đang (시제어) ~하고 있다
trên (전치사) ~위에
trong (전치사) ~ 안에
ngồi 앉다
ghế 의자
công viên 공원

문항 사례 ⑥ 정확한 성조

밑줄 친 'cảnh sát'과 성조 배열이 같은 것은? 2018학년도 수능

Anh trai tôi là cảnh sát

A: **Sơ thich**(a) của mình là chơi **bong chay**(b). Khi **ranh roi**(c), bạn làm gì?

B: Mình hay chơi **thê thao**(d) hoặc xem **truyên hinh.**(e)

① (a) ② (b) ③ (c) ④ (d) ⑤ (e)

문제 풀이

해설 cảnh sát과 성조 배열이 같은 것은 (a) sở thích이다.

(b) bóng chày (c) rảnh rỗi (d) thể thao (e) truyền hình

해석 나의 오빠/형은 경찰입니다.
A: 나의 취미는 야구하기입니다. 한가할 때, 당신은 무엇을 합니까?
B: 저는 자주 운동을 하거나 텔레비전을 봅니다.

정답 ①

분석 ▶ là 동사 문형

주어		술어	
Anh trai	(của) tôi	là	cảnh sát
나의 형은		~이다	경찰
Sở thích	của mình	là	chơi bóng chày
나의 취미는		~이다	야구하기

▶ 시간의 접속사 khi (~할 때)

접속사	주어	술어	주어	술어
Khi	(bạn)	rảnh rỗi	bạn	làm gì?
~할 때	(당신이)	한가한	당신은 무엇을 합니까?	

▶ 빈도 부사

주어	빈도 부사	술어		
Mình	hay	chơi	thể thao	나는 자주 운동한다
Mình	hay	xem	truyền hình	나는 자주 텔레비전을 본다

주어	빈도 부사	술어		
Mình	luôn luôn	chơi	thể thao	나는 항상 운동한다
	thường			나는 보통 운동한다
	hay			나는 자주 운동한다
	thường xuyên			나는 늘 운동한다

Mình	đôi khi	chơi	thể thao	나는 가끔 운동한다.
	ít khi			나는 거의 운동하지 않는다.
	không bao giờ			나는 절대 운동하지 않는다

빈도 부사 가운데 luôn luôn / thường / hay / thường xuyên은 반드시 주어와 술어 사이에 위치해야 하나, đôi khi / ít khi/ không bao giờ는 문장의 앞이나 주어와 술어 사이에 위치한다.

어휘

anh trai 형/오빠
chơi bóng chày 야구하다
hay (빈도 부사) 자주
xem 보다
cảnh sát 경찰
khi ~할 때
chơi thể thao 스포츠하다, 운동하다
truyền hình 텔레비전(= tivi)
sở thích 취미
rảnh rỗi 한가한 (↔ bận 바쁜)
hoặc 혹은, 또는

문항 사례 7 자음의 발음

밑줄 친 부분의 발음이 같은 것을 고른 것은? 2018학년도 수능 9월 모의평가

A : **C**à phê **th**ơm quá! Mình uống cà phê đấy!
(a) (b)

B : Ừ, còn mình sẽ ăn **k**em **t**áo.
(c) (d)

① (a), (c) ② (a), (d) ③ (b), (c) ④ (b), (d) ⑤ (c), (d)

문제 풀이

해설 (a) c[ㄲ]와 (c) k[ㄲ] 발음이 같다.
(b) th[ㅌ] (d) t[ㄸ]

해설 A: 커피 향이 너무 좋다! 난 커피 마실래.
B: 응, 근데 나는 사과 아이스크림 먹을 거야.

정답 ①

어휘

cà phê 커피
uống 마시다
kem 아이스크림
còn 한편
thơm 향이 좋은
đấy (문미에 위치하여 강조의 뉘앙스)
táo 사과
quá 매우, 몹시
ăn 먹다
ừ 응

문항 사례 8 정확한 성조

신체 기관 명칭의 성조 표기가 옳은 것만을 있는 대로 고른 것은? 2018학년도 수능 9월 모의평가

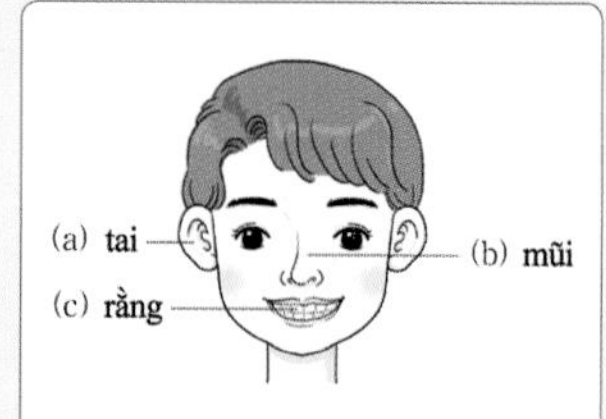

① (a)
② (c)
③ (a), (b)
④ (b), (c)
⑤ (a), (b), (c)

문제 풀이

해설 (a) tai 귀 (b) mũi 코 (c) răng 치아

정답 ③

분석 ▶ 신체 기관 표현

mặt	얼굴	**mắt**	눈	**chân**	발
mũi	코	**tai**	귀	**người**	몸
miệng	입	**tay**	손	**tóc**	머리카락

문항 사례 9 자음의 발음

밑줄 친 부분과 같은 발음이 들어 있는 낱말은? 2018학년도 수능 6월 모의평가

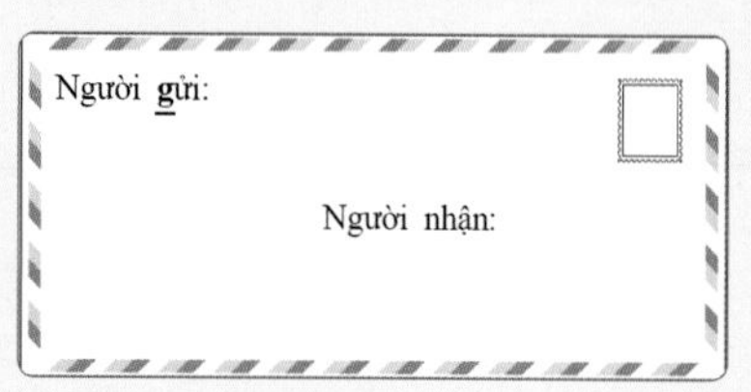

① ghế
② già
③ cười
④ kênh
⑤ nghĩ

문제 풀이

해설 người **g**ửi에서 g[ㄱ]와 ① ghế의 gh[ㄱ]은 같은 발음이다.

① gh[ㄱ] ② gi[지] ③ c[ㄲ] ④ k[ㄲ] ⑤ ngh[응]

해석 보내는 사람 / 받는 사람

정답 ①

어휘

người 사람	gửi 보내다	ghế 의자	già 늙은, 나이든
cười 웃다	kênh 채널	nghĩ 생각하다	

문항 사례 10 정확한 성조

밑줄 친 부분의 성조 표기가 옳지 않은 것은? 2018학년도 수능 6월 모의평가

A : Hình như(a) xe máy của tớ hỏng(b) rồi.

B : Gần đây có một chỗ sửa(c) xe. Thinh thoảng(d) tớ cũng chữa(e) xe ở đó.

① (a) ② (b) ③ (c) ④ (d) ⑤ (e)

문제 풀이

해설 ④ (d)는 Thỉnh thoảng으로 고쳐야 한다.

해석 A: 내 자전거가 고장 난 거 같아.

B: 최근에 자동차 수리점이 생겼어. 나는 가끔 거기서 자동차를 수리해.

정답 ④

분석 ▶ **hình như** (~인 듯 하다, ~인 것 같다)

~인 것 같다	주어	술어	
Hình như	xe máy của tớ	hỏng	rồi

▶ **동사 có** (있다)

주어	술어		
Gần đây	có	một chỗ	sửa xe
여기 근처에	있다	한 곳	차를 고치는

▶ **빈도 부사 thỉnh thoảng** (가끔)

빈도 부사	주어	cũng	술어	
Thỉnh thoảng	tớ	cũng	chữa	xe ở đó

빈도 부사 thỉnh thoảng은 luôn luôn(항상) / thường(보통) / thường xuyên(늘) / hay(자주)와 달리 문장 앞이나 주어와 술어 사이에 위치할 수 있다. thỉnh thoảng과 같은 의미의 빈도 부사 đôi khi(가끔), ít khi(거의 ~하지 않다), không bao giờ 역시 문장 앞이나 주어와 술어 사이에 위치한다(2018 기출 참조). '또한, 역시'의 뜻인 cũng은 반드시 주어와 술어 사이에 위치해야 함을 기억하자.

어휘

hình như ~인 것 같다
rồi 이미
chỗ 자리, 곳
cũng 또한, 역시
xe máy 오토바이
gần 가까운
sửa 고치다, 수리하다
chữa 고치다, 수리하다
tớ (반말) 나
đây 여기
xe 차
ở đó 거기에서
hỏng 고장난
có 있다
thỉnh thoảng 가끔

01 기출 문항 풀어보기

1 밑줄 친 부분과 발음이 같은 것은? [2017학년도 수능]

> Thủy đeo **k**ính đẹp.

① **c**ây ② **đ**ào ③ **gh**ế
④ **kh**o ⑤ **nh**ựa

어휘

đẹp 아름다운, 예쁜
cây 나무
đào 복숭아
kho 창고
nhựa 염색하다

2 밑줄 친 부분과 발음이 같은 것을 고른 것은? [2016학년도 수능]

> A : Hôm nay **t**ôi muốn ăn món **c**á.
> (a) (b)
> B : Vậy, **ch**úng ta vào quán ăn **k**ia nhé.
> (c) (d)

① (a), (b) ② (a), (c) ③ (b), (c)
④ (b), (d) ⑤ (c), (d)

hôm nay 오늘
muốn 원하다
món cá 생선 음식
vậy 그러면
chúng ta (청자 포함) 우리
vào 들어가다
quán ăn 식당
kia (형용사) 저

3 밑줄 친 부분의 발음이 서로 같은 것은? [2015학년도 수능]

① **ký** - **kh**i ② **n**ày - **nh**é ③ **c**ó - **ch**ào
④ **g**a - **gh**ét ⑤ **t**ai - **th**eo

어휘

ký 서명하다
này (형용사) 이
nhé (다정한 뉘앙스 표현)
chào 인사하다
ghét 미워하다
theo 따르다

4 성조 표시가 옳은 것을 고른 것은? [2015학년도 수능]

a. xe máy b. tủ lãnh c. công viên d. quốc tích

① a, b ② a, c ③ b, c
④ b, d ⑤ c, d

tủ lạnh 냉장고
quốc tịch 국적

5 □에 공통으로 들어갈 글자는? [2014학년도 수능]

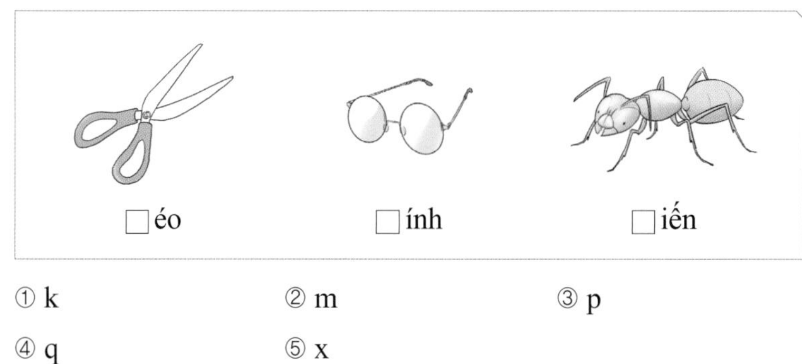

① k ② m ③ p
④ q ⑤ x

kéo 가위
kiến 개미

6 〈보기〉의 밑줄 친 부분과 발음이 같은 것은? [2014학년도 수능]

보기

Tôi ghi số điện thoại của cô ấy

① dao ② gầy ③ gió
④ nghĩ ⑤ ngọt

ghi 기재하다, 쓰다
số 숫자
điện thoại 전화
cô ấy 그녀
dao 칼
ngọt 달달한

CHAPTER_02 정확한 철자 이해

출제경향 분석

수능 베트남어에 출제되는 필수 검인정 교과서의 단어 가운데 제시된 단어들의 공통된 철자, 특히 자음의 철자를 찾아내는 문제가 매회 1문제씩 출제되고 있다.

문항 사례 ① 정확한 철자

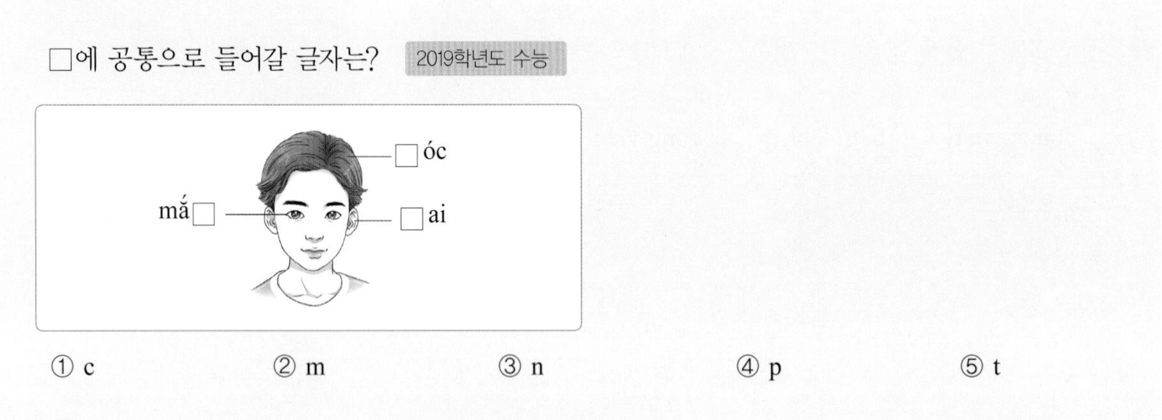

□에 공통으로 들어갈 글자는? 2019학년도 수능

① c ② m ③ n ④ p ⑤ t

문제 풀이

해설 mắt(눈), tóc(머리카락), tai(귀)

정답 ⑤

어휘

mắt 눈 tóc 머리카락 tai 귀

문항 사례 ② 정확한 철자

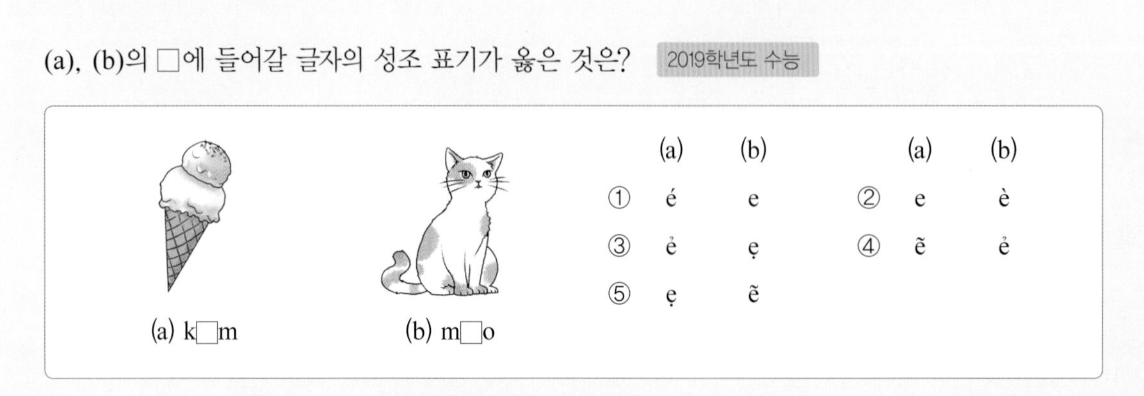

(a), (b)의 □에 들어갈 글자의 성조 표기가 옳은 것은? 2019학년도 수능

	(a)	(b)		(a)	(b)
①	é	e	②	e	è
③	ẻ	ẹ	④	ẽ	ẻ
⑤	ẹ	ẽ			

문제 풀이

해설 아이스크림은 kem이고, 고양이는 mèo이다.

정답 ②

어휘

kem 아이스크림 mèo 고양이

문항 사례 ③ 정확한 철자

밑줄 친 부분의 글자 표기가 옳지 않은 것은? 2019학년도 수능 9월 모의평가

Tôi **nh**ờ Đức **m**ang 2 **ch**ai trà **x**ữa đến **c**âu lạc bộ.
(a) (b) (c) (d) (e)

① (a) ② (b) ③ (c) ④ (d) ⑤ (e)

문제 풀이

해설 ④ (d) xữa는 sữa(우유)로 표기해야 한다.

해석 나는 Đức에게 클럽까지 밀크티 2병을 가져오라고 부탁하였다.

정답 ④

분석 ▶ 종별사(분류사) chai

주어	술어(동사)	목적어	목적 보어	수량	종별사	
Tôi	nhờ	Đức	mang	2	chai	trà sữa
나는 부탁했다		Đức이 가져오라고		2병		밀크티

수량을 2개로 구체화하였기 때문에 종별사가 사용되었다. trà sữa(밀크티)는 음료로, 종별사를 cốc(컵, 잔), chai(병) 등으로 사용할 수 있다.

▶ 종별사

종별사	대상	예시
con	동물	con chó 개, con mèo 고양이, con cá 물고기
cái	물건	cái bàn 책상, cái điện thoại 전화기, cái máy tính 컴퓨터
tờ	낱장 종이	tờ giấy 종이, tờ tiền 돈
quyển	책	quyển sách 책, quyển từ điển 사전
quả	과일	quả xoài 망고, quả cam 오렌지, quả táo 사과
chiếc	옷, 기계	chiếc áo 옷, chiếc xe ôtô 자동차

사물의 종류를 구별하는 종별사는 con, cái, chiếc 등이 있는데, 이러한 종별사는 1) 사물의 수량을 구체화하거나, 2) 형용사의 수식을 통해 구체화하는 경우에 한하여 사용한다.

어휘

nhờ 부탁하다	mang 가져가다	chai (종별사) 병	trà 차
sữa 우유	đến (전치사) ~까지	câu lạc bộ 클럽	

문항 사례 ④ 정확한 철자

□에 공통으로 들어갈 글자의 성조 표기가 옳은 것은? 2019학년도 수능 9월 모의평가

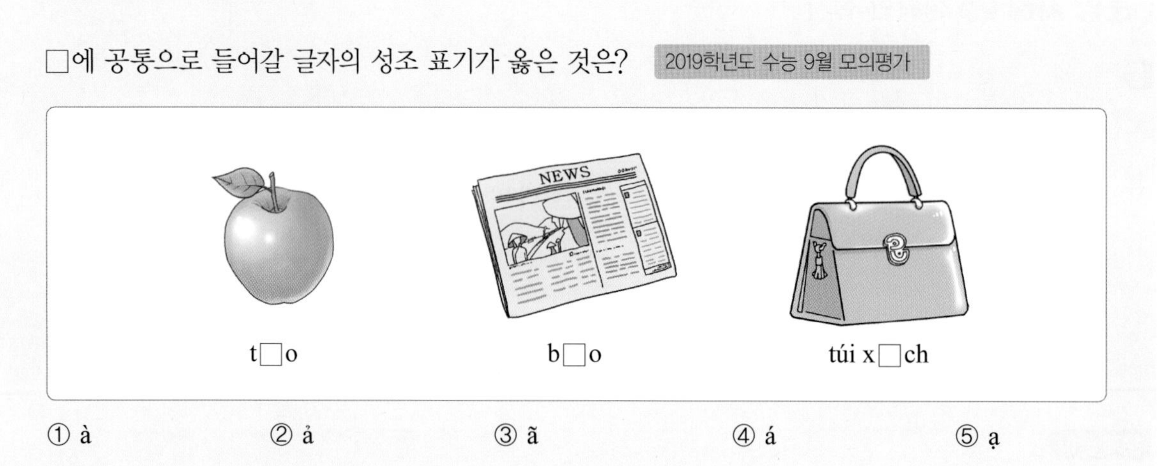

① à ② ả ③ ã ④ á ⑤ ạ

문제 풀이

해설 táo(사과), báo(신문), túi xách(가방)에서 공통적으로 á가 들어간다.

정답 ④

어휘

táo 사과	báo 신문	túi xách 가방

문항 사례 ⑤ 정확한 철자

□에 공통으로 들어갈 글자는? 2019학년도 수능 6월 모의평가

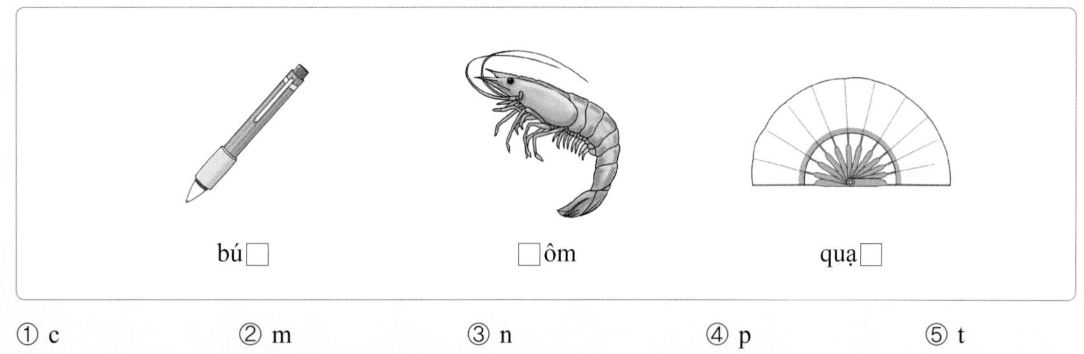

① c ② m ③ n ④ p ⑤ t

문제 풀이

해설 bút(연필), tôm(새우), quạt(부채)에서 공통적으로 t가 들어간다.

정답 ⑤

어휘

bút 연필 tôm 새우 quạt 부채

문항 사례 ⑥ 정확한 철자

□에 들어갈 글자를 모두 조합하여 만들 수 있는 낱말은? 2018학년도 수능

① buồn ② điểm ③ luộc ④ toán ⑤ tươi

문제 풀이

해설 quạt(선풍기), đèn(전등), túi xách(가방), điện thoại(전화기)에서 t, n, á, o를 조합하여 만들 수 있는 단어는 ④ toán이다.

정답 ④

어휘

buồn 슬픈 / điểm 점 / luộc 삶다 / toán 수학 / tươi 신선한

문항 사례 ⑦ 정확한 철자

□에 들어갈 글자를 모두 조합하여 만들 수 있는 낱말은? 2018학년도 수능 9월 모의평가

Vân làm việc ở □ưu điện. Cô không những nói tiếng Anh □ốt mà còn h□t rất hay.

① bài ② bát ③ đất ④ bánh ⑤ hành

문제 풀이

해설 빈칸에 들어갈 단어는 각각 bưu, tốt, hát이므로 조합해서 만들 수 있는 단어는 ② bát이다.

① bài 과(단원) ② bát 밥그릇 ③ đất 흙 ④ bánh 빵 ⑤ hành 파

해석 Vân은 우체국에서 일한다. 그녀는 영어를 잘 말할 뿐 아니라 노래를 아주 잘 부른다.

정답 ②

분석 ▶ **장소의 전치사 ở** (~에서)

주어	술어	ở	장소
Vân	làm việc	ở	bưu điện

장소의 전치사 **ở**는 '에서'라는 의미이며, **ở** 뒤에는 보통 장소를 나타내는 명사가 위치한다.

▶ **không những ⓐ mà còn ⓑ 구문** (ⓐ뿐 아니라 ⓑ)

주어	không những	ⓐ	mà còn	ⓑ
Cô	không những	nói tiếng Anh tốt	mà còn	hát rất hay

영어 구문 'not only A but also B'의 의미와 유사하며, 'A뿐 아니라 B도'의 의미이다.

어휘

làm việc 일하다	ở (전치사) ~에서	bưu điện 우체국	nói 말하다
tiếng Anh 영어	tốt 좋은, 잘하는	hát 노래하다	rất 매우, 몹시
hay 맛깔나게	bài 과(단원)	bát 밥그릇	đất 흙, 땅
bánh 빵	hành 양파	không những ⓐ mà còn ⓑ ⓐ뿐 아니라 ⓑ도	

문항 사례 8 정확한 철자

□에 들어갈 글자를 모두 조합하여 만들 수 있는 낱말은? 2018학년도 수능 6월 모의평가

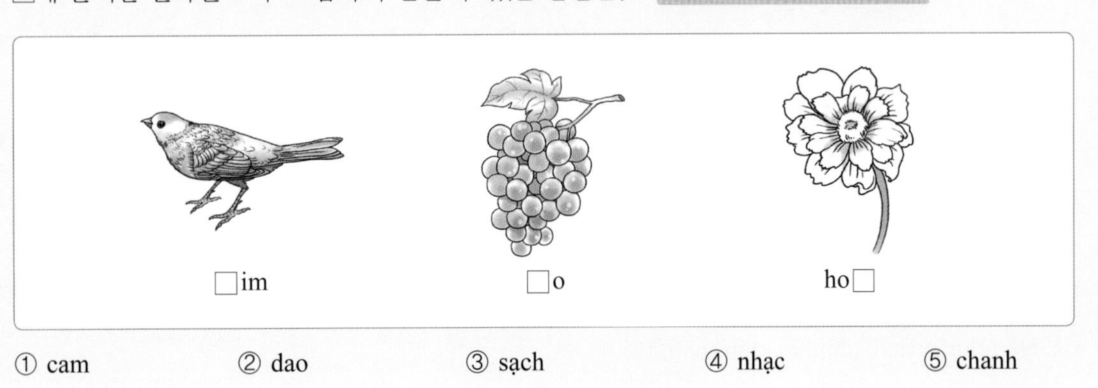

① cam ② dao ③ sạch ④ nhạc ⑤ chanh

문제 풀이

해설 chim(새), nho(포도), hoa(꽃)에서 ch, nh, a를 조합하여 만들 수 있는 단어는 ⑤ chanh이다.
① cam 오렌지 ② dao 칼 ③ sạch 깨끗한 ④ nhạc 음악 ⑤ chanh 라임

정답 ⑤

어휘

chim 새	nho 포도	hoa 꽃

02 기출 문항 풀어보기

1 □에 들어갈 글자를 순서대로 조합하여 만들 수 있는 낱말은?

[2017학년도 수능]

> Mẹ tặng cho □é s□ch tranh và bú□ màu.

① bảo ② bát ③ tắm
④ tất ⑤ xám

어휘

mẹ 엄마
tặng 선물하다
cho (전치사) ~에게
bé 아기
tranh 그림
và 그리고
bút màu 색깔펜
bảo 태풍
tắm 목욕하다, 샤워하다
tất 양말
xám 회색

2 밑줄 친 부분의 성조 표기가 옳은 것은? [2017학년도 수능]

① Hana luôn cồ gắng làm việc.
② Tôi làm bài kiềm tra tiếng Việt.
③ Bà Hiền hay mua sằm ở siêu thị.
④ Anh Hùng tưởng tượng về Hàn Quốc.
⑤ Nếu thuần tiễn, anh hãy đến thăm tôi.

luôn 항상
cố gắng 노력하다
làm ~하다
kiểm tra 조사하다, 체크하다
hay (빈도 부사) 자주
mua sắm 쇼핑하다
siêu thị 슈퍼마켓
tưởng tượng 상상하다
về 돌아가다
nếu 만약
thuận tiện 편리한
hãy (권유) ~하세요
đến 오다
thăm 방문하다

3 □에 공통으로 들어갈 글자는? [2016학년도 수능]

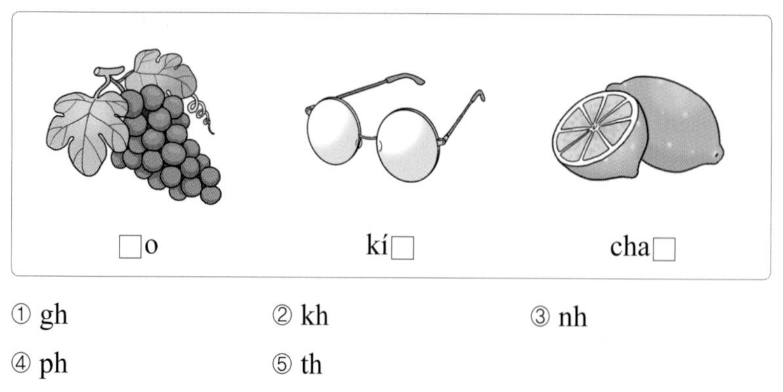

① gh ② kh ③ nh
④ ph ⑤ th

kính 안경

4 그림에 해당하는 낱말의 성조 표기가 옳은 것은? [2016학년도 수능]

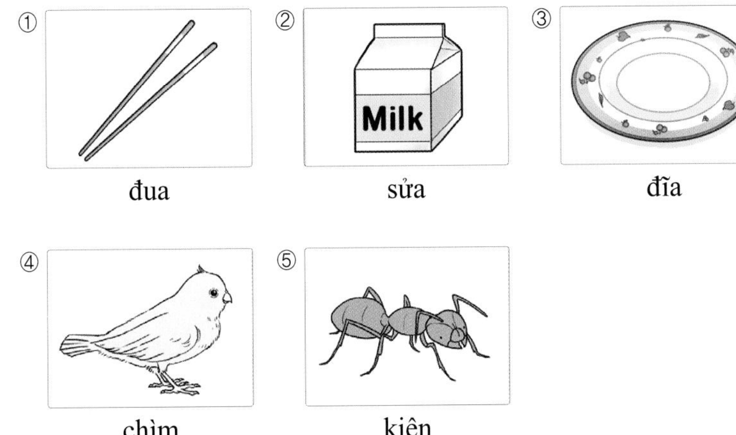

① đua ② sửa ③ đĩa

④ chìm ⑤ kiện

어휘

đũa 젓가락
đĩa 접시
kiến 개미

5 □에 공통으로 들어갈 글자는? [2015학년도 수능]

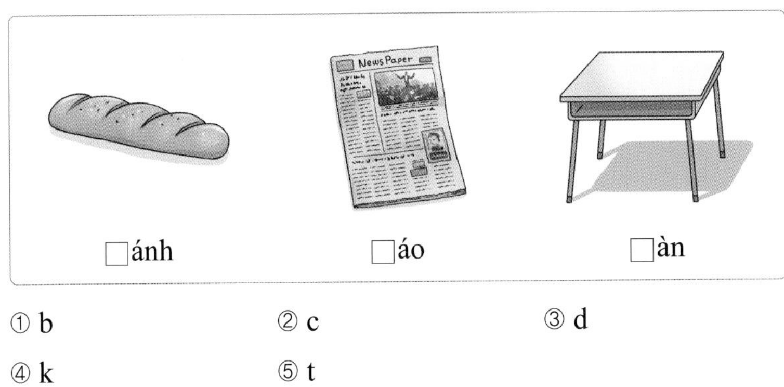

□ánh □áo □àn

① b ② c ③ d
④ k ⑤ t

báo 신문
bàn 책상, 테이블

6 □에 들어갈 글자의 성조 표기가 옳은 것은? [2014학년도 수능]

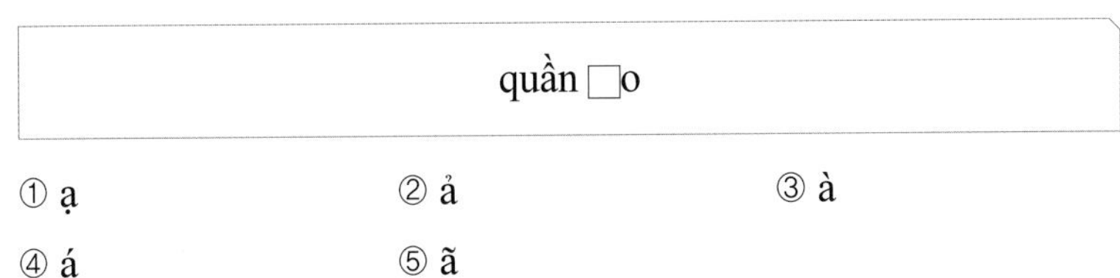

quần □o

① ạ ② ả ③ à
④ á ⑤ ã

quần (하의) 바지
áo (상의) 웃도리
quần áo 옷

1과 연습 문제

1 밑줄 친 부분과 같은 발음이 들어 있는 낱말은?

nghỉ

① giữ　② ghế
③ nấu　④ nho
⑤ ngọt

2 밑줄 친 부분과 발음이 같은 것은?

Ga Đà Nẵng

① **c**ấm　② **gh**ế
③ **k**éo　④ **ph**ở
⑤ **ngh**ỉ

3 밑줄 친 부분의 발음이 서로 같은 것은?

① **Ng**ân hàng VN **ngh**ỉ.
② Nhà tôi **c**ó một con **ch**ó.
③ **V**ì sao **b**ạn không đi học?
④ **T**ôi tập **th**ể dục mỗi ngày.
⑤ **D**u khách **đ**ến Hạ Long rất đông.

4 밑줄 친 부분의 발음이 서로 같은 것은?

① Bà ấy **đ**ang **d**ọn nhà.
② Chị ấy **n**ói rất **nh**anh.
③ Đây là **th**ầy dạy **t**oán.
④ Người **V**iệt Nam thích **b**óng đá.
⑤ 7 giờ tối, em sẽ **k**ết thúc **c**ông việc.

5 밑줄 친 부분의 발음이 서로 같은 것은?

① Em thường **đ**i dạo.
② Anh ấy **th**ích ăn táo.
③ **B**ố làm ở bệnh viện.
④ **Ng**ày mai tôi được **ngh**ỉ.
⑤ Chị **g**ái mình là **gi**áo viên.

6 □ 안에 들어갈 글자를 순서대로 조합하여 만들 수 있는 낱말은?

A : Ngân hang Huế □ách đây có x□ không?
B : Không, gần lắ□.

① cam　② cơm
③ dao　④ tai
⑤ tìm

7 □에 들어갈 글자를 순서대로 조합하여 만들 수 있는 낱말은?

□ia là chiếc x□ tôi □ượn của anh Long.

① Bún　② Cam
③ Đen　④ Kem
⑤ Món

8 □에 들어갈 글자는?

(a) b□nh　(b) s□ch

	(a)	(b)
①	a	á
②	ạ	á
③	à	ạ
④	á	á
⑤	ạ	ạ

9 □에 들어갈 글자의 성조 표기가 옳은 것은?

> (a) b□t　　(b) m□

	(a)	(b)
①	u	ũ
②	u	ụ
③	ú	ũ
④	ù	ụ
⑤	ú	ủ

10 밑줄 친 부분의 성조 표기가 옳은 것은?

① Em Nga <u>dễ thương</u> quá.
② Anh Tú thông minh <u>tuyệt vời</u>.
③ <u>Ngày mãi</u> mình sẽ gặp chị Lan.
④ Dạo này mình hay đọc <u>tiểu thuyệt</u>.
⑤ Nhà tôi <u>đổi diện</u> với siêu thị ABC.

어휘 이해 및 활용

- CHAPTER_01 낱말의 다양한 의미 이해
- CHAPTER_02 상황에 맞는 낱말 활용
- CHAPTER_03 전치사/종별사/접속사 활용
- 2과 연습문제

CHAPTER_01 낱말의 다양한 의미 이해

출제경향 분석

빈칸에 들어갈 적절한 동음이의어의 단어를 선택하는 문제는 매번 출제되는 편이며, 최근 들어 전치사/종별사/접속사에 해당하는 어휘들을 찾아 문장을 완성하도록 하는 출제 경향이 빈번해지고 있다.

문항 사례 ① 동음이의어

빈칸에 공통으로 들어갈 말로 알맞은 것은? 2019학년도 수능

○ Em ít khi uống cà phê sữa __________.

○ Hùng thường đi __________ bóng vào cuối tuần.

① đá ② bắt ③ hẹp ④ ném ⑤ dưới

문제 풀이

해설 ① đá 차다 ② bắt 잡다 ③ hẹp 좁은 ④ ném 던지다 ⑤ dưới ~ 밑에

해석 ○ 저는 거의 아이스 밀크 커피를 마시지 않습니다.
○ Hùng은 보통 주말에 축구를 하러 갑니다

정답 ①

분석 ▶ 빈도 부사 **ít khi** (거의 ~하지 않다) = **hiếm khi**

주어	빈도 부사	술어(동사)			
Em	ít khi	uống	cà phê	sữa	đá
저는 거의 마시지 않습니다			아이스 밀크 커피를		

▶ 빈도 부사 **thường** (보통)

주어	빈도 부사	술어(동사)				
Hùng	thường	đi	đá	bóng	vào	cuối tuần
Hùng은 보통 간다			공을 차러		주말에	

어휘

ít khi (빈도 부사) 거의 ~하지 않다
thường (빈도 부사) 보통
cuối tuần 주말
hẹp 좁은, 비좁은
cà phê 커피
đi 가다
đá 차다
ném 던지다
sữa 밀크, 우유
bóng 공
bắt 잡다
dưới (전치사) ~ 밑에

문항 사례 ② 동음이의어

빈칸에 공통으로 들어갈 말로 알맞은 것은? 2019학년도 수능 9월 모의평가

○ Tối hôm nay, bà hẹn __________ truyện Tấm Cám.

○ Nhà này 5 triệu một tháng, chưa __________ tiền điện, tiền nước.

① kể ② bơi ③ nấu ④ chạy ⑤ dịch

문제 풀이

해설 ① kể 이야기하다, 말하다, 계산하다 ② bơi 수영하다 ③ nấu 요리하다 ④ chạy 달리다 ⑤ dịch 번역하다

해석 ○ 오늘 밤, 할머니께서 Tấm Cám 이야기를 말씀해 주시기로 약속하셨다.
○ 이 집은 전기세와 수도세를 포함하지 않고 월 5백만 동이다.

정답 ①

분석 ▶ **kể** (말하다)

시간 부사		주어	술어(동사)			
Tối	hôm nay	bà	hẹn	kể	truyện	Tấm Cám
오늘 밤		할머니께서	말해 주기로 약속하셨다		Tấm cám 이야기	

▶ **kể** (계산하다)

주어	술어					
Nhà này	5 triệu	một tháng,	chưa	kể	tiền điện,	tiền nước
이 집은	한 달에 5백만 동이다		아직 계산하지 않은		전기세,	수도세

어휘

tối 저녁 | hôm nay 오늘 | bà 할머니 | hẹn 약속하다
truyện 이야기 | nhà 집 | triệu 백만 | tháng 달, 월
chưa 아직 ~하지 않다 | tiền điện 전기세 | tiền nước 물세, 수도세 | kể 말하다, 계산하다
bơi 수영하다 | nấu 요리하다 | chạy 달리다 | dịch 번역하다

문항 사례 ③

빈칸 (a)에 들어갈 말로 알맞은 것은? 2018학년도 수능

> ※ Từ điển
>
> ____(a)____ : Việt-Việt
>
> ▶ Xe lớn thường có bốn bánh dùng làm phương tiện đưa hành khách đi lại, thường là trong thành phố.

① lái xe ② xe đạp ③ xe lửa ④ máy bay ⑤ xe buýt

문제 풀이

해설 ① lái xe 운전하다 ② xe đạp 자전거 ③ xe lửa 기차 ④ máy bay 비행기 ⑤ xe buýt 버스

해석 오고 가는 승객을 데려다주는 교통수단으로 사용되는 보통 바퀴가 4개 있는 큰 차

정답 ⑤

분석 ▶ **빈도 부사 thường** (보통, 일반적으로)

Xe lớn [thường có bốn bánh dùng làm phương tiện]

교통수단으로 사용되는 보통 바퀴가 4개 있는 큰 차

Xe lớn [thường có bốn bánh dùng làm phương tiện] [đưa hành khách đi lại]

오고 가는 승객을 데려다주는 교통수단

Xe lớn [thường có bốn bánh dùng làm phương tiện] [đưa hành khách đi lại]

오고 가는 승객을 데려다주는 교통수단으로 사용되는 보통 바퀴가 4개 있는 큰 차

어휘

từ điển 사전	xe (운송 수단) 차	lớn 큰	thường (빈도 부사) 보통
có 있다	bốn (숫자) 4	bánh 바퀴	dùng 사용하다
làm ~하다	phương tiện 방편, 수단	đưa 데려다주다, 데려가다	hành khách 승객
đi lại 오고 가다	trong (전치사) ~ 안에	thành phố 도시	lái xe 운전하다
xe đạp 자전거	xe lửa 기차	máy bay 비행기	xe buýt 버스

01 기출 문항 풀어보기

1 빈칸에 공통으로 들어갈 말로 알맞은 것은? [2017학년도 수능]

○ Em gái tôi cao __________ tôi.
○ Em có __________ lái xe chưa?

① hơn ② kém ③ như
④ bằng ⑤ giỏi

어휘

em gái 여동생
cao 키 큰, 높은
hơn (비교급) ~보다
kém 부족한
như (원급) ~처럼
bằng (원급) ~ 만큼
giỏi 잘하는, 우수한

2 빈칸에 공통으로 들어갈 말로 알맞은 것은? [2016학년도 수능]

○ Tôi chơi thể thao rất __________.
○ Chị Mai ________ chị Cúc sáu tuổi.

① kém ② khá ③ giỏi
④ mạnh ⑤ nhanh

chơi 운동하다
thể thao 스포츠
rất 매우, 몹시
tuổi 나이, 세
kém 부족한
khá 꽤, 상당히
mạnh 강력한, 강한
nhanh 빠른, 빠르게

CHAPTER_02 상황에 맞는 낱말 활용

출제경향 분석

검인정 교과서에 수록되는 단어들을 활용하여 문맥상 들어가는 어휘를 이해하는 문항으로, 최근 들어 출제 비중이 커지고 있는 문제 유형이다.

문항 사례 ① 내용상 적절한 동사

빈칸에 들어갈 말로 알맞은 것은? 2019학년도 수능

A : Bạn đọc sách này rồi, đúng không?

B : Không. Mình mới __________ sách này ở thư viện.

① ho ② chậm ③ mượn ④ xanh ⑤ nhanh

문제 풀이

해설 ① ho 기침하다 ② chậm 느린, 천천히 ③ mượn 빌리다 ④ xanh 푸른 ⑤ nhanh 빠른, 빠르게

해석 A: 너 이 책 이미 읽었지?
B: 아니. 나 이제 막 도서관에서 이 책을 빌렸어.

정답 ③

분석 ▶ 부가 의문문 **đúng không** (맞지?, 그렇지?) = **, phải không?** = **à**

주어	술어(동사)				, đúng không?
Bạn	đọc	sách	này	rồi	, đúng không?
너 이 책을 이미 읽었다					, 맞지?

▶ 시제어 **mới** (이제 막, 방금) = **vừa** = **vừa mới**

주어	시제어	술어(동사)		장소 전치사	
Mình	mới	mượn	sách này	ở	thư viện
나는 방금 빌렸어			이 책을	도서관에서	

어휘

đọc 읽다
đúng không? 맞죠?, 그렇죠?
thư viện 도서관
mượn 빌리다
sách 책
mới (시제어) 이제야, 방금
ho 기침하다
xanh 푸른
rồi 이미
ở (전치사) ~에서
chậm 느린, 천천히
nhanh 빠른, 빠르게

문항 사례 ② 내용상 적절한 동사

빈칸에 들어갈 말로 알맞은 것은? 2019학년도 수능 9월 모의평가

A : Em cần __________ một chiếc xe máy trong 1 tuần.

B : Không cần mất tiền đâu. Anh cho em mượn được.

A : Cảm ơn anh.

① hứa ② khen ③ muộn ④ tặng ⑤ thuê

문제 풀이

해설 ① hứa 약속하다 ② khen 칭찬하다 ↔ mắng 혼내다 ③ muộn (선의로) 빌리다 ④ tặng 선물하다 ⑤ thuê (돈을 지불하고) 빌리다

해석 A: 저는 일주일 동안 오토바이 한 대를 빌릴 필요가 있어요.
B: 돈 쓸 필요 전혀 없어. 형이 너에게 빌려 줄 수 있어.
A: 고마워요 형.

정답 ⑤

분석 ▶ 기간을 나타내는 표현 **trong** (~동안)

주어	술어(동사)		전치사	기간
Em	cần	thuê	trong	1 tuần
나는	빌릴 필요가 있다		~동안	1주 간

'숫자 + 시간 단위'는 기간을 의미하는 시간 부사가 된다. 1 ngày(하루), 2 tuần(2주 간), 3 tháng(3달 간), 4 năm(4년 간) 등은 기간을 의미하며, '시간 단위 + 숫자'는 기간이 아닌 시점을 나타내는 시간 부사가 되는데, ngày 1(1일), tháng 3(3월), năm 2019(2019년)으로 표현할 수 있다.

▶ 종별사 **chiếc**

종별사	대상	예시
chiếc	옷, 기계	chiếc áo 옷, chiếc xe ôtô 자동차, chiếc xe máy 오토바이

사물의 수량 구체화	수량	종별사	명사
	một	chiếc	xe máy
형용사의 수식으로 구체화	종별사	명사	형용사
	chiếc	xe máy	mới

사물의 종류를 구별하는 종별사는 1) 사물의 수량을 구체화하거나, 2) 형용사의 수식을 통해 구체화하는 경우에 한하여 사용하는데, một chiếc xe máy의 경우 수량을 1(một)로 구체화하였기 때문에 xe máy의 종별사 chiếc이 사용된 것이다.

▶ 강한 부정 **không ~ đâu** (절대 ~하지 않다)

주어	không	술어			đâu
(Em)	Không	cần	mất	tiền	đâu
절대 돈을 쓸 필요가 없다					

▶ cho 용법

주어	술어(동사)	목적어	목적 보어	
Anh	cho	em	mượn	được
	~하게끔 하다		빌리다	~할 수 있다
형이 너가 빌릴 수 있게 해 줄게				

1) 주다	cho	tôi		menu
cho 앞뒤로 동사가 없는 경우	나에게 메뉴 주세요			
2) ~하게끔 하다	cho	tôi	xem	menu
cho 뒤에 동사(xem)가 있는 경우	내가 메뉴 보게끔 해 주세요			
3) ~에게	đưa	cho	tôi	menu
cho 앞에 동사(đưa)가 있는 경우	나에게 메뉴 건네 주세요			

cho 앞뒤로 동사가 없는 경우 cho는 '주다'라는 의미의 동사가 되고,
cho 뒤에 동사가 있는 경우 cho는 '~하게끔 하다'라는 사역 동사의 의미이고,
cho 앞에 동사가 있는 경우 cho는 '~에게'라는 의미의 전치사가 된다.

어휘

cần 필요하다 / chiếc (교통수단을 나타내는 종별사) / xe máy 오토바이
trong (전치사) ~동안 / mất 사용하다, 잃어버리다
không ~ đâu (강한 부정) 절대 ~ 아니다 / cho ~하게끔 하다
mượn 빌리다 / hứa 약속하다 / khen 칭찬하다
muộn 늦은 / tặng 선물하다 / thuê (돈을 지불하고) 빌리다

문항 사례 ③ 문맥상 적합한 형용사

빈칸에 공통으로 들어갈 말로 알맞은 것은? 2018학년도 수능

○ Đôi giày này có __________ với chị không?

○ Tiếng tivi hơi to, giảm đi một chút thì __________.

① bẩn ② hẹp ③ vừa ④ thân ⑤ xanh

문제 풀이

해설 문맥상 '딱 맞는'이라는 어휘가 들어가야 한다.

① bẩn 더러운, 오염된 ② hẹp 좁은, 비좁은 ③ vừa 맞는, 딱 맞는 ④ thân 친한 ⑤ xanh 푸른색의

해석 ○ 이 신발은 당신에게 맞습니까?
○ 텔레비전 소리가 조금 크네요. 조금 줄이세요, 그러면 딱 맞을 겁니다.

정답 ③

분석 ▶ **có ~ không? 의문문**

주어		có	술어(형용사)		không?
Đôi giày	này		vừa	với chị	
이 신발 한 켤레			당신에게 맞습니다		
Đôi giày	này	có	vừa	với chị	không?
이 신발 한 켤레			당신에게 맞습니까?		
긍정의 답변		Có/Vâng, đôi giày này vừa với tôi.			
부정의 답변		Không, đôi giày này không vừa với tôi.			

술어가 형용사 혹은 동사인 문형의 의문문은 주어와 술어 사이에 có를 넣고 문장 끝에 không을 위치시켜 의문문 문형을 만들 수 있다.

▶ **정도 부사**

주어		술어		
Tiếng tivi		to		텔레비전 소리가 큽니다.
	hơi			텔레비전 소리가 약간 큽니다.
	khá			텔레비전 소리가 꽤 큽니다.
	rất			텔레비전 소리가 매우 큽니다.
			lắm	텔레비전 소리가 매우 큽니다

빈도 부사 hơi, khá, rất은 항상 앞에서 동사 혹은 형용사를 수식하지만, lắm은 항상 뒤에서 수식함을 꼭 기억하도록 하자.

▶ **명령문 đi**

동사 뒤에 đi를 붙이면, 본래의 뜻 '가다'가 아닌 '~해라'라는 의미의 명령문 문형이 된다.
예시) Giảm đi một chút. 조금 줄여라.

어휘

đôi 한 쌍
giày 신발
này (형용사) 이
vừa 맞는, 딱 맞는
với (전치사) ~와 함께, ~에게
tiếng 소리
hơi 약간
to 큰
giảm 감소시키다, 줄이다
một chút 약간
thì ~하면
có ~ không? ~입니까?

문항 사례 ④ 내용상 적합한 동음이의어

빈칸에 공통으로 들어갈 말로 알맞은 것은? 2018학년도 수능

> ○ Em _______ mắt to ra!
>
> ○ Các bạn hãy ____________ sách trang 50!
>
> ○ Quán phở này _______ cửa từ 7 giờ sáng.

① mở ② cởi ③ gửi ④ đóng ⑤ trông

문제 풀이

해설 문맥상, '열다 펴다' 등의 의미를 나타내는 ①이 적절하다.

① mở 열다 (mở mắt 눈을 뜨다 / mở cửa 문을 열다)

② cởi 벗다 (cởi áo 옷을 벗다 / cởi giày 신발 벗다)

③ gửi 보내다 (gửi email 이메일 보내다)

④ đóng 닫다 (đóng cửa 문 닫다)

⑤ trông ~처럼 보이다, 지키다 (trông trẻ 어려 보이다 / trông xe máy 오토바이 지키다)

해석 눈을 크게 떠 봐. / 여러분 책 50쪽을 펴세요. / 이 쌀국수 식당은 아침 7시부터 문을 연다.

정답 ①

어휘

mở 열다 mắt 눈 to 큰 hãy ~하세요(권유)
sách 책 trang 페이지, 쪽 quán phở 쌀국수 식당 cửa 문
từ (전치사) ~로부터 sáng 오전의 cởi (옷, 신발) 벗다 gửi 보내다
đóng 닫다 trông ~처럼 보이다, 지키다

문항 사례 ⑤ 내용상 적합한 형용사

빈칸에 들어갈 말로 알맞은 것은? 2018학년도 수능 6월 모의평가

> A : Ở Việt Nam, khi qua đường, em phải _____ vì có nhiều xe máy.
>
> B : Dạ, vâng ạ.

① có ích ② đẹp trai ③ cẩn thận ④ thuận tiện ⑤ kính trọng

문제 풀이

해설 ① có ích: 이익이 있는 → 도움이 되는

② đẹp trai: đẹp(예쁜) + trai(사내) → 잘생긴

④ thuận tiện: 편리한(동의어 tiện lợi, 반대어 bất tiện)

해석 A: 베트남에서 길을 건너갈 때, 차가 많기 때문에 너는 조심해야만 해.

B: 네.

정답 ③

분석 ▶ **khi** (~할 때)

khi	(em)	qua	đường
~할 때	너	건너다	길

▶ **phải** (~해야만 한다)

주어	phải	술어	
Em	phải	cẩn thận	조심히(형용사)
	조심해야만 한다		
Em	phải	đi	가다(동사)
	가야만 한다		

▶ **vì = bởi vì = tại vì** (~이기 때문에)

vì	có	nhiều	xe
~이기 때문에	있다	많은	차
차가 많이 있기 때문에			

어휘

khi ~할 때
qua 건너다, 건너가다
đường 길
phải ~해야만 한다
vì 왜냐하면, ~ 때문이다
nhiều 많은
xe máy 오토바이
ích 이로운, 이익이 되는
đẹp trai 잘생긴
cẩn thận 조심하는
thuận tiện 편리한
kính trọng 존경하는

02 기출 문항 풀어보기

1 빈칸 (a), (b)에 들어갈 말로 알맞은 것은? [2017학년도 수능]

> A : Dưa ngọt lắm phải không? Em ăn thêm đi.
> B : Em đã ăn một __(a)__ rồi. Em không ăn __(b)__, để dành cho Lan.

	(a)	(b)
①	nửa	nữa
②	nửa	rưỡi
③	nữa	nửa
④	nữa	rưỡi
⑤	rưỡi	nữa

어휘

dưa 수박
ngọt 달달한
ăn 먹다
thêm 더
một nửa 1/2
nữa 더
để 두다
dành cho ~을 위해
rưỡi 반, 절반

2 빈칸에 들어갈 말로 알맞은 것만을 〈보기〉에서 있는 대로 고른 것은? [2015학년도 수능]

> A : Bây giờ mình đi mua sắm. Bạn có đi với mình không?
> B : Mình đang bận, _________ tiếng nữa nhé.
> A : Vâng, cũng được.

보기

a. kém　　b. nửa　　c. dưới

① a　　② b　　③ a, c
④ b, c　　⑤ a, b, c

bây giờ 지금
đi 가다
mua sắm 쇼핑하다
bạn 너
đang (시제어) ~하고 있다
bận 바쁜
tiếng 시간
cũng được 또한 가능해
kém 부족한
dưới (전치사) ~ 밑의

3 빈칸에 공통으로 들어갈 말로 알맞은 것은? [2015학년도 수능]

> ○ Tôi vừa bị _________ cái mũ.
> ○ Từ nhà đến trường _________ bao lâu?

① mở　　② lấy　　③ mất
④ nhớ　　⑤ đóng

vừa (시제어) 이제 막, 방금
bị (부정적 뉘앙스의 수동태)
mất 잃어버리다, 시간이 걸리다
mũ 모자
từ ⓐ đến ⓑ ⓐ부터 ⓑ까지
nhà 집
trường 학교
bao lâu 얼마나 오래
lấy 취하다, 갖다
nhớ 그리워하다, 기억하다

4 빈칸에 공통으로 들어갈 말로 알맞은 것은? [2014학년도 수능]

> ○ Chị ấy __________ đi công viên.
> ○ Anh có __________ uống cà phê không?

① mà ② hay ③ tuy
④ hoặc ⑤ nhưng

어휘

chị ấy 그녀
công viên 공원
uống 마시다
cà phê 커피
mà 그러나
hay 자주, 재미있는, 혹은
tuy 그러나
hoặc 혹은
nhưng 그러나

5 빈칸에 들어갈 말로 알맞은 것은? [2014학년도 수능]

> A : Anh có từ điển văn học không?
> B : Có, em cần __________ à?
> A : Vâng, tuần sau em sẽ trả lại cho anh.

① bán ② cho ③ đưa
④ nhớ ⑤ mượn

từ điển 사전
văn học 문학
à? 맞지?, 그렇지?
tuần sau 다음 주
sẽ (시제어) ~할 것이다
trả lại 돌려주다
cho (전치사) ~에게, 주다
bán 팔다

CHAPTER_03 전치사/종별사/접속사 활용

출제경향 분석

명사의 종류에 따라 달라지는 종별사와 전치사 및 접속사에 대해 확인하는 문제의 중요성이 점차 커짐에 따라 출제 경향 역시 높아지고 있다.

문항 사례 ① 공통 전치사

빈칸에 공통으로 들어갈 말로 알맞은 것은? 2019학년도 수능 6월 모의평가

> Xe đạp ở _______ cầu thang là của ai?
> Trẻ em _______ 6 tuổi sẽ được giảm giá 50%.

① bé ② bàn ③ dưới ④ chung ⑤ thẳng

문제 풀이

해설 ① bé 작은

② bàn 책상, 테이블 (cf. ghế 의자)

③ dưới ~ 아래에 ↔ trên ~ 위에 (dưới 7 tuổi 7세 미만 / trên 7 tuổi 7세 이상)

④ chung 공통적인, 일반적인 ↔ riêng 개별적인

⑤ thẳng 직진의 → đi thẳng 직진하다 / nói thẳng 솔직하게 말하다

해설 계단 아래의 자전거는 누구의 것인가요?
6세 미만의 어린이는 50% 할인될 것입니다.

정답 ③

분석 ▶ 전치사 dưới

주어	술어	
Xe đạp ở [dưới cầu thang]	là	của ai?
계단 아래의 자전거		
Trẻ em [dưới 6 tuổi]	sẽ	được giảm giá 50%
6세 미만의 어린이	~ 할 것이다	50% 할인되다

▶ 능동태/수동태(được + 동사) 문형

주어		술어		
Thầy Kim		khen(칭찬하다)	em	능동태
김 선생님이 저를 칭찬합니다				
주어	được		술어	
Em	được	thầy Kim	khen	수동태
저는 김 선생님에 의해 칭찬받았습니다				

어휘

xe đạp 자전거
của ~의
sẽ (시제어) ~할 것이다
chung 일반의, 공통의
ở ~에 있다
ai (의문사) 누구
giảm giá 가격을 깎다
thẳng 직진의, 곧바로
dưới (전치사) ~ 아래에
trẻ em 어린이
bé 아기
cầu thang 계단
tuổi 나이, 살, 세
bàn 테이블, 책상

문항 사례 ② 공통 종별사

빈칸에 공통으로 들어갈 말로 알맞은 것은? 2019학년도 수능 6월 모의평가

○ Em cần ba _______ trứng.

○ Chị muốn mua mấy _______ dừa?

① tờ ② con ③ quả ④ chiếc ⑤ quyển

문제 풀이

해설 ① tờ 장 (2 tờ giấy A4: A4 용지 2장) ② con 마리 (con chó đẹp kia: 저 예쁜 강아지) ③ quả 과 (1 quả xoài: 망고 1과) ④ chiếc 개 (chiếc xe máy mới: 새 오토바이) ⑤ quyển 권 (5 quyển sách: 책 5권)

해석 ○ 저는 달걀 3과가 필요합니다.
○ 당신은 코코넛 몇 과를 구입하기 원하십니까?

정답 ③

분석 ▶ 종별사

종별사	대상	예시
con	동물	con chó 개, con mèo 고양이, con cá 물고기
cái	물건	cái bàn 책상, cái điện thoại 전화기, cái máy tính 컴퓨터
tờ	낱장 종이	tờ giấy 종이, tờ tiền 돈
quyển	책	quyển sách 책, quyển từ điển 사전
quả	과일	quả xoài 망고, quả cam 오렌지, quả táo 사과
chiếc	옷, 기계	chiếc áo 옷, chiếc xe ôtô 자동차

▶ 종별사를 사용하는 경우

	수량	종별사	명사	형용사	
① 수량을 구체화할 때	2	quả	trứng		달걀 2과
② 형용사로 수식할 때		quả	trứng	tươi(신선한)	신선한 달걀
				này(이)	이 달걀

종별사는 명사의 종류를 나타내며, 1) 수량을 구체화 하거나 2) 형용사 등으로 수식하며 구체화할 때 종별사를 사용한다.

▶ mấy / bao nhiêu 의문사(수량/양을 묻는 의문사)

mấy	10 이하의 숫자
bao nhiêu	10 이상의 숫자

▶ 숫자

숫자	표기	숫자	표기	숫자	표기	숫자	표기	숫자	표기
1	một	6	sáu	11	mười một	16	mười sáu	21	hai mươi mốt
2	hai	7	bẩy/bảy	12	mười hai	…		22	hai mươi hai
3	ba	8	tám	…		18	mười tám	23	hai mươi ba
4	bốn	9	chín	…		19	mười chín	…	
5	năm	10	mười	15	mười lăm	20	hai mươi	25	hai mươi lăm

▶ 종별사 quả (과일 및 달걀, 공 등의 동그란 물체의 종별사)

주어	술어	수량	종별사	명사
Em	cần	ba(3)	quả	trứng
			달걀 3알	
Chị	muốn mua	mấy	quả	dừa?
			코코넛 몇 과?	

어휘

cần 필요하다
ba (숫자) 3
trứng 달걀, 계란
muốn 원하다
mua 사다, 구매하다
mấy (의문사) 얼마나 많은
dừa 코코넛
tớ (낱장 종이의 종별사) 장
con (동물의 종별사) 마리
quả (과일의 종별사) 과
chiếc (옷, 기계 등의 종별사) 개
quyển (책 등의 종별사) 권

문항 사례 ③ 공통 종별사

빈칸에 공통으로 들어갈 말로 알맞은 것은? 2018학년도 수능

○ Ông bà tôi nuôi hai ________ trâu.

○ Gần chùa có một ________ sông lớn.

① tờ ② cái ③ con ④ chiếc ⑤ quyển

문제 풀이

해설 ① tờ (돈, 신문 등 낱장 종이의 종별사)

② cái (의자, 전화기 등 물건의 종별사)

③ con (고양이, 개 등 동물의 종별사)

④ chiếc (자동차 등 교통수단의 종별사)

⑤ quyển (책, 사전 등 서적의 종별사)

해석 ○ 나의 조부모님은 물소 2마리를 키우신다.
○ 사원 근처에 큰 강이 1개 있다.

정답 ③

분석 ▶ 동물의 종별사 con

주어	동사	수량	종별사	명사	형용사
Ông bà tôi	nuôi	hai(2)	con	trâu	
		소 2마리			
Gần chùa	có	một	con	sông	lớn
		커다란 1개의 강			

어휘

ông bà 조부모 nuôi 기르다 hai (숫자) 2 trâu 물소
gần 가까운 chùa 절, 사원 có 있다 một (숫자) 1
sông 강 lớn 커다란, 큰

문항 사례 ④ 내용상 적합한 전치사

그림과 대화의 내용으로 보아 빈칸 (a), (b)에 들어갈 말로 알맞은 것은? 2018학년도 수능 9월 모의평가

Cô Thu : Em hãy xem tranh và cho cô biết ___(a)___ bàn có gì?
Minsu : Dạ, có túi xách.
Cô Thu : Còn ___(b)___ 2 tủ sách là cái gì?
Minsu : Quạt điện cô ạ.

	(a)	(b)
①	dưới	giữa
②	trên	dưới
③	dưới	trên
④	trên	giữa
⑤	giữa	trên

문제 풀이

해설 dưới (~ 밑에), giữa (~ 사이에), trên (~ 위에)

해석 Cô Thu: 그림을 보렴. 그리고 책상 위에 무엇이 있는지 선생님한테 알려 주렴.
Minsu: 네, 가방이 있습니다.
Cô Thu: 그럼 2개 책장 사이에는 무엇이 있니?
Minsu: 전기 선풍기입니다.

정답 ④

분석 ▶ **사역 동사 cho** (~하게끔 하다)

주어	hãy	cho	목적어	목적 보어
Em	hãy	cho	cô	biết
선생님이 알게끔 해 주렴				

cho 뒤에 목적 보어가 동사인 경우, cho은 '~하게끔 하다'라는 사역 동사의 의미를 갖는다.

▶ **cho 용법**

1) 주다	cho	tôi		menu
cho 앞뒤로 동사가 없는 경우	나에게 메뉴 주세요			
2) ~하게끔 하다	cho	tôi	xem	menu
cho 뒤에 동사(xem)가 있는 경우	내가 메뉴 보게끔 해 주세요			
3) ~에게	đưa	cho	tôi	menu
cho 앞에 동사(đưa)가 있는 경우	나에게 메뉴 건네주세요			

cho 앞뒤로 동사가 없는 경우 cho는 '주다'라는 의미의 동사가 되고,
cho 뒤에 동사가 있는 경우 cho는 '~하게끔 하다'라는 사역 동사의 의미를 갖게 되며,
cho 앞에 동사가 있는 경우 cho는 '~에게'라는 의미의 전치사가 된다.

어휘

hãy (권유) ~하세요 / xem 보다 / tranh 그림 / cho ~하게끔 하다
có 있다 / túi xách 가방 / tủ sách 책장 / quạt điện 전기 선풍기
dưới (전치사) ~ 밑에 / giữa (전치사) ~ 사이에 / trên (전치사) ~ 위에

문항 사례 ⑤ 문법상 적합한 접미사와 접속사

빈칸에 공통으로 들어갈 말로 알맞은 것은? 2018학년도 수능 6월 모의평가

○ Em biết chị Liên ________?

○ Tôi đi học ________ không đi chơi.

① hả ② chứ ③ kìa ④ nên ⑤ nhỉ

문제 풀이

해설 ① hả (강한 의문의 뉘앙스)
② chứ (당연함을 나타내는 뉘앙스)
③ kìa (말 앞에 붙어 기대감을 나타내는 뉘앙스)
④ nên ('~하는 게 좋다'는 충고의 뉘앙스)
⑤ nhỉ (상대방의 동의를 전제로 한 혼잣말 뉘앙스)

해석 ○ 너 Liên 언니 당연히 알지?
○ 나는 공부하러 가는 것이지 놀러 가는 것이 아니다.

정답 ②

분석 ▶ **접속사 구문 ⓐ chứ không ⓑ** (ⓐ이지 ⓑ는 아니다)

주어	ⓐ	chứ không	ⓑ
Tôi	đi học	chứ không	đi chọc
나는 공부하러 가는 것이지 놀러 가는 것이 아니다			

어휘

biết 알다
đi chơi 놀러 가다
nhỉ 혼잣말 표현
chứ (당연함의 뉘앙스 표현)
hả 강한 의문 표현
ⓐ chứ không ⓑ ⓐ이지 ⓑ는 아니다
đi học 공부하러 가다
nên ~하는 게 좋다(충고)

문항 사례 ⑥ 공통 종별사

빈칸에 공통으로 들어갈 말로 알맞은 것은? 2018학년도 수능 6월 모의평가

○ Bố tôi tặng tôi một _________ xe đạp.
○ Đôi giày này chỉ còn một _________ thôi.

① tờ ② con ③ quả ④ chiếc ⑤ quyển

문제 풀이

해설 ① tờ (1 tờ báo 신문 1부) ② con (con chó đẹp 예쁜 강아지) ③ quả (2 quả xoài tươi 신선한 망고 2과)
④ chiếc (1 chiếc xe đạp 자전거 1대) ⑤ quyển (quyển sách tiếng Việt 베트남어 책)

해석 ○ 우리 아버지께서 나에게 자전거 한 대를 선물하셨다.
○ 이 신발은 단지 한 켤레만 남아 있다.

정답 ④

분석 ▶ 종별사

종별사	대상	예시
con	동물	con chó 개, con mèo 고양이, con cá 물고기
cái	물건	cái bàn 책상, cái điện thoại 전화기, cái máy tính 컴퓨터
tờ	낱장 종이	tờ giấy 종이, tờ tiền 돈
quyển	책	quyển sách 책, quyển từ điển 사전
quả	과일	quả xoài 망고, uả cam 오렌지, quả táo 사과
chiếc	옷, 기계	chiếc áo 옷, chiếc xe ôtô 자동차

종별사는 1) 명사의 수량을 구체화하는 경우, 2) 형용사로 수식하여 구체화하는 경우에 한해서만 쓸 수 있다. 즉, 위 문장에서 1대(một)라는 수량을 구체화하였기 때문에 교통수단 xe đạp의 종별사 chiếc을 쓰게 된다.

▶ 종별사 **chiếc** (교통수단, 옷 등의 종별사)

주어	술어	간접목적어	수량	종별사	직접목적어
Bố tôi	tặng	tôi	một	chiếc	xe đạp

▶ **chỉ / thôi** (단지, 오직)

	주어		chỉ	술어		종별사	thôi
Đôi	giày	này	chỉ	còn	một	chiếc	thôi
이 신발은			단지	남아 있다	한 켤레만이		

'단지, 오직'의 의미인 chỉ는 반드시 주어와 술어 사이에, thôi는 반드시 문장 끝에 위치함을 기억하자.

어휘

bố 아버지
tặng 선물하다
xe đạp 자전거
đôi 한 쌍
giày 신발
chỉ ~ thôi 단지
còn 남아 있다
tờ (낱장의 종별사) 장
con (동물의 종별사) 마리
quả (과일의 종별사) 과
chiếc (교통수단, 옷 등의 종별사) 대, 벌
quyển (책의 종별사) 권

2과 연습 문제

1 빈칸 (a), (b)에 들어갈 말로 알맞은 것은?

> ○ Khi rỗi, tôi thường __(a)__ phim.
> ○ Chúng ta cùng đi __(b)__ phong cảnh nhé!

	(a)	(b)
①	xem	ngắm
②	ngắm	nhìn
③	xem	trông
④	ngắm	trông
⑤	trông	nhìn

2 빈칸 (a), (b)에 들어갈 말로 알맞은 것은?

> A : Bạn đang làm gì đấy?
> B : Mình ở nhà. Có chuyện gì thế?
> A : Lát nữa, mình sẽ đi __(a)__ phim. Bạn đi cùng mình không?
> B : Không được. Mình phải __(b)__ em bé.

	(a)	(b)
①	xem	nhìn
②	thấy	nhìn
③	xem	trông
④	trông	thấy
⑤	nhìn	trông

3 빈칸에 공통으로 들어갈 말로 알맞은 것은?

> ○ Tôi ______ thầy khen vì làm bài tốt.
> ○ Dinh Thống Nhất ______ xây dựng xong vào năm 1871.

① bị ② vừa
③ định ④ được
⑤ từng

4 빈칸에 공통으로 들어갈 말로 알맞은 것은?

> A : Anh ______ về nhà chưa?
> B : Tôi ______ về nhà rồi. Chị chờ một chút nhé.

① sẽ ② đều
③ hãy ④ sắp
⑤ tới

5 빈칸에 공통으로 들어갈 말로 알맞은 것은?

> ○ Bạn đến trường ______ gì?
> ○ Sinh tố này làm ______ chuối, đúng không?
> ○ Tôi muốn đổi câu hỏi này ______ câu hỏi khác.

① từ ② vào
③ với ④ bằng
⑤ thay

6 빈칸에 들어갈 말로 알맞은 것은?

> A : Muộn rồi! Chỉ còn 10 phút thôi. Con ______ giày nhanh lên.
> B : Vâng, con xong ngay đây.

① đi ② ra
③ đội ④ mặc
⑤ vào

7 빈칸에 들어갈 말로 알맞은 것은?

A : Bạn chưa đi thu viện à?
B : Chưa. Mình đang ________ thư cho bố.

① lái ② tắm
③ vay ④ đứng
⑤ viết

8 빈칸에 들어갈 말로 알맞은 것은?

A : Chị Lan đang ở đâu nhỉ?
B : Sáng hôm nay, mình ______ chị ấy ở thu viện nhưng bây giờ thì không biết.

① bay ② đọc
③ đứng ④ thấy
⑤ viết

9 빈칸에 들어갈 말로 알맞은 것은?

A : Anh mượn quyển sách này ở thư viện à?
B : Không, tôi __________ ở nhà sách đấy.

① dạy ② mặc
③ mua ④ nghỉ
⑤ quên

10 빈칸에 공통으로 들어갈 말로 알맞은 것은?

○ Anh nói tiếng Việt rất ________.
○ Thuốc này ________ cho sức khỏe.

① có ② nó
③ tốt ④ xấu
⑤ giỏi

문법 이해 및 적용

CHAPTER_01 문법 이해

CHAPTER_02 문법에 맞는 정확한 표현

3과 연습문제

CHAPTER_01 문법 이해

출제경향 분석

매년 3~4문항이 출제되는 문법에 대한 이해를 묻는 문항은 주로 접속사 구문, cho 용법, 문법상 정확한 위치 등에 대한 내용과 관련하여 빈번하게 출제된다.

문항 사례 ① cho 용법

빈칸에 들어갈 말로 옳은 것은? 2019학년도 수능

Yuna: Thưa cô, cho ______________ ạ.

Cô Thu: Thứ 2 tuần sau.

① bao giờ hỏi em thi ② bao giờ thi em hỏi ③ em hỏi bao giờ thi
④ hỏi thi bao giờ em ⑤ thi hỏi bao giờ em

문제 풀이

해석 Yuna: 선생님, 시험을 언제 보는지 (제가) 여쭤 볼게요.
Thu 선생님: 다음 주 월요일이란다.

정답 ③

분석 ▶ 사역 동사 cho (~하게끔 하다)

주어	술어	목적어	목적 보어		
(Cô)	Cho	em	hỏi	bao giờ	thi
	제가 여쭤 보게 해 주세요			언제 시험 보는지	

▶ cho 용법

1) 주다	cho	tôi		menu
cho 앞뒤로 동사가 없는 경우	나에게 메뉴 주세요			
2) ~하게끔 하다	cho	tôi	xem	menu
cho 뒤에 동사(xem)가 있는 경우	내가 메뉴 보게끔 해 주세요			
3) ~에게	đưa	cho	tôi	menu
cho 앞에 동사(đưa)가 있는 경우	나에게 메뉴 건네주세요			

cho 앞뒤로 동사가 없는 경우 cho는 '주다'라는 의미의 동사가 되고,
cho 뒤에 동사가 있는 경우 cho는 '~하게끔 하다'라는 사역 동사의 의미이고
cho 앞에 동사가 있는 경우 cho는 '~에게'라는 의미의 전치사가 된다.

▶ 시간 부사

Thứ 2	tuần trước	지난주 월요일
	tuần này	이번 주 월요일
	tuần sau	다음 주 월요일

어휘

thưa (존칭어) ~님　cho ~하게끔 하다　thứ 2 월요일　tuần sau 다음 주
hỏi 질문하다　bao giờ (의문사) 언제　thi 시험 치다

문항 사례 ② 접속사 구문

빈칸 (a), (b)에 들어갈 말로 알맞은 것은? 2019학년도 수능

A : Áo này chỉ 150.000 đồng thôi. Anh thấy thế nào?

B : Đẹp lắm! Nó ___(a)___ rẻ ___(b)___ đẹp.

	(a)	(b)		(a)	(b)
①	vừa	đã	②	vừa	vừa
③	mỗi	một	④	sở dĩ	là vì
⑤	làm sao	được			

문제 풀이

해설 ② ⓐ하면서 ⓑ하다 : vùa rẻ vừa đẹp 저렴하면서 예쁘다
③ ⓐ마다 ⓑ하다
④ ⓐ인 것은 ⓑ때문이다

해석 A: 이 옷 150,000동 밖에 안 해. 오빠는 어떻게 생각해?
B: 참 예쁘네. 그거 저렴하면서 예쁘다.

정답 ②

분석 ▶ **chỉ ~ thôi** (오직, 단지)

주어		chỉ	술어		thôi
Aó	này	chỉ	150.000	đồng	thôi
이 옷은		단지	150,000동입니다		

▶ **의문사 thế nào** (어떻게, 어떠한)

주어	술어	의문사 thế nào
Anh	thấy	thế nào?
당신은 어떻게 생각하세요?		

▶ **상관 접속사 vừa ⓐ vừa ⓑ** (ⓐ하면서 ⓑ하다)

주어	vừa	ⓐ	vừa	ⓑ
Nó	vừa	rẻ	vừa	đẹp
그것은	싸면서 예쁘다			

어휘

áo 옷, 윗옷
thế nào (의문사) 어떻게
vừa ⓐ vừa ⓑ ⓐ하면서 ⓑ하다
sở dĩ ⓐ là vì ⓑ ⓐ인 것은 ⓑ때문이다
chỉ ~ thôi 단지, 오직
đẹp 예쁜, 아름다운
mỗi ⓐ một ⓑ ⓐ마다 ⓑ하다
thấy 보다, 생각하다
lắm 매우, 몹시

문항 사례 3 의미가 유사한 단어의 정확한 사용

밑줄 친 부분의 쓰임이 옳은 것만을 있는 대로 고른 것은? 2019학년도 수능 9월 모의평가

A : Sầu riêng này bán thế nào? Em muốn mua quả này.

B : Tám mươi nghìn 1 cân! Qủa này là 2 cân rưỡi.(a)

A : Em lấy nửa(b) cân nho nữa(c), có bớt được không ạ?

B : Ừ! Chị bớt cho em.

① (a) ② (b) ③ (a), (c) ④ (b), (c) ⑤ (a), (b), (c)

문제 풀이

해설 (a) rưỡi : 2 cân rưỡi = 2.5 kilô (b) nửa : nửa cân = 0.5 kilô

해석 A: 이 두리안 어떻게 팔아요? 저 이 과일을 사고 싶어요.
B: kg당 80,000동이야. 이 두리안은 (무게가) 2근 반이네.
A: 저 포도도 반 근 주세요. 깎아 주실 수 있죠?
B: 응, 깎아 줄게.

정답 ⑤

분석 ▶ **rưỡi / rưởi / nửa / nữa 구분**

rưỡi	숫자 단위의 절반	2 giờ rưỡi = 2 giờ 30 phút(2시 30분) 1 nghìn rưỡi = 1 nghìn năm trăm(1.500)
rưởi	100 이상의 숫자 단위 뒤에서 사용	1 triệu rưởi = 1 triệu 5 trăm nghìn(1.500.000)
nửa	절반	1/2 nửa cân = 1/2 kilô = 500 gram
nữa	더(more)	Con ăn nữa đi(얘야, 더 먹어라)

어휘

sầu riêng 두리안	bán 팔다	thế nào (의문사) 어떻게	muốn 원하다
mua 사다	quả 과일	cân 킬로(kilô)	rưỡi 30분, 절반
lấy 가지다	nửa 절반	nho 포도	nữa 더(more)
bớt 덜다, 깎이다	cho (전치사) ~에게		

문항 사례 ④ 접속사 구문

빈칸 (a), (b)에 들어갈 말로 알맞은 것은? 2019학년도 수능 9월 모의평가

A : Cậu chọn cái quần nào?

B : Cái màu xanh. __(a)__ không đắt __(b)__ tớ mua.

	(a)	(b)		(a)	(b)
①	Nếu	thì	②	Mỗi	một
③	Vừa	vừa	④	Càng	càng
⑤	Không chỉ	mà còn			

문제 풀이

해석 A: 너 어떤 바지 골랐어?
B: 푸른색. <u>만약</u> 비싸지 <u>않으면</u> 난 살 거야.

정답 ①

분석 ▶ **의문사 nào** (어떤)

주어	술어			의문사	
Cậu	chọn	cái	quần	nào?	질문
(Tớ)	(chọn)	cái	(quần)	màu xanh	답변

▶ **nếu ⓐ thì ⓑ 구문** (만약 ⓐ라면 ⓑ이다)

Nếu	ⓐ		thì	ⓑ	
Nếu	không	đắt	thì	tớ	mua
만약 비싸지 않으면			나는 구매한다		

어휘

chọn 선택하다, 고르다 | quần 바지 | nào (의문사) 어떤
màu xanh 푸른색 | đắt 비싼 | mua 사다
nếu ⓐ thì ⓑ 만약 ⓐ라면 ⓑ이다 | mỗi ⓐ một ⓑ ⓐ마다 ⓑ하다 | vừa ⓐ vừa ⓑ ⓐ하면서 ⓑ하다
càng ⓐ càng ⓑ ⓐ할수록 ⓑ하다 | không chỉ ⓐ mà còn ⓑ ⓐ뿐 아니라 ⓑ이다

문항 사례 ⑤ 시제어

빈칸 (a), (b)에 들어갈 말로 알맞은 것은? 2019학년도 수능 6월 모의평가

A : Con làm bài tập xong chưa?

B : Dạ, con __(a)__ xong __(b)__, mẹ ạ.

	(a)	(b)
①	đã	sắp
②	sắp	rồi
③	chưa	đã
④	sắp	vừa
⑤	chưa	vừa

문제 풀이

해설

주어	시제어	술어	
Con	đã	xong	저는 끝냈습니다
	sắp		저는 곧 끝냅니다
	vừa		저는 방금 끝냈습니다
	chưa		저는 아직 끝내지 않았습니다

해석 A: 너 숙제 다했니?
B: 네, 저 곧 끝나요.

정답 ②

분석 ▶ 경험 여부를 묻는 đã ~ chưa? 의문문형

주어	đã	술어		chưa?	
Loan		học	tiếng Việt		평서문
Loan은 베트남어를 공부합니다					
Loan	đã	học	tiếng Việt	chưa?	경험의 의문문
Loan은 베트남어를 공부해 봤습니까?					

주어		술어			
Hùng		đi Việt Nam		평서문	Hùng은 베트남에 간다
Hùng	đã	đi Việt Nam	chưa?	의문문	Hùng은 베트남에 가 봤니?
Rồi, Hùng	đã	đi Việt Nam	rồi	긍정 답변	이미요, Hùng은 이미 베트남에 가 봤습니다
Chưa, Hùng	chưa	đi Việt Nam		부정 답변	아직이요, Hùng은 베트남에 아직 가지 않았습니다

주어	(đã)	술어		chưa?	
Con	(đã)	làm	bài tập xong	chưa?	의문문
숙제 다했니?					
Rồi, con (đã) làm bài tập rồi.					긍정의 답변
Chưa, con chưa làm bài tập.					부정의 답변

경험 여부를 묻는 'đã ~ chưa?' 구문에서 đã는 생략할 수 있다. 'đã ~ chưa?' 의문문의 긍정 답변은 'rồi(이미)', 부정 답변은 'chưa(아직 아니다)'이다. '아직 ~하지 않았다'라는 의미의 chưa는 반드시 주어와 술어 사이에 위치하여야 한다. 완료의 의미를 나타내는 rồi(이미)는 항상 문장 끝에 위치한다.

▶ 시제어

주어	시제어	술어			
Con	sắp	xong	rồi	저 곧 끝나요	근접 미래
Con	đã	xong	rồi	저 이미 끝났어요	과거
Con	vừa	xong	rồi	저 이제 막 끝났어요	현재 완료
Con	đang	xong		저 끝내고 있어요	현재 진행
Con	sẽ	xong		저 끝낼 거예요	미래

시제를 나타내는 đã(~했다), sắp(곧), vừa(방금, 이제 막)은 항상 주어와 술어 사이에 위치한다. 또한, '아직 ~하지 않았다'라는 의미의 chưa는 반드시 주어와 술어 사이에 위치하여야 한다. 완료의 의미를 나타내는 rồi(이미)는 항상 문장 끝에 위치한다.

어휘

con 자식, 자녀
làm ~하다
bài tập 숙제
xong 끝내다
sắp (시제어) 곧
rồi (완료) 이미
đã (시제어) ~했다
chưa 아직 ~하지 않다
vừa (시제어) 방금, 이제 막, 비로소

문항 사례 ⑥ 접속사 구문

빈칸에 들어갈 말로 알맞은 것은? 2018학년도 수능 9월 모의평가

A : Sao em học tiếng Việt?

B : ________ em học tiếng Việt là vì em yêu Việt Nam.

① Cả ② Tùy ③ Vừa ④ Càng ⑤ Sở dĩ

문제 풀이

해석 A: 왜 너는 베트남어를 공부하니?
B: 베트남어를 공부하는 것은 제가 베트남을 사랑하기 때문입니다.

정답 ⑤

분석 ▶ **이유를 묻는 의문사 sao** (왜)

Sao	주어	술어(동사)	
Sao	em	học	tiếng Việt?
= Tại sao			
= Vì sao			

▶ **sở dĩ ⓐ là vì ⓑ** (ⓐ인 것은 ⓑ 때문이다)

Sở dĩ	ⓐ	là	vì	ⓑ
Sở dĩ	em học tiếng Việt	là	vì	em yêu Việt Nam
제가 베트남어 공부하는 것은 제가 베트남을 사랑하기 때문입니다				

어휘

sao (의문사) 왜 em 동생 học 공부하다
tiếng Việt 베트남어 sở dĩ ⓐ là vì ⓑ ⓐ인 것은 ⓑ 때문이다
yêu 사랑하다 cả ⓐ và ⓑ ⓐ, ⓑ 모두
tuy ⓐ nhưng ⓑ ⓐ임에도 불구하고 ⓑ이다 vừa ⓐ vừa ⓑ ⓐ하면서 ⓑ하다
càng ⓐ càng ⓑ ⓐ할수록 ⓑ하다

문항 사례 ⑦ 접속사 구문

빈칸 (a), (b)에 들어갈 말로 알맞은 것은? 2018학년도 수능 6월 모의평가

> A : Chiều hôm nay, em sẽ đi bơi. Chị đi với em nhé?
>
> B : Chị phải học bài. ___(a)___ học xong sớm ___(b)___ chị sẽ đi.

	(a)	(b)		(a)	(b)
①	Cả	và	②	Nếu	thì
③	Vừa	vừa	④	Càng	càng
⑤	Tuy	nhưng			

문제 풀이

해설 ① ⓐ, ⓑ 둘다

② 만약 ⓐ하면 ⓑ이다

③ ⓐ하면서 ⓑ하다

④ ⓐ할수록 ⓑ하다

⑤ ⓐ임에도 불구하고 ⓑ하다

해석 A: 오늘 오후에 나 수영하러 갈 거야. 언니 나랑 같이 가자!
B: 언니는 숙제해야만 해. 만약, 공부가 일찍 끝나면 언니가 갈게.

정답 ②

분석 ▶ 시간 부사

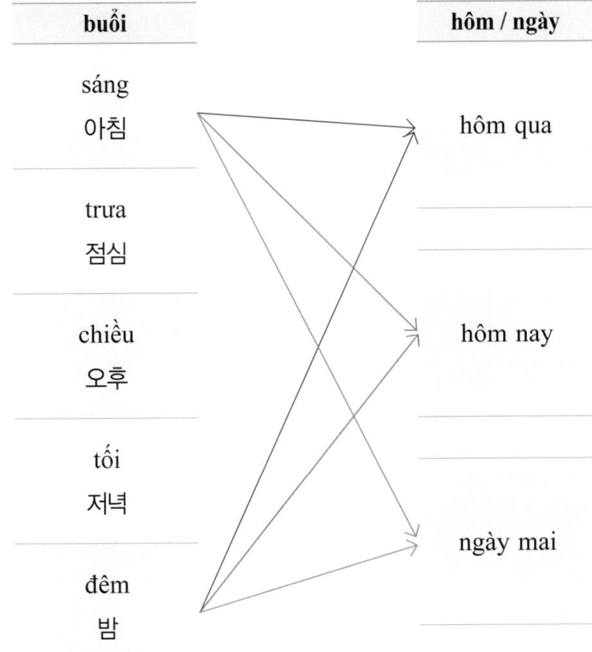

sáng (hôm) qua 어제 아침
sáng (hôm) nay 오늘 아침
sáng (ngày) mai 내일 아침
trưa (hôm) qua 어제 점심
trưa (hôm) nay 오늘 점심
trưa (ngày) mai 내일 점심
chiều (hôm) qua 어제 오후
chiều (hôm) nay 오늘 오후
chiều (ngày) mai 내일 오후
tối (hôm) qua 어제저녁
tối (hôm) nay 오늘 저녁
tối (ngày) mai 내일 저녁
đêm (hôm) qua 어젯밤
đêm (hôm) nay 오늘 밤
đêm (ngày) mai 내일 밤

▶ **phải** (~ 해야만 한다)

주어	phai	술어	
Chị	phải	học	bài

▶ **조건절 nếu** ⓐ **thì** ⓑ (만약 ⓐ라면 ⓑ이다)

Nếu	주어	술어	
Nếu	(chị)	học	xong sớm

thì	주어		술어
thì	chị	sẽ	đi

어휘

chiều hôm nay 오늘 오후　sẽ (시제어) ~할 것이다　đi bơi 수영하러 가다　với (전치사) 함께

phải ~해야만 한다　học bài 복습하다　xong 마치다, 끝내다　sớm 이른, 일찍

01 기출 문항 풀어보기

1 빈칸에 들어갈 말로 알맞은 것은? [2017학년도 수능]

> A : Về Hàn Quốc, chắc anh sẽ nhớ Việt Nam lắm nhỉ?
> B : Nhớ chứ, nhất là ______________________________.

① các bạn cùng lớp thú vị những với giờ học
② các lớp thú vị bạn cùng học với những giờ
③ những bạn cùng lớp học các giờ với thú vị
④ những giờ học thú vị với các bạn cùng lớp
⑤ những lớp giờ học với cùng bạn các thú vị

어휘

về 돌아가다
chắc 아마도
nhớ 그리워하다
chứ (당연함의 뉘앙스)
nhất là 특히
giờ học 수업 시간
thú vị 재미있는
với (전치사) ~와 함께
bạn 친구
cùng lớp 같은 학급의

2 빈칸 (a), (b)에 들어갈 말로 알맞은 것은? [2017학년도 수능]

> A : Chúng ta thi __(a)__ điểm cao rồi. Đi chơi đi!
> B : Hôm nay mình __(b)__ mệt. Ngày mai nhé.

	(a)	(b)
①	bị	được
②	bị	phải
③	được	bị
④	được	phải
⑤	phải	được

chúng ta (청자 포함) 우리
điểm 점수
cao 높은
chơi 놀다
mệt 피곤한
ngày mai 내일
bị (부정적 뉘앙스의 수동태)
được (완료의 뉘앙스)

3 빈칸 (a), (b)에 들어갈 말로 알맞은 것은? [2016학년도 수능]

> A : Tuấn đi đâu nhỉ? Mình __(a)__ thấy Tuấn ở đây mà.
> B : Tuấn mới đi ra ngoài.
> A : Thế à? Mình đã hẹn đi đá bóng với Tuấn.
> B : Bạn chờ Tuấn nhé. Bạn ấy __(b)__ về ngay đấy.

	(a)	(b)
①	đã	vừa
②	sẽ	đang
③	mới	đã
④	vừa	sẽ
⑤	đang	mới

đâu (의문사) 어디
thấy 보다
ở đây 여기에서
mới (시제어) 이제 막, 방금
đi ra ngoài 밖으로 나가다
thế à? 그래요?
hẹn 약속하다
đá bóng 축구하다
chờ 기다리다
ngay 즉시, 바로
đang (시제어) ~하고 있다

4 빈칸에 들어갈 말로 알맞은 것만을 〈보기〉에서 있는 대로 고른 것은? [2016학년도 수능]

> A : Đấy là công ty du lịch VH ___________ ạ?
> B : Vâng. Công ty du lịch VH xin nghe.

보기

a. chưa b. không c. phải không

① a ② c ③ a, b
④ b, c ⑤ a, b, c

5 빈칸에 들어갈 말로 알맞은 것은? [2016학년도 수능]

> A : Bạn muốn mua gì?
> B : Mình muốn mua một __________ sách tiếng Việt.

① ly ② con ③ quả
④ chiếc ⑤ quyển

6 빈칸에 들어갈 말로 알맞은 것은? [2016학년도 수능]

> A : Từ đây đến ga Huế đi bằng xe buýt ___________ ?
> B : Khoảng 20 phút.

① màu gì ② với ai ③ số mấy
④ hay xe lửa ⑤ mất bao lâu

7 빈칸에 공통으로 들어갈 말로 알맞은 것은? [2015학년도 수능]

> A : Anh ________ đi du lịch Nha Trang bao giờ chưa?
> B : Năm ngoái tôi ________ đi rồi.
> A : Thế ở Nha Trang anh ________ đi những đâu?
> B : Tôi ________ đi thăm vài địa điểm du lịch.

① đã ② sẽ ③ mới
④ sắp ⑤ đang

어휘

đấy là 그것은 ~이다
công ty 회사
du lịch 여행
vâng 네
nghe 듣다

gì (의문사) 무엇
sách 책
ly (종별사) 컵, 잔
con (종별사) 마리(동물)
quả (종별사) 과(과일)
chiếc (종별사) 대(기계), 벌(옷)
quyển (종별사) 권(책)

từ ⓐ đến ⓑ ⓐ부터 ⓑ까지
ga 역, 역사
bằng (전치사) ~을 타고
xe buýt 버스
khoảng 대략, 약
phút 분
màu 색상, 색깔
ai (의문사) 누구
mấy (의문사) 얼마나 많은
hay 혹은
xe lửa 기차
mất 소요되다, 시간 걸리다
bao lâu (의문사) 얼마나 오래

đi 가다
bao giờ 언제
đã ~ chưa? ~해 봤습니까?
năm ngoái 작년
đâu (의문사) 어디
thăm 방문하다
vài 몇몇의
địa điểm 지점, 장소
mới (시제어) 이제 막, 방금
sắp (시제어) 곧
đang (시제어) ~하고 있다

CHAPTER_02 문법에 맞는 정확한 표현

출제경향 분석

문법 상 정확한 표현 및 어순 등에 대해 접속사 구문 등을 활용하는 문항의 출제가 빈번해지고 있다.

문항 사례 ① 접속사 구문

문장 표현이 옳은 것만을 있는 대로 고른 것은? 2019학년도 수능

a. Chị Somi nói tiếng Việt rất tốt.

b. Tuy em Đức hát hay nên làm ca sĩ.

c. Anh Nam không những đẹp trai mà còn thông minh.

① a ② b ③ a, c ④ b, c ⑤ a, b, c

문제 풀이

해설 b. Tuy 대신 Vì가 들어가야 적절하다. → Vì em Đức hát hay nên làm ca sĩ.

해석 a. Somi 씨는 베트남어를 매우 잘한다.
b. 동생 Đức은 노래를 잘하기 때문에 가수가 되었다.
c. Nam 씨는 잘생겼을 뿐 아니라 똑똑하다.

정답 ③

분석 ▶ **부사 rất** (매우, 몹시)

주어	술어(동사)		rất	
Chị Somi	nói	tiếng Việ	rất	tốt
Somi 씨는 베트남어를 말한다			매우 잘	

▶ **상관 접속사 vì ⓐ nên ⓑ** (ⓐ이기 때문에 그래서 ⓑ)

Vì	주어	술어		nên	술어	
Vì	em Đức	hát	hay	nên	làm	ca sĩ
Đức은 노래를 잘하기 때문에				그래서 가수를 한다.		

▶ **상관 접속사 không những ⓐ mà còn ⓑ** (ⓐ뿐만 아니라 ⓑ하다)

주어	không những	ⓐ 술어	mà còn	ⓑ 술어
Anh Nam	không những	đẹp trai	mà còn	thông minh
Nam 씨는 잘생겼을 뿐 아니라			똑똑하다	

어휘

nói 말하다 | tiếng Việt 베트남어 | rất 매우, 몹시 | tốt 잘하는, 좋은
hát 노래하다 | hay 잘, 맛깔나게 | làm ~하다 | ca sĩ 가수
vì ⓐ nên ⓑ ⓐ이기 때문에 ⓑ하다 | không những ⓐ mà còn ⓑ ⓐ뿐 아니라 ⓑ하다

문항 사례 ② 종별사

빈칸에 들어갈 말로 알맞은 것은? 2019학년도 수능

A : Taxi KOVI xin nghe.

B : Tôi cần 1 ________ xe taxi 7 chỗ đến 14 Lê Duẩn.

A : Vâng ạ.

① tờ ② bát ③ quả ④ chiếc ⑤ quyển

문제 풀이

해설 ① tờ (낱장 종별사) 장 ② bát (그릇 종별사) 밥그릇 ③ quả (과일 종별사) 개, 과 ④ chiếc (교통수단 종별사) 대 ⑤ quyển (책 종별사) 권

해석 A: KOVI Taxi입니다.
B: 제가 14 Lê Duẩn에서 7인승 택시 한 대가 필요합니다.
A: 네.

정답 ④

분석 ▶ 종별사 chiếc

주어	술어(동사)		종별사				
Tôi	cần	1	chiếc	xe taxi	7 chỗ	đến	14 Lê Duẩn
나는 필요하다		7인승 택시 한 대				14 Lê Duẩn에서	

사물의 종류를 구별하는 종별사는 con, cái, chiếc 등이 있는데, 이러한 종별사는 1) 사물의 수량을 구체화하거나, 2) 형용사의 수식을 통해 구체화하는 경우에 한하여 사용한다.

어휘

nghe 듣다 | cần 필요하다 | chỗ 자리 | đến (전치사) ~까지
tờ (낱장 종별사) 장 | bát (그릇 종별사) 밥그릇 | quả (과일 종별사) 개, 과 | chiếc (교통수단 종별사) 대
quyển (책 종별사) 권

문항 사례 ③ 정확한 어순

빈칸에 들어갈 말로 알맞은 것은? 2019학년도 수능 9월 모의평가

a. Chúng tôi dọn định nhà.

b. Chị Minh trở thành đẹp

c. Hiệu sách ở ngay gần Hồ Tây.

① a ② c ③ a, b ④ b, c ⑤ a, b, c

문제 풀이

해설 a. Chúng tôi dọn định nhà. → Chúng tôi định dọn nhà.

b. Chị Minh trở thành đẹp. → Chị Minh trở nên đẹp

해석 a. 우리는 집을 청소하고자 한다.

b. Minh 씨가 예뻐졌다.

c. 서점이 서호(Hồ Tây) 바로 가까이에 있다.

정답 ②

분석 ▶ 주어의 의지를 표현하는 **định** (~하고자 한다)

주어	định	술어(동사)	
Chúng tôi	định	dọn	nhà
		집 청소하다	

▶ **trở thanh + 명사 / trở nên + 형용사** (~가 되다, ~해지다)

주어	trở nên	형용사
Chị Minh	trở nên	đẹp
	예뻐지다	
주어	**trở thành**	**명사**
Chị Minh	trở thành	sinh viên
	대학생이 되다	

동사 trở thành과 trở nên은 '~이 되다', '~해지다'의 의미이다. 하지만 그 사용에 주의해야 하는데, trở thành 뒤에는 반드시 명사가, trở nên 다음에는 반드시 형용사가 위치해야 한다.

▶ **동사 ở** (~에 있다)

주어	술어(동사)			
Hiệu sách	ở	ngay	gần	Hồ Tây
서점이 ~에 있다		바로	가까이	서호

▶ **전치사 ở** (~에서)

주어	술어(동사)	전치사			
Hiệu sách	nằm	ở	ngay	gần	Hồ Tây
서점이 ~ 위치하다		~에(서)	바로	가까이	서호

어휘

chúng tôi (청자 제외) 우리 dọn 청소하다 định ~하고자 한다 nhà 집
trở thành + 명사 ~가 되다 đẹp 아름다운, 예쁜 hiệu sách 서점 ngay 바로, 즉시
gần 가까운 Hồ Tây (지명) 서호

문항 사례 ④ 정확한 어순

빈칸에 들어갈 말로 알맞은 것은? 2019학년도 수능 9월 모의평가

A : Anh ơi, quyển *Từ điển Việt-Hàn* ở đâu?

B : Anh đã ______________ ở bên cạnh tivi.

① để đó quyển ② để quyển đó ③ đó quyển để
④ quyển để đó ⑤ quyển đó để

문제 풀이

해석 A: 오빠, 베-한 사전 어디에 있어?
B: 오빠가 텔레비전 옆에 그 책 두었어.

정답 ②

분석 ▶ **종별사 quyển**

종별사	주어		술어(동사)	의문사
quyển	Từ điển	Việt–Hàn	ở	đâu?
베–한 사전			어디에 있어?	

▶ **동사 để** (두다, 놓다)

주어	시제어	술어(동사)				
Anh	đã	để	quyển đó	ở	bên cạnh	tivi
나는 그 책을 두었다				텔레비전 옆에		

▶ **목적을 나타내는 để** (~하기 위하여)

주어	술어(동사)		để	동사	
Em	học	tiếng Việt	để	đi	du lịch
저는 베트남어를 공부합니다			여행 가기 위해서		

'để + 동사'의 형태는 '~하기 위하여'의 뜻을 나타내며, 반드시 để의 뒤에 동사가 위치하여야 한다.

어휘

quyển (책 종류를 나타내는 종별사) 권   từ điển 사전   đâu (의문사) 어디

bên cạnh (전치사) ~ 옆에   để 두다   đó (지시 형용사) 그

문항 사례 ⑤ 접속사 구문

문장 표현이 옳은 것만을 있는 대로 고른 것은? 2019학년도 수능 6월 모의평가

> a. Nó mà còn đói không những mệt.
>
> b. Em thấy tiếng Anh càng học càng thú vị.
>
> c. Truyện này hay nên tôi đọc đi đọc lại nhiều lần.

① a ② b ③ a, c ④ b, c ⑤ a, b, c

문제 풀이

해설 (a) 'Nó không những mệt mà còn đói.'로 쓰는 것이 정확하다.

해설 a. 그 녀석은 피곤할 뿐 아니라 배고프다.
b. 저는 영어가 공부할수록 더욱 재미있다고 생각합니다.
c. 이 이야기는 재미있기 때문에 그래서 나는 여러 차례 반복해서 읽었다.

정답 ④

분석 ▶ 접속사 구문 **không những ⓐ mà còn ⓑ** (ⓐ뿐 아니라 ⓑ이다)

	không những	ⓐ	mà còn	ⓑ
Nó	không những	đói	mà còn	mệt
그 녀석은	배고플 뿐 아니라		피곤하다	

▶ **càng ⓐ càng ⓑ** (ⓐ할수록 더욱 ⓑ하다)

주어	술어		càng	ⓐ	càng	ⓑ
Tôi	thấy	tiếng Việt	càng	học	càng	thú vị
나는 생각한다		베트남어는	공부할수록		더욱 재미있다	

▶ **동사 + đi + 동사 + lại** (반복해서 ~하다)

주어	술어(동사)	đi	동사	lại	
Tôi	đọc	đi	đọc	lại	nhiều lần
나는	반복해서 읽는다				여러 차례

어휘

nó 그 녀석
đói 배고픈
mệt 피곤한
không những ⓐ mà còn ⓑ ⓐ뿐 아니라 ⓑ
thấy 생각하다
tiếng Anh 영어
học 공부하다
thú vị 재미있는
càng ⓐ càng ⓑ ⓐ할수록 더욱 ⓑ하다
truyện 이야기
hay 재미있는
nên 그래서
đọc 읽다
nhiều 많은
lần 횟수, 차례
ⓐ đi ⓐ lại 반복해서 ⓐ하다

문항 사례 ⑥ 접속사 구문

문장 표현이 옳은 것을 고른 것은? 2018학년도 수능

a. Hà nói tiếng Anh kém dù nghe tiếng Anh khá tốt.

b. Tuy Hà nói tiếng Anh kém dù nghe tiếng Anh khá tốt.

c. Dù Hà nói tiếng Anh kém nên nghe tiếng Anh khá tốt.

d. Tuy Hà nói tiếng Anh kém nhưng nghe tiếng Anh khá tốt.

① a, b ② a, d ③ b, c ④ b, d ⑤ c, d

문제 풀이

해설 b. Tuy Hà nói tiếng Anh kém nhưng nghe tiếng Anh khá tốt.

c. Dù Hà nói tiếng Anh kém nhưng nghe tiếng Anh khá tốt.

해석 비록 영어를 꽤 잘 들음에도 불구하고 Hà는 영어를 잘 말하지 못한다.

정답 ②

분석 ▶ **tuy/dù/mặc dù ⓐ nhưng ⓑ = ⓑ tuy/dù/mặc dù ⓐ** (비록 ⓐ임에도 불구하고 ⓑ하다)

ⓑ				**dù**	ⓐ				
Hà	nói	tiếng Anh	kém	dù	nghe	tiếng Anh	khá	tốt	
Hà는 영어를 잘 말하지 못한다				비록	영어를 꽤 잘 들음에도 불구하고				
Dù(Tuy)	ⓐ				**nhưng**	ⓑ			
Dù(Tuy)	nghe	tiếng Anh	khá	tốt	nhưng	Hà	nói	tiếng Anh	kém
비록	영어를 꽤 잘 들음에도 불구하고				하지만	Hà는 영어를 잘 말하지 못한다			

어휘

nói 말하다
kém 부족한, 모자란
dù ~임에도 불구하고
nghe 듣다
khá 꽤, 상당히
tốt 좋은, 잘하는
nên 그래서
tuy ~임에도 불구하고
nhưng 하지만

문항 사례 7 cách đây 구문

빈칸에 들어갈 말로 알맞은 것은? 2018학년도 수능

A : Cô Vy đi Hàn Quốc bao giờ thế?

B : Cô Vy đi ______________ rồi.

① cách đay khoảng vài năm
② đây khoảng năm vài cách
③ khoảng đây cách năm vài
④ năm cách vài đây khoảng
⑤ vài năm đây khoảng cách

문제 풀이

해석 A: Vy 씨는 언제 한국에 갔었어요?
B: Vy 씨는 지금으로부터 대략 몇 년 전에 갔습니다.

정답 ①

분석 ▶ **시간 표현 cách đây** (지금으로부터 ~전에)

cách đây	시간	
cách đây	3 năm	지금으로부터 3년 전에

어휘

đi 가다
bao giờ (의문사) 언제
cách đây 지금으로부터 ~ 전에
khoảng 대략, 약
vài 몇몇의
năm 년(year)

문항 사례 8 정확한 문법 표현

문장 표현이 옳지 않은 것은? 2018학년도 수능

① Ai cũng nghĩ Lê xinh nhất lớp.
② Cháu sắp đến tuổi đi học chưa?
③ Cả ngày Hoa không làm việc gì cả.
④ Hôm qua nó được công an phạt tiền.
⑤ Nếu trời lạnh thì em mặc thêm áo vào nhé.

문제 풀이

해설 ④ 부정적인 뉘앙스의 수동형이므로 bị가 쓰여야 한다. → Hôm qua nó bị công an phạt tiền.

해석 ① 누구든지 Lê가 반에서 가장 예쁘다고 생각한다.
② 너 곧 학교 갈 나이 되지?
③ 하루 종일 Hoa는 아무 일도 하지 않는다.
④ 어제 그 녀석은 경찰에 의해 벌금 물렸다.
⑤ 만약 날씨가 춥다면, 옷을 더 입으렴.

정답 ④

분석 ▶ 부정적인 뉘앙스의 수동태 bị 문형

Hôm qua	công an	phạt tiền	nó		능동형
어제	경찰이 그 녀석에게 벌금 물렸다				
Hôm qua	nó	bị	công an	phạt tiền	부정적인 뉘앙스의 수동형
어제	그 녀석은	경찰에 의해 벌금 물려졌다.			

▶ 긍정적인 뉘앙스의 수동태 được 문형

Hôm nay	cô Hoa	khen	tôi		능동형
오늘	Hoa 선생님이 나를 칭찬하였다.				
Hôm nay	tôi	được	cô Hoa	khen.	긍정적인 뉘앙스의 수동형
오늘	나는	Hoa 선생님에 의해 칭찬받았다.			

어휘

ai 누구
nghĩ 생각하다
lớp 교실, 학급
đến tuổi 나이가 되다
làm việc 일하다
công an 공안, 경찰
trời 하늘, 날씨
them 더하다
cũng 또한
xinh 예쁜, 아름다운
cháu 손자, 조카
đi học 학교 가다, 공부하러 가다
không ~ gì cả 전혀 ~아니다
phạt tiền 벌금 물리다
lạnh 추운
áo 옷
ai cũng 누구든지
nhất 가장, 제일
sắp (시제어) 곧
cả ngày 하루 종일
hôm qua 어제
nếu ⓐ thì ⓑ 만약 ⓐ라면 ⓑ이다
mặc (옷을) 입다
vào (전치사) ~안으로

문항 사례 ⑨ 이중 부정문 문형

문장 표현이 옳지 않은 것은? 2018학년도 수능 9월 모의평가

① Không ai không làm được việc đó.
② Không khi nào tớ không nghĩ tới cậu.
③ Nói như thế không phải là không đúng.
④ Không người nào cấm được chúng ta đi.
⑤ Không đâu nhanh bằng chiếc xe máy này.

문제 풀이

해설 ⑤ đâu가 빠져야 올바른 문장이 된다. → Không nhanh bằng chiếc xe máy này.

해석 ① 어느 누구도 그 일을 할 수 없는 것이 아니다.
② 내가 너에 대해 생각하지 않은 그 어떤 적도 없다.
③ 그렇게 말하는 것은 맞지 않는 것이 아니다.
④ 어떤 사람도 우리가 가는 걸 잡을 수 없다.
⑤ 이 오토바이로는 빠르지 않다.

정답 ⑤

어휘

ai 누구	làm ~하다	việc 일
đó (지시 형용사) 그	khi nào 언제	tớ 나
nghĩ tới ~에 대해 생각하다	cậu 너	nói 말하다
như thế 그렇게, 그처럼	đúng 맞는, 정확한	cấm 잡다
nhanh 빠른, 빨리	bằng (전치사) ~를 타고	chiếc (교통수단 등의 종별사) 대
xe máy 오토바이	đâu 어디	

문항 사례 ⑩ bao giờ cũng 구문

빈칸에 들어갈 말로 알맞은 것은? 2018학년도 수능 9월 모의평가

A : Giờ này anh Sâm đã đến rồi à?

B : Vâng, Anh Sâm ____________________ ít nhất 20 phút.

① bao giờ cũng đến sớm
② cũng đến bao giờ sớm
③ đến cũng sớm bao giờ
④ sớm bao giờ đến cũng
⑤ sớm cũng đến bao giờ

문제 풀이

해석 A: 지금 Sâm 씨는 이미 왔죠?
B: 네, Sâm 씨는 언제나 최소한 20분 전에 옵니다.

정답 ①

분석 ▶ **bao giờ cũng** (언제든지)

주어	bao giờ	cũng	술어			
Anh Sâm	bao giờ	cũng	đến	sớm	ít nhất	20 phút
Sâm 씨는 언제든지 일찍 옵니다					최소한 20분	

어휘

giờ 시	giờ này 지금	cũng 또한, 역시	đến 오다
bao giờ 언제	sớm 일찍, 이른	ít nhất 최소한	phút 분

문항 사례 ⑪ 정확한 전치사 사용

밑줄 친 부분의 쓰임이 옳은 것만을 있는 대로 고른 것은? 2018학년도 수능 9월 모의평가

6 giờ sáng, tôi thức dậy. Sau bữa sáng, tôi đi học.
(a)

Tôi thường học ở trường lúc 3 tiếng
(b)

Học xong, tôi chơi bóng rổ và về nhà trước 5 giờ chiều.
(c)

① (a) ② (b) ③ (a), (c) ④ (b), (c) ⑤ (a), (b), (c)

문제 풀이

해설 (a) sau bữa sáng 아침 식사 후에
(b) lúc이 아니라 trong이 쓰여야 한다. → trong 3 tiếng 3시간 동안
(c) trước 5 giờ chiều 오후 5시 전에

해석 오전 6시, 저는 일어납니다. 아침 식사 후, 저는 학교에 갑니다.
저는 보통 학교에서 3시간 동안 공부합니다.
공부를 마친 후, 저는 농구를 하고 오후 5시 전에 귀가합니다.

정답 ③

어휘

sáng 오전	sau (전치사) ~ 후에	bữa sáng 아침 식사	đi học 학교 가다
trong (전치사) ~동안	học 공부하다	ở (전치사) ~에서	trường 학교
lúc (시간의 전치사)	tiếng 시간	xong 마치다, 끝내다	chơi bóng rổ 농구하다
về nhà 귀가하다	trước (전치사) ~전에	giờ 시	chiều 오후

문항 사례 ⑫ tự 용법

문장 표현이 옳지 않은 것은? 2018학년도 수능 6월 모의평가

① Nó đã bị ướt hết người rồi.
② Hiệu sách gì mà ít sách thế.
③ Chẳng có ai để nói chuyện cả.
④ Mình làm tự lấy mấy món ăn này.
⑤ Em thêm chút đường vào cho ngọt.

문제 풀이

해설 ④ làm tự가 아니라 tự làm으로 써야 한다. → Mình làm tự làm mấy món ăn này.

해석 ① 걔는 이미 몸이 흠뻑 젖었다.
② 무슨 서점이 그렇게 책이 적어.
③ 이야기할 어느 누구도 전혀 없다.
④ 나는 스스로 이 음식을 해서 가져간다.
⑤ 저는 달달하게 설탕 조금만 추가합니다.

정답 ④

분석 ▶ **tự + 동사** (스스로 ~하다)

주어	tự	술어(동사)		
Mình	tự	làm	lấy	mấy món ăn này
저는	스스로	가져가다	몇몇 이 음식을	

▶ **cho + 형용사 → 부사**

주어	술어				cho	형용사
Em	thêm	chút	đường	vào	cho	ngọt
저는	조금 더 넣다		설탕을		달달하게	

어휘

nó 그 녀석, 걔
bị ướt 젖다
hết 전부 다
người 몸
hiệu sách 서점
ít (양) 적은
chẳng 전혀 ~ 아니다
mình 나
làm ~하다
tự 스스로, 혼자
lấy 갖다, 취하다
mấy 몇몇의
món ăn 음식
thêm 더하다, 추가하다
chút 조금, 약간
đường 설탕
vào (전치사) ~ 안으로
ngọt 달달한

문항 사례 ⑬ 시제어

밑줄 친 부분의 쓰임이 옳은 것만을 있는 대로 고른 것은? 2018학년도 수능 6월 모의평가

A : Em đang ở đâu? Sao em chưa đến?
(a)

B : Xin lỗi chị. Em sắp đến rồi ạ.
(b)

A : Em đã mua bánh sinh nhật cho Sumi chưa?

B : Chưa, em vừa mới mua.
(c)

① (a) ② (c) ③ (a), (b) ④ (b), (c) ⑤ (a), (b), (c)

문제 풀이

해설 (a) Sao em chưa đến? 왜 아직 안 오니?
(b) Em sắp đến rồi ạ 저 곧 도착해요.
(c) vừa mới이 아니라 chưa를 써야 한다. → Em chưa mua. 저 아직 사지 않았어요.

해석 A: 너 어디에 있니? 왜 아직 안 오니?
B: 미안해요, 언니. 저 곧 도착해요.
A: 너 수미를 위한 생일 케이크 샀니?
B: 아직이요. 저 아직 사지 않았어요.

정답 ③

분석 ▶ 시제어

주어	시제어	술어(동사)	
Em	đang	ở	đâu
	~하고 있다	~에 있다	
Em	sắp	đến	rồi
	곧	오다	
Em	vừa mới	mua	
	방금	사다	

시제어 đang(현재 진행), sắp(근접 미래), vừa mới(이제 막, 방금) 등은 반드시 주어와 술어 사이에 위치함을 기억하자.

▶ 경험 여부를 묻는 đã ~chưa 문형

주어	đã	술어		chưa?
Em	đã	mua	bánh sinh nhật cho Sumi	chưa?

긍정	Rồi,	Em (đã) mua bánh sinh nhật cho Sumi rồi.
부정	Chưa,	Em chưa mua bánh sinh nhật cho Sumi.

어휘

đang (시제어) ~하고 있다	ở ~에 있다	đâu (의문사) 어디
sao 왜	chưa 아직 ~하지 않다	đến 오다
xin lỗi 미안하다	sắp (시제어) 곧	mua 사다, 구매하다
bánh sinh nhật 생일 케이크	cho (전치사) ~ 위한	vừa mới (시제어) 이제 막, 방금

02 기출 문항 풀어보기

1 빈칸에 들어갈 말로 알맞은 것은? [2016학년도 수능]

A : Từ đây đến ga Huế đi bằng xe buýt ________?
B : Khoảng 20 phút.

① màu gì ② với ai ③ số mấy
④ hay xe lửa ⑤ mất bao lâu

어휘

từ ⓐ đến ⓑ ⓐ부터 ⓑ까지
ga 역, 역사
xe buýt 버스
màu 색상, 색깔
mấy (의문사) 얼마나 많은
hay 혹은
xe lửa 기차
mất 소요되다, 시간 걸리다
bao lâu (의문사) 얼마나 오래

2 빈칸에 공통으로 들어갈 말로 알맞은 것은? [2015학년도 수능]

A : Anh ________ đi du lịch Nha Trang bao giờ chưa?
B : Năm ngoái tôi ________ đi rồi.
A : Thế ở Nha Trang anh ________ đi những đâu?
B : Tôi ________ đi thăm vài địa điểm du lịch.

① đã ② sẽ ③ mới
④ sắp ⑤ đang

du lịch 여행
(đã) ~ chưa? ~해 봤습니까?
năm ngoái 내년
rồi 이미
thăm 방문하다
địa điểm 지점, 장소
đã (시제어) ~했다
sẽ (시제어) ~ 할 것이다

3 빈칸에 공통으로 들어갈 말로 알맞은 것은? [2015학년도 수능]

A : Bạn định mua gì ở đây?
B : Mình định mua một ________ bóng rổ và một đôi giày thể thao.

① tờ ② con ③ quả
④ chiếc ⑤ quyển

gì (의문사) 무엇
ở đây 여기에서
bóng rổ 농구공
đôi 한 쌍의, 한 벌의
giày thể thao 스포츠화
tờ (종별사) 장(종이)
con (종별사) 마리(동물)
quả (종별사) 과(과일)
chiếc (종별사) 대(기계), 벌(옷)
quyển (종별사) 권(책)

4 빈칸 (a), (b)에 들어갈 말로 알맞은 것은? [2015학년도 수능]

> A : Bạn có hay đi bơi không?
> B : Có, sáng nào mình cũng bơi.
> Mình thấy ___(a)___ bơi nhiều ___(b)___ khỏe.

	(a)	(b)
①	tuy	dù
②	càng	càng
③	nhưng	hãy
④	mang	chậm
⑤	xong	xuống

어휘
hay 자주
bơi 수영하다
nào ~ cũng 모든
thấy 느끼다
nhiều 많은
khỏe 건강한
tuy ⓐ nhưng ⓑ
ⓐ임에도 불구하고 ⓑ
dù ⓐ nhưng ⓑ
ⓐ임에도 불구하고 ⓑ
hãy (권유) ~하세요
mang 가져가다, 가져오다
chậm 느린
xuống 내려가다

5 빈칸에 들어갈 말로 알맞은 것은? [2015학년도 수능]

> A : Bạn thấy món ăn Việt Nam có ngon không?
> B : Có chứ. Đặc biệt, tôi thích ________________.

① bò món của Hà Nội phở
② của bò phở Hà Nội món
③ Hà Nội phở món của bò
④ món phở bò của Hà Nội
⑤ phở món Hà Nội bò của

món ăn 음식
ngon 맛있는
chứ (당연함의 뉘앙스)
đặc biệt 특별히, 특히
thích 좋아하다
phở bò 소고기 쌀국수
của ~의

6 빈칸 (a), (b)에 들어갈 말로 알맞은 것은? [2015학년도 수능]

> A : Em gái của bạn cao quá nhỉ!
> B : Ừ! Em ấy cao ___(a)___ tớ và cao ___(b)___ anh tớ.

	(a)	(b)
①	hơn	ít
②	hơn	bằng
③	nhất	bằng
④	trên	nhất
⑤	trên	nhiều

em gái 여동생
cao 키가 큰, 높은
quá 매우, 몹시
em ấy 그 애
hơn (비교급) ~보다
bằng (원급) ~ 만큼
trên (전치사) ~ 위에

7 빈칸 (a), (b)에 들어갈 말로 알맞은 것은? [2014학년도 수능]

A : __(a)__ nhà bạn __(b)__ trường có xa không?
B : Gần thôi. Đi bộ mất khoảng 5 phút.

	(a)	(b)
①	Từ	đến
②	Vừa	từ
③	Từ	vừa
④	Vừa	đến
⑤	Đến	vừa

어휘

nhà 집
xa 먼
thôi 단지, 오직
đi bộ 걷다
mất 소요되다, 시간이 걸리다

8 빈칸에 공통으로 들어갈 말로 알맞은 것은? [2014학년도 수능]

A : Chào ông ạ.
B : Chào ________, ________ tìm ai?
A : Dạ, ________ muốn gặp bạn Kim ạ.

① ai ② nó ③ tôi
④ mày ⑤ cháu

chào 인사하다
ông 할아버지
ạ (높임말의 표현)
tìm 찾다
muốn 원하다
gặp 만나다
nó 걔, 그 녀석
mày (친한 친구끼리) 너

9 빈칸 (a), (b)에 들어갈 말로 알맞은 것은? [2014학년도 수능]

A : Bạn ấy học ngoại ngữ có giỏi không?
B : Bạn ấy học ngoại ngữ giỏi __(a)__.
A : Thế còn môn Lịch sử?
B : Môn Lịch sử bạn ấy cũng __(b)__ giỏi.

	(a)	(b)
①	hơi	hơi
②	lắm	lắm
③	hơi	khá
④	lắm	khá
⑤	hơi	lắm

ngoại ngữ 외국어
giỏi 우수한, 잘하는
thế còn 그러면
môn 과목
Lịch sử 역사
hơi 약간
lắm 매우, 몹시

10 밑줄 친 부분의 쓰임이 옳지 않은 것은? [2014학년도 수능]

> A : Anh đã ăn cơm trưa <u>không</u>?
> (a)
>
> B : <u>Chưa</u>, tôi chưa ăn.
> (b)
>
> A : Thế anh <u>không</u> đói à?
> (c)
>
> B : <u>Vì</u> ăn sáng muộn <u>nên</u> bây giờ tôi chưa đói.
> (d) (e)

① (a) ② (b) ③ (c)

④ (d) ⑤ (e)

어휘

đã ~ chưa? ~했어요?

ăn cơm 식사하다

cơm trưa 점심밥

thế 그러면

ăn sáng 아침 먹다

muộn 늦은

bây giờ 지금

3과 연습 문제

1 빈칸 (a), (b)에 들어갈 말로 알맞은 것은?

> A : Chị Hoa là ca sĩ nổi tiếng ở Việt Nam à?
> B : Vâng, Chị Hoa ___(a)___ là ca sĩ ___(b)___ là diễn viên nổi tiếng đấy.

	(a)	(b)		(a)	(b)
①	dù	càng	②	hãy	nhưng
③	vừa	vừa	④	thêm	nữa
⑤	chẳng	cả			

2 빈칸 (a), (b)에 들어갈 말로 알맞은 것은?

> A : Ở nhà tớ, tất cả ___(a)___ người đều thích bơi.
> B : Thế à, vậy cậu hay đi bơi lắm nhỉ?
> A : Ừ, tớ đi bơi khoảng 3 đến 4 lần ___(b)___ tuần.
> B : Bơi rất tốt cho sức khỏe.

	(a)	(b)		(a)	(b)
①	mỗi	mọi	②	mỗi	một
③	một	mọi	④	mọi	mỗi
⑤	một	mỗiz			

3 빈칸 (a), (b)에 들어갈 말로 알맞은 것은?

> A : Anh Hải và anh Hùng, ai nhiều tuổi ___(a)___?
> B : Hai anh ấy ___(b)___ tuổi nhau.

	(a)	(b)		(a)	(b)
①	ít	kém	②	ít	nhất
③	hơn	kém	④	hơn	bằng
⑤	kém	nhiều			

4 빈칸 (a), (b)에 들어갈 말로 알맞은 것은?

> A : Sao em không làm bài tập?
> B : ___(a)___ bài tập khó quá ___(b)___ em không làm được ạ.

	(a)	(b)		(a)	(b)
①	cả	và	②	vì	nên
③	vừa	vừa	④	chỉ	thôi
⑤	tuy	nhưng			

5 빈칸 (a), (b)에 들어갈 말로 알맞은 것은?

> A : Chị ấy nói được tiếng Việt hay tiếng Pháp?
> B : Chị ấy nói được ___(a)___ tiếng Việt ___(b)___ tiếng Pháp.

	(a)	(b)		(a)	(b)
①	cả	và	②	vì	nên
③	nếu	thì	④	càng	càng
⑤	tuy	nhưng			

6 빈칸 (a), (b)에 들어갈 말로 알맞은 것은?

> A : Em ơi, em gặp anh trai của Kim chưa?
> B : Rồi ạ.
> A : Em thấy anh ấy thế nào?
> B : Anh ấy ___(a)___ đẹp trai ___(b)___ thông minh, chị ạ.

	(a)	(b)		(a)	(b)
①	từ	đến	②	vào	đến
③	vừa	vừa	④	đến	vừa
⑤	chỉ	thôi			

7 빈칸에 들어갈 말로 알맞은 것은?

> A : Chị có cái quần nào rộng hơn không?
> B : Không, cái đó rộng ________ rồi.

① ít ② kém
③ như ④ bằng
⑤ nhất

8 빈칸에 공통으로 들어갈 말로 알맞은 것은?

> ○ Anh có biết anh ấy ở ________ không?
> ○ Em không biết ________!

① có ② nó
③ bởi ④ đâu
⑤ hãy

9 빈칸에 들어갈 말로 알맞은 것은?

> A : Cô ơi, bán cho cháu một ________ từ điển tiếng Nga.
> B : Ừ, 100.000 đồng cháu nhé.

① con ② cây
③ đôi ④ chai
⑤ quyển

10 빈칸에 공통으로 들어갈 말로 알맞은 것은?

> A : Anh ở đây ____________ rồi?
> B : Ba tháng rồi.
> A : Thế ____________ nữa anh sẽ về nước?
> B : Tháng sau, tôi sẽ về nước.

① bao giờ ② bao lâu
③ khi nào ④ năm nào
⑤ ngày nào

11 문장 표현이 옳은 것만을 있는 대로 고른 것은?

> a. Cả nhà đều thích đọc sách.
> b. Tôi đi một mình không có thể.
> c. Quyển từ điển tiếng Việt kia là của em.

① a ② b ③ a, c ④ b, c ⑤ a, b, c

12 문장 표현이 옳은 것만을 있는 대로 고른 것은?

> a. Cái túi xách màu trắng đấy đẹp quá!
> b. Cho tôi một tờ báo Tuổi Trẻ hôm nay.
> c. Hai con mèo mới mua của bạn ở đâu?

① a ② b ③ a, c ④ b, c ⑤ a, b, c

13 밑줄 친 부분의 쓰임이 옳은 것을 고른 것은?

> Sáng hôm nay, tôi thức dậy (a) <u>trước khi</u> 6 giờ vì có hẹn đi leo núi với bạn. (b) <u>Khi</u> tôi đến chỗ hẹn, bạn chưa đến. (c) <u>Trong khi</u> chờ bạn, tôi mua nước để mang theo. (d) <u>Sau khi</u> khoảng 15 phút, bạn đến. Chúng tôi cùng leo núi và đã có một ngày vui vẻ.

① (a), (b) ② (a), (d) ③ (b), (c)
④ (b), (d) ⑤ (c), (d)

14 밑줄 친 부분의 쓰임이 옳은 것만을 있는 대로 고른 것은?

> A : Em đã đi Việt Nam (a) <u>bao giờ</u> chưa?
> B : Em đã đi Việt Nam 3 lần (b) <u>rồi</u> chị ạ.
> A : Nhiều nhỉ! Chắc em đã đến những điểm du lịch nổi tiếng rồi, phải không?
> B : Vâng, em (c) <u>nên</u> đến vài nơi rồi.

① (a) ② (c) ③ (a), (b)
④ (b), (c) ⑤ (a), (b), (c)

15 밑줄 친 부분의 표현이 옳지 않은 것은?

A : Em có biết tiếng Hàn Quốc (a) không?
B : (b) Không phải ạ. Nhưng em (c) sắp bắt đầu học.
A : Em định học tiếng Hàn Quốc ở trung tâm (d) nào?
B : Em (e) sẽ học ở trung tâm Sejong.

① (a) ② (b) ③ (c) ④ (d) ⑤ (e)

16 빈칸에 들어갈 말로 알맞은 것은?

A : Anh Nam cao bằng anh Bình à?
B : Vâng, ____________.

① anh hai bằng cả nhau cao
② bằng nhau cao hai anh cả
③ cả hai anh cao bằng nhau
④ cao cả anh bằng hai nhau
⑤ nhau hai bằng cao cả anh

17 빈칸에 들어갈 말로 알맞은 것은?

A : ________ bao nhiêu tiền?
B : 20.000 đồng.

① Bút cái này màu đen
② Cái bút màu đen này
③ Đen màu cái bút này
④ Màu này đen cái bút
⑤ Này bút màu đen cái

18 빈칸에 들어갈 말로 알맞은 것은?

A : Con đã làm bài tập chưa?
B : Chưa ạ. Con xem hết phim này rồi sẽ làm, được không ạ?
A : Không được. ____________ rồi xem.
B : Vâng ạ.

① Bài tập đi làm xong con
② Con làm xong bài tập đi
③ Đi con bài tập xong làm
④ Làm bài tập con đi xong
⑤ Xong làm đi con bài tập

19 빈칸에 들어갈 말로 알맞은 것은?

A : Chị đã ăn sáng chưa?
B : Chưa. Chỉ mới uống ________ thôi.

① cà phê sữa ly một
② một cà phê sữa ly
③ sữa cà phê một ly
④ một ly cà phê sữa
⑤ Sữa một ly cà phê

20 빈칸에 들어갈 말로 알맞은 것을 〈보기〉에서 고른 것은?

A : Anh là luật sư ________?
B : Vâng. Tôi là luật sư.

보기
a. có không　　b. không phải
c. phải không　　d. có phải không

① a, b　② a, c
③ b, c　④ b, d
⑤ c, d

의사소통 이해 및 활용

CHAPTER_01 인사 표현

CHAPTER_02 개인 정보 표현

CHAPTER_03 시간 표현

CHAPTER_04 날씨 표현

CHAPTER_05 쇼핑 표현

CHAPTER_06 음식 표현

CHAPTER_07 여행 표현

CHAPTER_08 학습·업무 표현

CHAPTER_09 건강 표현

CHAPTER_10 장소 표현

CHAPTER_11 취미 활동 표현

4과 연습문제

CHAPTER_01 인사 표현

출제경향 분석

만나서 인사하고, 안부를 묻고, 헤어지며 인사하는 표현의 문제는 매년 출제되는 주제이며, 상대방과의 대화에서 어떠한 대답을 해야 하는지에 대한 정확한 이해가 필요하다.

문항 사례 ① 본인 소개 표현

빈칸에 들어갈 말로 알맞은 것은? 2019학년도 수능

A : Chào chị.

B : Chào anh. Anh __________?

A : Tôi tên là Park Sion.

① tên là gì ② từ đâu đến ③ đợi bao lâu

④ có hiểu không ⑤ là người nước nào

문제 풀이

해설 ① (당신) 이름이 무엇인가요? ② (당신은) 어디에서 오시나요? ③ (당신은) 오래 기다렸나요?
④ (당신은) 이해하셨나요? ⑤ (당신은) 어느 나라 사람입니까?

해석 A: 안녕하세요
B: 안녕하세요. 당신 이름이 무엇인가요?
A: 제 이름은 박시온입니다.

정답 ①

분석 ▶ 의문사 **gì** (무엇)

주어		술어	의문사 gì
Anh	tên	là	gì?
당신의 이름은		무엇입니까?	
Tôi	tên	là	Park Sion
내 이름은		Park Sion입니다	

▶ 의문사 **bao lâu** (얼마나 오래)

주어	시제어	술어(동사)	의문사 bao lâu
Anh	(đã)	đợi	bao lâu?
당신은	얼마나 오래 기다렸나요?		
주어	시제어	술어(동사)	
Tôi	(đã)	đợi	10 phút
저는	10분 기다렸습니다		

어휘

từ (전치사) ~부터	đâu (의문사) 어디	đến 오다
đợi 기다리다	bao lâu (의문사) 얼마나 오래	hiểu 이해하다
người 사람	nước 나라	nào (의문사) 어떤

문항 사례 ② 헤어질 때 인사 표현

그림과 대화로 보아 빈칸에 들어갈 말로 알맞지 않은 것은? 2019학년도 수능 9월 모의평가

① Tạm biệt ② Mình về đây ③ Chào hai bạn

④ Các bạn đi nhé ⑤ Mình cũng chưa no

문제 풀이

해설 ① 잘 가 ② 나 간다 ③ 둘 다 안녕 ④ 너희들 가렴 ⑤ 나도 아직 배부르지 않아

해석 A: 안녕.
B: 내일 다시 만나.
C: 잘 가 / 나 간다 / 둘 다 안녕 / 너희들 가렴.

정답 ⑤

분석 ▶ **주어 + cũng** (또한, 역시) **+ 술어(동사, 형용사)**
주어 + chưa (아직 ~하지 않다) **+ 술어(동사, 형용사)**

주어	cũng	chưa	술어(형용사)
Mình	cũng	chưa	no

cũng(또한, 역시)과 chưa(아직 ~하지 않다)는 반드시 그 위치가 주어와 술어 사이에 있어야 한다. 하지만 이처럼 주어와 술어 사이에 들어가는 것이 여러 개일 경우, 동사를 부정하는 không(~가 아니다), chưa(아직 ~하지 않다)가 술어에 좀 더 가깝게 위치하게 된다.

어휘

ngày mai 내일 | gặp 만나다 | lại 다시 | tạm biệt 잘 가
về 돌아오다 | đây 여기 | hai (숫자) 2 | đi 가다
cũng 또한, 역시 | chưa 아직 ~하지 않다 | no 배부른

문항 사례 ③ 안부 인사 표현

빈칸에 들어갈 말로 알맞은 것은? 2019학년도 수능 6월 모의평가

A : Lâu lắm cháu mới gặp bác. Bác có khỏe không ạ?

B : Bác khỏe. Còn cháu __________?

A : Cảm ơn bác. Cháu vẫn khỏe ạ.

① tìm gì ② thì sao ③ hẹn gặp ai ④ học lớp mấy ⑤ là người nước nào

문제 풀이

해설 ① (Cháu) tìm gì? (너는) 무엇을 찾니?
② (Cháu) thì sao? (너는) 어때?
③ (Cháu) hẹn gặp ai? (너는) 누구를 만나기로 약속했니?
④ (Cháu) học lớp mấy? (너는) 몇 학년에서 공부하니?
⑤ (Cháu) là người nước nào? (너는) 어느 나라 사람이니?

해석 A: 오랜만에 뵙네요, 아저씨. 건강하신가요?
B: 아저씨는 건강하단다. 그런데 너는 어때?
A: 감사합니다, 아저씨. 저는 여전히 건강합니다.

정답 ②

분석 ▶ **'오랜만입니다'의 표현**

오랜만입니다					
Lâu	lắm	rồi	mới	gặp	bạn
이미 너무 오래되었는데			이제야 당신을 만나네요		
Lâu	lắm	rồi	không	gặp	bạn
이미 너무 오래되었네요			당신을 만나지 않은 지		

▶ **có + 술어(동사/형용사) + không? 의문문**

주어	có	술어(형용사)	không?	
Bác		khỏe		평서문
Bác	có	khỏe	không?	의문문
긍정 답변	có / vâng	**부정 답변**	không	

▶ 부사 vẫn (여전히, 아직도) = còn = vẫn còn

주어	vẫn	술어(형용사)
Cháu		khỏe
Cháu	vẫn	khỏe

어휘

lâu 오랜
lắm 매우, 몹시
mới (시제어) 방금, 이제 막
gặp 만나다
bác 아저씨, 큰아빠
khỏe 건강한
cảm ơn 고맙습니다
vẫn 여전히, 아직도
tìm 찾다
hẹn 약속하다
học 공부하다
lớp 학급, 교실, 학년
người 사람
nước 나라, 물

문항 사례 ④ 이름 묻기 표현

빈칸에 들어갈 말로 알맞은 것을 〈보기〉에서 고른 것은? 2019학년도 수능 6월 모의평가

A : Xin lỗi, anh __________

B : Tôi là Cường.

보기

a. tên là gì?   b. làm nghề gì?

c. viết tên tôi nhé.   d. làm ơn cho biết tên ạ.

① a, b   ② a, c   ③ b, c   ④ a, d   ⑤ b, c

문제 풀이

해설 B의 대답에서 이름을 말해 주고 있으므로 이름을 묻는 표현을 찾으면 된다.

a. (anh) tên là gì? (당신) 이름이 무엇입니까?

b. (anh) làm nghề gì? (당신은) 무슨 직업을 합니까?

c. (anh) viết tên tôi nhé. (당신은) 나의 이름을 쓰세요.

d. (anh) làm ơn cho biết tên ạ. (당신은) 이름을 알려 주세요.

해석 A: 실례합니다만, 당신 이름이 무엇입니까? / 이름을 알려 주세요.

B: 저는 Cường입니다.

정답 ④

분석 ▶ 정중한 부탁을 표현하는 làm ơn

주어	làm ơn	동사	목적어	목적어 동사	
(Anh)	làm ơn	cho	(tôi)	biết	tên
	~해 주세요	(내가) 이름을 알게끔 하다			

어휘

xin lỗi 실례합니다, 미안합니다
làm ~하다
làm ơn 제발(please)
ạ (높임말의 표현)
tên 이름
nghề 직업, 업
cho ~하게끔 하다
gì (의문사) 무엇
viết 쓰다
biết 알다

문항 사례 ⑤ 헤어질 때 인사 표현

빈칸에 들어갈 말로 알맞은 것을 〈보기〉에서 고른 것은? 2018학년도 수능

A : Chào em. ________________.

B : Vâng, tạm biệt chị.

보기

a. Không sao
b. Dĩ nhiên rồi
c. Hẹn gặp lại em
d. Em đi cẩn thận nhé

① a, b ② a, c ③ b, c ④ b, d ⑤ c, d

문제 풀이

해설 a. 괜찮아요. b. 당연하지요. c. 또 다시 만나자. d. 조심히 가렴.

해석 A: 안녕. 또 다시 만나자 / 조심히 가렴.
B: 네, 잘 가요 언니.

정답 ⑤

분석 ▶ 헤어질 때 하는 인사말

Chào *em/chị/anh/cậu.*	안녕히 가세요.
Tạm biệt *em/chị/anh/cậu.*	잘 가요
Hẹn gặp lại *em/chị/anh/cậu.*	또 만나요.
Em/Chị/Anh/Cậu đi cẩn thận nhé.	조심히 가세요.

어휘

chào 인사하다
dĩ nhiên 당연하다
đi 가다
vâng (긍정 대답) 네
hẹn 약속하다
cẩn thận 조심히
tạm biệt 잘 가요
gặp 만나다
không sao 괜찮아요
lại 다시, 또

문항 사례 6 안부 인사 표현

빈칸에 들어갈 말로 알맞은 것은? 2018학년도 수능 9월 모의평가

A : Cuối tuần này cậu về quê phải không?

B : Phải, tớ về thăm bố mẹ vài ngày.

A : ______________________.

B : Ừ, cảm ơn cậu.

① Tuần sau tớ đi biển
② Tớ sống cùng bó mẹ tớ
③ Cho tớ chào bố mẹ cậu nhé
④ Cuối tuần này bố mẹ tớ đến đây
⑤ Tớ cũng sẽ về quê thăm bố mẹ tớ

문제 풀이

해설 ① 다음 주에 나 바다에 가.
② 나는 부모님과 함께 살아.
③ 너의 부모님께 안부 인사 전해 드려.
④ 이번 주 주말에 우리 부모님께서 여기에 오셔.
⑤ 나 또한 부모님을 찾아뵐 거야.

해석 A: 이번 주 주말에 너 고향에 가지?
B: 응, 나 며칠 간 부모님 찾아뵐 거야.
A: 부모님께 안부 전해 줘.
B: 응, 고마워.

정답 ③

분석 ▶ **về** (돌아가다) **동사를 사용하는 경우**

돌아가다	장소(목적지)	
về	nhà	귀가하다
	quê	귀향하다
	nước	귀국하다

▶ **사역 동사 cho** (~하게끔 하다)

주어	cho 동사	목적어	목적어 동사	
(Cậu)	cho	tớ	chào	bố mẹ cậu
너는	내가 인사하게끔 하다			너의 부모님께

어휘

cuối tuàn 주말	này 이번	cậu 너	về 돌아가다
quê 고향	phải không? 맞지?, 그렇지?		tớ 나
về thăm 방문하다	bố mẹ 부모님	vài 몇몇의	ngày 일, 날
ừ 응	cảm ơn 고마워	tuần sau 다음 주	biển 바다
sống 살다	cùng 함께, 같이	cho ~하게끔 하다	đến 오다
đây 여기, 이곳	cũng 또한, 역시	sẽ (시제어) ~할 것이다	

문항 사례 ⑦ 개인 신상 소개 표현

빈칸에 들어갈 말로 알맞은 것을 〈보기〉에서 찾아 순서대로 바르게 배열한 것은?

2018학년도 수능 6월 모의평가

A : Yumi ơi. Cô giới thiệu với em, đây là Phương.

____________________.

B : Chào Phương. Mình là Yumi. ____________________.

C : Chào Yumi.____________________.

보기

a. Các em làm quen với nhau đi

b. Mình cũng rất vui được gặp bạn

c. Mình mới đến Việt Nam được 2 tuần

① a – b – c ② a – c – b ③ b – a – c ④ b – c – a ⑤ c – a – b

문제 풀이

해석 A: 유미야. 선생님이 너에게 소개할게. 이 사람은 프엉이야. (a) 너희들 서로 알고 지내렴.
B: 안녕 프엉. 나는 유미야. (c) 나는 이제 막 베트남에 온 지 2주 되었어.
C: 안녕 유미. (b) 나도 너를 만나게 되어 너무 반가워.

정답 ②

분석 ▶ 수동태 문형 được

주어			술어	được	동사	
Mình	cũng	rất	vui	được	gặp	bạn
나도 매우 기뻐				만나게 되어서		너를

được이 동사 앞에 위치하는 경우(được + 동사), 수동태 문형이 된다. gặp(만나다) 동사의 앞에 được을 위치시키면 수동태의 의미인 được gặp(만나게 되다)이 된다.

▶ 시간의 소요를 나타내는 được

주어	시제어	오다		được	시간
Mình	mới	đến	Việt Nam	được	2 tuần
				2주 (소요)된	

앞서 수동태 'được + 동사' 문형이 아닌, 'được + 시간' 표현의 경우 시간의 경과/소요 등을 의미한다. 그러므로 'được 2 tuần'은 '2주가 되었다'는 의미가 된다.

어휘

cô 여자 선생님
giới thiệu 소개하다
với (전치사) ~와 함께
đây là 이 사람은 ~이다, 이것은 ~이다
làm quen với ~와 알고 지내다
nhau 서로
mình 나
cũng 또한, 역시
rất 매우, 몹시
vui 기쁜
gặp 만나다
mới (시제어) 이제 막
đến 오다
tuần 주(week)

01 기출 문항 풀어보기

1 빈칸에 들어갈 말로 알맞은 것은? [2017학년도 수능]

> Suho : Chào em. Anh tên là Suho.
> Thảo : Chào anh. Em là Thảo. ____________________.
> Suho : Anh cũng rất vui được gặp em.

① Tạm biệt bạn
② Anh cũng khỏe
③ Hẹn gặp lại em
④ Hôm nay anh rất buồn
⑤ Hân hạnh được gặp anh

어휘

hẹn gặp lại 또 만나
hôm nay 오늘
buồn 슬픈
hân hạnh 기쁜

2 빈칸에 들어갈 말로 알맞은 것은? [2016학년도 수능]

> A : Đây là Hiệu, bạn của em.
> B : Chào em. Anh là Suho.
> C : ____________________.

① Dĩ nhiên rồi
② Tạm biệt chị
③ Không hay lắm
④ Rất vui được gặp anh
⑤ Làm ơn cho gặp Suho.

đây là 이 사람은 ~이다
bạn 친구
dĩ nhiên 당연해요
không ~ lắm 그다지 ~한 것은 아니다
không hay lắm 그다지 재미있지 않다

CHAPTER_02 개인 정보 표현

출제경향 분석

이름, 직업, 거주지, 가족 관계 등 개인 신상에 관한 내용의 이해를 확인하는 문제가 매년 2~3문제씩 출제되고 있다.

문항 사례 ① 시간에 따른 일과 표현

글의 내용으로 보아 Hà가 한 일을 〈보기〉에서 찾아 순서대로 바르게 배열한 것은?

2019학년도 수능

Sáng hôm qua, Hà chơi piano đến 11 giờ. Sau đó, Hà ăn cơm trưa với bạn, chiều đi chợ Đồng Xuân.

① a – b – c　② a – c – b　③ b – c – a　④ c – a – b　⑤ c – b – a

문제 풀이

해설 a. đi chợ Đồng Xuân(시장 방문) b. ăn cơm trưa với bạn(친구와 점심 식사) c. chơi piano(피아노 치기)

해석 어제 아침, Hà는 11시까지 피아노를 쳤다. 그 다음에 Hà는 친구와 점심을 먹고, 오후에 Đồng Xuân 시장을 갔다.

정답 ⑤

분석 ▶ 시간 부사

때		일
buổi sáng 오전		요일 표현
buổi trưa 점심		hôm qua 어제
buổi chiều 오후	+	hôm nay 오늘
buổi tối 저녁		ngày mai 내일
đêm 밤		

sáng	hôm nay	sáng hôm nay	오늘 아침
trưa		trưa hôm nay	오늘 점심
chiều		chiều hôm nay	오늘 오후
tối		tối hôm nay	오늘 저녁
đêm		đêm hôm nay	오늘 밤

어휘

sáng 오전
sau đó 그 후에
đi 가다
hôm qua 어제
ăn 먹다
chợ 시장
chơi piano 피아노 치다
cơm trưa 점심 식사
đến (전치사) ~까지
chiều 오후

문항 사례 ② 개인 신상 소개

글의 내용으로 알 수 있는 것은? 2019학년도 수능

Hiền là giáo viên dạy tiếng Hàn. Năm ngoái, Hiền đã kết hôn và đang sống cùng với gia đình nhà chồng. Nhà cô ở gần trường, đi bộ chỉ mất 10 phút. Hàng tuần, Hiền giúp các học sinh tham gia câu lạc bộ chụp ảnh.

① Năm ngoái, Hiền đã kết hôn.
② Hiền là giáo viên dạy lớp 12.
③ Gia đình Hiền sống ở chung cư.
④ Hiền đến câu lạc bộ bằng xe máy.
⑤ Chồng của Hiền là người Hàn Quốc.

문제 풀이

해설 ① Năm ngoái, Hiền đã kết hôn. [작년에 Hiền은 결혼하였다.]
② Hiền là giáo viên dạy lớp 12. [Hiền은 12학년을 가르치는 선생님이다.] → 언급 없음
③ Gia đình Hiền sống ở chung cư. [Hiền의 가족은 아파트에서 산다.] → 언급 없음
④ Hiền đến câu lạc bộ bằng xe máy. [Hiền은 오토바이를 타고 클럽에 간다.] → 언급 없음
⑤ Chồng của Hiền là người Hàn Quốc. [Hiền의 남편은 한국인이다.] → 언급 없음

해석 Hiền은 한국어를 가르치는 선생님이다. 작년에 Hiền은 결혼하였고, 시댁 가족들과 함께 살고 있다. 그녀의 집은 학교에서 가까우며, 걸어서 단 10분이 걸린다. 매주 Hiền은 사진반 클럽에 참여하는 학생들을 돕는다.

정답 ①

분석 ▶ 시제어 **đã** (~했다), **đang** (~하고 있다)

주어	시제어	술어(동사)	전치사	
Hiền	đã	kết hôn		
	결혼했다			
	đang	sống	cùng với	gia đình nhà chồng
	살고 있다		시댁 식구들과 함께	

▶ 동사 **ở** (~에 있다)

주어			술어(동사)		
Nhà	(của)	cô	ở	gần	trường
선생님의 집은			~에 있다	근처에	학교

어휘

giáo viên 교사 / dạy 가르치다 / tiếng Hàn 한국어 / năm ngoái 작년
kết hôn 결혼하다 / đang (시제어) ~하고 있다 / sống 살다 / cùng với (전치사) ~와 함께
gia đình 가족 / nhà chồng 시댁 / ở ~에 있다 / gần 가까운
trường 학교 / đi bộ 걷다 / chỉ 단지, 오직 / mất (시간이) 걸리다, 소요되다
tham gia 참가하다 / câu lạc bộ 클럽, 서클 / chụp (사진을) 찍다 / ảnh 사진
chung cư 아파트 / bằng (전치사) ~를 타고 / xe máy 오토바이 / chồng 남편
người 사람 / Hàn Quốc 한국

문항 사례 ③ 가족 관계 표현

빈칸에 들어갈 말로 알맞은 것은? 2019학년도 수능

A : ________________?

B : Có 4 người: bố mẹ, chị gái và em ạ.

① Bố mẹ làm nghề gì
② Em có gia đình chưa
③ Em không có bạn trai à
④ Gia đình em có mấy người
⑤ Em muốn trở thành bác sĩ không

문제 풀이

해설 ① 부모님이 무슨 일을 하시니
② 너 결혼했니
③ 너는 남자 친구 없지
④ 네 가족은 몇 명이니
⑤ 너는 의사가 되길 원하니

해석 A: 네 가족은 몇 명이니?
B: 4명이 있습니다: 부모님, 언니 그리고 저입니다.

정답 ④

분석 ▶ **의문사 mấy** (얼마나 많은, 몇)

주어		술어(동사)	의문사 mấy	
Gia đình	(của) em	có	mấy	người?
너의 가족은		얼마나 많은 사람이 있니?		
(Gia đình của em)		Có	4	người
(저의 가족은)		4명이 있습니다		

어휘

bố 아빠 | mẹ 엄마 | chị gái 언니, 누나 | làm ~하다
nghề 직업 | gì (의문사) 무엇 | có gia đình 결혼하다 | có 있다
bạn trai 남자 친구 | gia đình 가족 | mấy (의문사) 얼마나 많은 | người 사람
muốn 원하다 | trở thành ~가 되다 | bác sĩ 의사

문항 사례 ④ 인물 묘사 표현

대화의 내용으로 보아 Hà에 해당하는 사람은? 2019학년도 수능 9월 모의평가

A : Trong ảnh này, ai là chị Hà?

B : Người mặc áo dài tay và đeo kính.

A : À, tớ thấy rồi.

① (a) ② (b) ③ (c) ④ (d) ⑤ (e)

문제 풀이

해석 A: 이 사진 속에서, 누가 Hà 언니니?
B: 긴팔 옷을 입고 있고, 안경을 낀 사람.
A: 아, 나 알았어.

정답 ⑤

분석 ▶ 의문사 ai (누구)

전치사		지시 형용사	의문사 ai	술어		
Trong	ảnh	này,	ai	là	chị Hà?	질문
이 사진 속에서			누구			
(Trong ảnh này)			Người mặc áo dài tay và đeo kính	(là)	(chị Hà)	답변
긴팔 옷을 입고, 안경을 쓴 사람						

어휘

trong (전치사) ~안에 | ảnh 사진 | ai (의문사) 누구 | người 사람
mặc 입다 | áo 옷, 윗옷 | dài tay 긴소매의 | đeo kính 안경 쓰다
thấy 보다

문항 사례 ⑤ 본인 소개 표현

글에서 대답을 찾을 수 없는 질문은? 2019학년도 수능 9월 모의평가

Tôi là Thanh. Sở thích của tôi là xem bóng đá. Tôi thường xem cùng với bố. Trong đội Việt Nam, tôi thích cầu thủ Tiến Dũng vì anh bắt bóng giỏi. Còn bố tôi thích cầu thủ Quang Hải vì anh ấy đá hay.

* cầu thủ 선수

① Sở thích của Thanh là gì?

② Thanh thường xem bóng đá với ai?

③ Hôm qua Thanh có xem bóng đá không?

④ Vì sao bố Thanh thích cầu thủ Quang Hải?

⑤ Thanh thích cầu thủ nào trong đội Việt Nam?

문제 풀이

해설 ① Sở thích của Thanh là gì? → xem bóng đá(축구 관람하기)

② Thanh thường xem bóng đá với ai? → bố(아버지)

③ Hôm qua Thanh có xem bóng đá không? → 언급 없음

④ Vì sao bố Thanh thích cầu thủ Quang Hải? → Vì Quang Hải bắt bóng giỏi(왜냐하면 Quang Hải가 공을 잘 잡아서)

⑤ Thanh thích cầu thủ nào trong đội Việt Nam? → Cầu thủ Tiến Dũng(Tiến Dũng 선수)

해석 저는 Thanh입니다. 저의 취미는 축구 관람입니다. 저는 보통 아버지와 함께 관람합니다. 베트남 팀 가운데, 저는 공을 잘 잡기 때문에 Tiến Dũng 선수를 좋아합니다. 한편, 나의 아버지는 공을 잘 차기 때문에 Quang Hải 선수를 좋아합니다.

정답 ③

분석 ▶ **동사 là** (~이다) **+ 명사**

주어			술어(동사)		
Sở thích	của	tôi	là	xem	bóng đá
나의 취미는			~이다	축구 보기	

là 동사 뒤에는 항상 명사가 와야 한다. Xem bóng đá는 '축구를 보다'의 뜻이나, 명사의 자리에 위치하여 영어의 동명사처럼 명사화되어 '축구 보기'의 뜻이 된다.

▶ **빈도 부사 thường** (보통)

주어	빈도 부사	술어(동사)	전치사	
Tôi	thường	xem	cùng với	bố
나는	보통	보다	~와 함께	

빈도 부사 luôn luôn(항상), thường xuyên(항상, 늘), hay(자주)는 반드시 주어와 술어 사이에 있어야 하지만, 반면 thỉnh thoảng(가끔), đôi khi(가끔), ít khi(거의 ~하지 않다), hiếm khi(거의 ~하지 않다), không bao giờ(한 번도 ~하지 않다)의 빈도 부사는 위치가 자유롭다.

어휘

sở thích 취미
thường (빈도 부사) 보통
trong (전치사) ~안에, ~가운데
bắt 잡다
với (전치사) ~와 함께
nào (의문사) 어떤
xem 보다
cùng với (전치사) ~와 함께
đội 팀
bóng 공
hôm qua 어제
bóng đá 축구
bố 아버지
vì 왜냐하면, ~이기 때문이다
giỏi 잘하는, 우수한
vì sao (의문사) 왜

문항 사례  본인 소개 표현

Jian이 쓴 글이다. 글의 내용으로 알 수 있는 것을 〈보기〉에서 고른 것은? 2019학년도 수능 9월 모의평가

Xin chào! Tôi là Jian, 22 tuổi, người Hàn Quốc. Tháng 3 tôi đã đến Hà Nội. Tôi học tiếng Việt được 6 tháng rồi. Có bạn sinh viên Việt Nam nào thích tiếng Hàn không? Chúng ta cùng học nhé. Tôi dạy bạn tiếng Hàn, còn bạn dạy tôi tiếng Việt.

0912 XXX 789

보기

a. 학교 근처에 살고 있다.
b. 베트남어를 배운 지 6개월 되었다.
c. 내년 3월까지 하노이에 있을 예정이다.
d. 서로의 언어를 가르쳐 줄 친구를 찾고 있다.

① a, b ② a, d ③ b, c ④ b, d ⑤ c, d

문제 풀이

해설 a. 학교 근처에 살고 있다. → 언급 없음
b. 베트남어를 배운 지 6개월 되었다. → Tôi học tiếng Việt được 6 tháng rồi.
c. 내년 3월까지 하노이에 있을 예정이다. → Tháng 3 tôi đã đến Hà Nội. (3월에 하노이에 왔다.)
d. 서로의 언어를 가르쳐 줄 친구를 찾고 있다. → Tôi dạy bạn tiếng Hàn, còn bạn dạy tôi tiếng Việt.

해석 안녕하세요. 저는 Jian이고, 22살, 한국인입니다. 3월에 저는 하노이에 왔습니다. 저는 베트남어를 6개월 공부하였습니다. 한국어를 좋아하는 베트남 대학생인 사람 있나요? 우리 같이 공부해요. 제가 당신에게 한국어를, 당신이 저에게 베트남어를 가르쳐요.
0912 XXX 789

정답 ④

분석 ▶ 시간의 소요를 의미하는 표현 'được + 시간'

주어	술어(동사)		được	시간	
Tôi	học	tiếng Việt	được	6 tháng	rồi
나는 베트남어 공부를 한 지			6개월 되었다		이미

▶ 동사 có (있다) 문형

có	술어(동사)					không
(có)	có	bạn sinh viên Việt Nam	nào	[thích	tiếng Hàn]	không?
	어떤 베트남 대학생이 있습니까?			한국어를 좋아하는		

어휘

tuổi 나이, 연령　người 사람　tháng 3 3월　đến 오다
học 공부하다　tiếng Việt 베트남어　6 tháng 6개월　rồi 이미
nào (의문사) 어떤　thích 좋아하다　chúng ta (청자 포함) 우리　cùng 함께
dạy 가르치다　bạn 친구, 너　còn 한편

문항 사례 ⑦ 개인 신상 소개

대화의 내용으로 알 수 있는 것은? 2019학년도 수능 9월 모의평가

Lâm : Chị Thảo ơi! Đây là bạn em.

Inho : Chào chị. Tên em là Inho.

Thảo : Chào em. Em làm việc tại Việt Nam à?

Inho : Vâng, em là giáo viên môn Tiếng Hàn.

① Tuổi cảu Thảo　② Tên của mẹ Thảo　③ Công việc của Inho
④ Địa chỉ nhà của Inho　⑤ Số người của gia đình Lâm

문제 풀이

해설 ① Thảo의 나이 → 언급 없음
② Thảo 어머니의 이름 → 언급 없음
③ Inho의 업무 → giáo viên môn tiếng Hàn(한국어 과목 교사)
④ Inho의 집 주소

⑤ Lâm의 가족의 인원수 → 언급 없음

해석 Lâm: Thảo 언니! 이분은 제 친구입니다.
Inho: 안녕하세요. 제 이름은 Inho입니다.
Thảo: 안녕! 너 베트남에서 일하지?
Inho: 네, 저는 한국어 과목 교사입니다.

정답 ③

분석 ▶ **지시대명사 đây là** (이것은 ~이다, 이분은 ~이다)

주어	술어(동사)			
Đây	là	bạn	(của)	em
이 사람은 ~입니다		저의 친구		

▶ **장소의 전치사 tại** (~에서)

주어	술어(동사)		전치사		
Em	làm	việc	tại	Việt Nam	à?
너는	일을 하다		베트남에서		맞지?

어휘

đây là 이분은 ~입니다 / bạn 친구 / làm việc 일하다 / tại (전치사) ~에서
à 맞지, 그렇지? / vâng 네, 예 / giáo viên 교원, 선생님 / môn 과목, 학과목
tiếng Hàn 한국어 / tuổi 나이, 연령 / công việc 업무 / địa chỉ 주소
số 숫자 / gia đình 가족

문항 사례 ⑧ 가족 소개 표현

대화의 내용으로 알 수 있는 것은? 2019학년도 수능 6월 모의평가

A : Đây là ảnh của gia đình mình.

B : Người ở bên cạnh bạn là ai?

A : Em trai mình đấy.

B : Em trai bạn bao nhiêu tuổi?

A : Nó mười sáu tuổi.

① A는 남동생이 있다. ② B의 가족은 6명이다.
③ A는 B의 옆집에 산다. ④ B의 여동생은 16살이다.
⑤ A의 아버지는 사진사이다.

문제 풀이

해석 A: 이것은 나의 가족 사진이야.
B: 네 옆에 있는 사람은 누구이니?
A: 내 남동생이야.
B: 네 남동생은 몇 살이니?
A: 걔는 16살이야.

정답 ①

분석 ▶ **지시대명사 đây là**

	지시대명사	là	보어		
이것은 ~이다	Đây	là	ảnh	giả đình	mình
저것은 ~이다	Kia		나의 가족 사진		
그것은 ~이다	Đó				

지시대명사 'đây là~'는 영어 'this is~'와 같이 사용된다. 지시하는 대상이 사물일 경우, '이것은 ~이다'이고, 사람일 경우 '이 사람은 ~이다'의 의미가 된다.

▶ **의문사 ai**

주어				술어	ai
Người	[ở	bên cạnh	bạn]	là	ai?
네 옆에 있는 사람					누구
(Người	ở	bên cạnh	bạn	là)	Em trai mình đấy

▶ **의문사 bao nhiêu**

주어			bao nhiêu	
Em trai	(của)	bạn	bao nhiêu	tuổi?
너의 남동생			몇 살이니?	
Nó			16	tuổi
걔			16살이야	

수나 양을 물을 때 사용하는 의문사 bao nhiêu는 10 이상의 숫자를 물을 때 사용한다. 반면, 10 이하의 숫자를 물을 때는 mấy를 사용한다. 예를 들어, 10세 미만의 아이에게 나이를 물을 때는 bao nhiêu tuổi가 아닌 mấy tuổi라고 묻는다.

어휘

đây là 이것은 ~이다
ảnh 사진
gia đình 가족
mình 나
người 사람
ở ~에 있는
bên cạnh ~ 옆에
em trai 남동생
bao nhiêu (의문사) 얼마나 많은
tuổi (나이) 세, 살
nó 그 애, 걔

문항 사례 ⑨ 거주지 표현

빈칸에 들어갈 말로 알맞은 것을 〈보기〉에서 고른 것은? 2019학년도 수능 6월 모의평가

(Trong giờ giải lao)

Cô Lê : Em sống ở đâu?

Somi : Dạ, ________________.

Cô Lê : Xa trường nhỉ.

보기

a. em sống rất hạnh phúc　　b. nhà em có 2 phòng ngủ

c. nhà em ở đường Hai Bà Trưng　　d. ngay đối diện với chợ Hàng Da

① a, b　② a, c　③ b, c　④ b, d　⑤ c, d

문제 풀이

해설 a. 저는 매우 행복하게 삽니다.　b. 저의 집은 침실이 2개 있습니다.

c. 저의 집은 Hai Bà Trưng 길에 있습니다.　d. Hàng Da 시장 바로 맞은편입니다.

해석 Lê 선생님: 너는 어디에서 사니?

소미: 저의 집은 Hai Bà Trưng 길에 있습니다. / Hàng Da 시장 바로 맞은편입니다.

Lê 선생님: 학교와 멀구나.

정답 ⑤

분석 ▶ 장소를 묻는 의문사 **đâu** (어디)

주어	술어(동사)	장소의 전치사	đâu?
Em	sống	ở	đâu?
너는	사니?	어디에서	

▶ 장소를 의미하는 동사 **ở** (~에 있다)

주어	술어(동사)		
Nhà em	ở	đường	Hai Bà Trưng
저의 집은	~에 있습니다	Hai Bà Trưng 거리	

어휘

trong (전치사) ~동안　giờ giải lao 쉬는 시간　sống 살다　xa 먼

trường 학교　rất 매우, 몹시　hạnh phúc 행복한　nhà 집

phòng ngủ 침실　đường 길, 도로　ngay 바로, 당장, 즉시　đối diện với 맞은편의

chợ 시장

문항 사례 10 직업 표현

빈칸에 들어갈 말로 알맞은 것은? 2018학년도 수능

A : Chị làm nghề gì?

B : ________________________.

A : Thế à! Chị gái em cũng cùng nghề với chị đấy.

① Chị là nhà báo
② Chị là người Hàn Quốc
③ Chị sống ở thành phố lớn
④ Nhà chị ở rất gần bưu điện
⑤ Chị và chị gái em không biết nhau

문제 풀이

해설 ① 언니는 기자야.
② 언니는 한국 사람이야.
③ 언니는 대도시에서 살아.
④ 언니의 집은 우체국에서 매우 가까워.
⑤ 언니와 너의 언니는 서로 알지 못해.

해석 A: 언니는 무슨 일을 하나요?
B: 언니는 기자야.
A: 그래요! 저의 친언니도 언니와 같은 직업이에요.

정답 ①

분석 ▶ **직업을 묻는 표현 : 주어 + làm nghề gì?**

Chị	làm	nghề	gì?	
언니는	무슨 일을 하나요?			질문
Chị	là	nhà báo		답변
언니는	~이다	신문기자		

▶ **cũng** (또한, 역시)

주어	cũng	술어	
Chị gái em	cũng	cùng nghề	với chị
저의 친언니	또한	직업이 같다	언니와

어휘

làm ~하다
nghề 직업, 업
gì (의문사) 무엇
chị gái 누나, 언니
cũng 또한, 역시
cùng 함께, 같이
với (전치사) ~와 함께
nhà báo 기자, 언론인
người 사람
sống 살다
thành phố 도시
lớn 큰, 커다란
nhà 집
gần 가까운
bưu điện 우체국
và 그리고
biết 알다
nhau 서로서로

문항 사례 ⑪ 가족 관계 표현

대화의 내용으로 알 수 있는 것은? 2018학년도 수능

A : Bạn có mấy anh chị em?

B : Mình có một em trai thôi.

A : Em trai bạn bao nhiêu tuổi?

B : Nó 17 tuổi.

A : Thế thì em trai bạn bằng tuổi em gái mình đấy.

① A có em trai.
② Em gái A 17 tuổi.
③ Em trai B kém B 1 tuổi.
④ A thấp nhất trong gia đình.
⑤ Gia đình của A có 4 người.

문제 풀이

해설 ① A có em trai. [A는 남동생이 있다.] → A có em gái. [A는 여동생이 있음]
② Em gái A 17 tuổi. → A의 여동생은 17세이다.
③ Em trai B kém B 1 tuổi. [B의 남동생은 B보다 1살 어리다.] → 알 수 없음
④ A thấp nhất trong gia đình. [A는 가족 중에서 가장 키가 작다.] → 알 수 없음
⑤ Gia đình của A có 4 người. [A의 가족은 4명이 있다.] → 알 수 없음

해석 A: 너는 형제가 몇 명이니?
B: 나는 남동생 한 명만 있어.
A: 너의 남동생은 몇 살이니?
B: 걔는 17살이야.
A: 그렇다면 너의 남동생은 나의 여동생과 동갑이구나.

정답 ②

분석 ▶ **의문사 mấy / bao nhiêu** (얼마나 많은)

Bạn	có	mấy	anh chị em?	
너는 ~ 있니?		얼마나 많은	형 누나 동생	
Mình	có	một	em trai	thôi
나는 ~ 있다		하나	남동생	단지

Em trai bạn	bao nhiêu	tuổi?
너의 남동생	얼마나 많은 나이이니? → 몇 살이니?	
Nó	17	tuổi
걔는	17살이야	

▶ **원급 비교 bằng tuổi** (나이가 같은, 동갑의)

ⓐ	**bằng tuổi**	ⓑ
em trai (của) bạn	bằng tuổi	em gái (của) mình
너의 남동생은	동갑이다	나의 여동생과

어휘

bạn 친구, 당신
mình 나
thôi 오직, 단지
nó 그애, 걔
em gái 여동생
thấp 낮은, 키 작은
của (소유격) ~의
mấy (의문사) 얼마나 많은
có 있다
bao nhiêu (의문사) 얼마나 많은
thế thì 그렇다면
kém 부족한, 적은
gia đình 가족
người 사람
anh chị em 형제, 자매
em trai 남동생
tuổi 나이, 세
bằng tuổi 동갑의
nhất 가장, 제일
trong (전치사) ~ 안에, ~ 가운데

문항 사례 ⑫ 방문 목적 표현

빈칸에 들어갈 말로 알맞지 않은 것은? 2018학년도 수능 9월 모의평가

A : Chào cô! Tôi muốn gặp cô Hà thư ký.

B : Vâng, tôi đây. ____________________?

A : Dạ, tôi đến xin việc.

① Anh cần gì
② Có việc gì không anh
③ Anh gặp tôi để làm gì
④ Cô Hà không có ở đây à
⑤ Tôi có thể giúp gì cho anh

문제 풀이

해설 ① 무엇이 필요하세요?
② 무슨 일 있으세요?
③ 무슨 일로 저를 만나고자 하세요?
④ Hà 씨는 여기에 없죠? → 내용상 적합하지 않음
⑤ 제가 당신에게 무엇을 도와드릴 수 있을까요?

해석 A: 안녕하세요. Hà 비서님을 만나고 싶습니다.
B: 네, 저입니다. 무엇이 필요하세요? / 무슨 일 있으세요? / 무슨 일로 저를 만나고자 하세요? / 제가 당신에게 무엇을 도와드릴 수 있을까요?
A: 네, 저는 구직을 하러 왔습니다.

정답 ④

분석 ▶ 술어가 **muốn** 동사인 문형

주어	술어(동사)			
Tôi	muốn	gặp	cô Hà	thư ký
저는 원합니다		만나기를	비서인 Hà 씨를	

▶ 목적을 나타내는 **để** (~하기 위하여) 구문

주어	술어(동사)		để	동사
Anh	gặp	tôi	để	làm gì?
			무엇을 하기 위하여?	

목적을 나타내는 để 구문은 반드시 뒤에 동사가 온다. 'để + 동사' 형태로 '(동사)하기 위하여'의 의미로 사용된다.

▶ 술어가 동사 **có** (있다)인 부정 문형

주어		술어(동사)		
Cô Hà	không	có	ở đây	à?
	아니다	있다	여기에	맞죠? 그렇죠?
Hà 씨는 여기에 없죠?				

술어로서의 có는 '있다'라는 의미이다. 'có ~ không?' 의문문의 có와 모양은 같으나 전혀 의미와 문법 성분이 다르다는 점을 꼭 유념하자.

▶ 가능을 나타내는 '**có thể** (~할 수 있다)' 구문

주어	có thể	술어(동사)	의문사	전치사(~에게)	
Tôi		giúp	gì	cho	anh?
제가 당신에게 무엇을 도울까요?					
Tôi	có thể	giúp	gì	cho	anh?
제가 당신에게 무엇을 도와드릴까요?					

'có thể + 동사' 구문은 일반적으로 가능의 여부를 묻는 문형이다. 다만, 문장의 주어가 본인(tôi)이 되는 경우, 가능의 의미보다는 '허락'의 의미를 나타내게 된다.

어휘

muốn 원하다
gặp 만나다
thư ký 서기, 비서
vâng 네
đây 여기
đến 오다
xin 청하다
việc 일, 일자리
xin việc 구직하다
cần 필요하다
gì (의문사) 무엇
để ~하기 위하여
có 있다
ở đây 여기에서
có thể (가능) ~할 수 있다
giúp 돕다
cho (전치사) ~에게

문항 사례 ⑬ 결혼 여부 표현

대화의 내용으로 보아 밑줄 친 부분과 의미가 유사한 것을 〈보기〉에서 고른 것은?

2018학년도 수능 9월 모의평가

A : Anh đã lập gia đình chưa?
B : Rồi. Tôi đã có vợ rồi. Còn chị?
A : Tôi thì chưa.
B : Khi kết hôn nhớ mời tôi é.

보기

a. Tôi kết hôn rồi.　　b. Tôi chưa có con.
c. Tôi còn độc thân.　　d. Tôi chưa lấy chồng.

① a, b　② a, c　③ b, c　④ b, d　⑤ c, d

문제 풀이

해설 a. 저는 이미 결혼했습니다.
b. 저는 아직 자식이 없습니다.
c. 저는 여전히 미혼(싱글)입니다.
d. 저는 아직 결혼하지 않았습니다.

해석 A: 결혼하셨어요?
B: 이미요(네), 저는 이미 아내가 있습니다. 당신은요?
A: 저는 아직이에요.
B: 결혼할 때, 저를 초대하는 거 기억하세요.

정답 ⑤

분석 ▶ 경험 여부를 묻는 đã ~ chưa? 문형

주어	đã	술어(동사)		chưa?
Anh	đã	lập	gia đình	chưa?
당신은	해 봤나요	결혼하다		

앞서 학습한 'có ~ không?' 의문문이 '~입니까?'를 묻는 의문문형이라면, 경험 여부를 묻는 'đã ~chưa' 문형은 '~해 본 적이 있습니까?'의 뜻이다.

▶ 경험 여부를 묻는 đã ~ chưa 문형의 긍정/부정 답변

긍정 답변	주어	과거 시제어	술어(동사)		
Rồi,	Tôi	(đã)	có	vợ	rồi
이미요	저는 이미 아내가 있습니다(결혼했습니다)				
부정 답변	**주어**	**부정어**	**술어(동사**		
Chưa,	Tôi	chưa	có	vợ	
아직이요	저는 아직 아내가 있지 않습니다(결혼하지 않았습니다)				

어휘

lập 세우다	gia đình 가족, 가정	rồi 이미	có 있다
vợ 아내	chưa 아직 ~하지 않다	kết hôn 결혼하다	nhớ 기억하다
mời 초대하다	con 자식	còn 여전히, 아직도	độc thân 미혼의, 싱글의
lấy 갖다, 취하다	chồng 남편	lập gia đình = có gia đình = có vợ = lấy chồng 결혼하다	

문항 사례 14 본인 소개 표현

글의 내용과 일치하지 않는 것은? 2018학년도 수능 6월 모의평가

Tôi tên là Mira. Tôi đang học đại học. Hiện nay, tôi sống cùng với bố mẹ ở Hàn Quốc. Bố tôi là người Hàn còn mẹ tôi là người Việt. Tôi có một chị gái. Chị tôi đã tốt nghiệp đại học và đang làm việc ở Việt Nam. Chị đã kết hôn năm ngoái. Chồng chị là người Việt.

① Mira là sinh viên.
② Bố của Mira là người Hàn.
③ Chị của Mira vẫn còn độc thân.
④ Bố mẹ Mira đang sống ở Hàn Quốc.
⑤ Chị của Mira đang làm việc ở Việt Nam.

문제 풀이

해설 ① Mira là sinh viên. [미라는 대학생이다.]

② Bố của Mira là người Hàn. [미라의 아버지는 한국인이다.]

③ Chị của Mira vẫn còn độc thân. [미라의 언니는 여전히 미혼이다.] → Chị của Mira đã kết hôn năm ngoái. [미라의 언니는 작년에 결혼했다.]

④ Bố mẹ Mira đang sống ở Hàn Quốc. [미라의 아버지는 한국에서 살고 있다.]

⑤ Chị của Mira đang làm việc ở Việt Nam. [미라의 언니는 베트남에서 일하고 있다.]

해석 저의 이름은 미라입니다. 저는 대학에서 공부하고 있습니다. 현재 저는 부모님과 함께 한국에서 삽니다. 저의 아버지는 한국인이고, 한편 저의 어머니는 베트남인입니다. 저는 언니가 한 명 있습니다. 저의 언니는 대학을 졸업하고 베트남에서 일하고 있습니다. 언니는 작년에 결혼했습니다. 언니의 남편은 베트남인입니다.

정답 ③

분석 ▶ 시제어 **đang** (~하고 있다), **đã** (~했다)

주어	시제어	술어		
Tôi	đang	học	đại học	현재 진행 시제
	공부하고 있다			
Chị tôi	đang	làm việc	ở Việt Nam	
	일하고 있다			

Chị tôi	đã	tốt nghiệp	đại học	과거 시제
	졸업했다			
Chị	đã	kết hôn	năm ngoái	
	결혼했다			

문형의 시제를 결정하는 시제어는 항상 주어와 술어 사이에 위치함을 기억하자.

주어	시제어	술어		시제
Tôi	đã	tốt nghiệp	đại học	과거
	~했다			
	vừa mới			근접 과거
	방금, 이제 막			
	đang			현재 진행
	~하고 있다			
	sắp			근접 미래
	곧			
	sẽ			미래
	~할 것이다			

어휘

tên 이름
hiện nay 요즘, 현재
bố mẹ 부모님
người 사람
chị gái 친누나, 친언니
và 그리고
năm ngoái 작년
vẫn còn 여전히
đang (시제어) ~하고 있다
sống 살다
ở (전치사) ~에서
còn 한편
đã (시제어) ~했다
làm việc 일하다
chồng 남편
độc thân 미혼의, 싱글의
đại học 대학
cùng với (전치사) ~와 함께
Hàn Quốc 한국
có 있다
tốt nghiệp 졸업하다
kết hôn 결혼하다
sinh viên 대학생

문항 사례 ⑮ 가족 관계 표현

대화의 내용으로 알 수 있는 것은? 2018학년도 수능 9월 모의평가

A : Trong 3 anh em của anh, ai cao hơn cả?

B : Em trai tôi. Còn anh trai tôi thì thấp hơn tôi.

A : Thế à! Em trai tôi và tôi cao bằng nhau.

① B는 여동생이 있다.
② A는 B보다 키가 크다.
③ A는 삼형제 중 둘째다.
④ A는 B보다 나이가 많다.
⑤ B는 B의 형보다 키가 크다.

문제 풀이

해설 ① Em trai A và A cao bằng nhau. [A 남동생과 A는 키가 같습니다.]
②~④ 알 수 없음
⑤ Anh trai B thì thấp hơn B. [B의 형은 B보다 작습니다.]

해석 A: 당신의 삼형제 가운데, 누가 가장 큰가요?
B: 제 남동생이요. 한편 저의 형은 저보다 작아요.
A: 그래요. 제 남동생과 저는 키가 같아요.

정답 ⑤

분석 ▶ 최상급 비교 문형 **hơn cả** (제일의, 최고의)

주어	술어(형용사)	최상급	
Ai	cao	hơn cả	?
		hơn hết	
		nhất	
누가	키 큽니까	가장, 제일	?

▶ 비교급 비교 문형 **hơn** (~보다)

주어	술어(형용사)	~보다(비교급)	비교 대상
Anh trait tôi	thấp	hơn	tôi
나의 형은	나보다 작다		

▶ 원급 비교 문형 **bằng** (~만큼)

주어	술어(형용사)	~만큼(원급)	비교 대상
Em trai tôi	cao	bằng	tôi
나의 남동생은	나만큼 크다		
Em trai tôi và tôi	cao	bằng nhau	
	키가 서로 같다 / 키가 똑같다		

어휘

trong (전치사) ~ 가운데, ~안에
hơn ~보다
anh trai 친형, 친오빠
bằng nhau 서로 같은
ai (의문사) 누구
hơn cả 제일의, 최고의
thấp 낮은, 키 작은
cao 키 큰, 높은
em trai 남동생
thế à 그렇군요

02 기출 문항 풀어보기

1 빈칸에 들어갈 말로 알맞은 것은? [2017학년도 수능]

Mina : Xin chào chú ạ. Cháu là Mina, ______________
Bố Hòa : Chào cháu. Hoa ơi, xuống đi! Mina đến rồi đấy.
Hòa : Dạ, con xuống ngay bố ạ.

① bạn học của Hòa.
② bố cháu thế nào?
③ cậu có chuyện gì?
④ còn đây là bố của tớ.
⑤ phòng của mình sạch quá.

어휘

chú 아저씨, 삼촌
cháu 조카, 조카뻘
xuống 내려가다
rồi 이미
bạn học 학교 친구
thế nào (의문사) 어떻게
chuyện 일, 사건
gì (의문사) 무엇
phòng 방
sạch 깨끗한

2 글의 내용으로 알 수 있는 것은? [2015학년도 수능]

Gia đình tôi có 4 người: bố, mẹ, chị gái và tôi. Bố tôi là bác sĩ, mẹ tôi là y tá. Chị gái tôi là giáo viên dạy toán. Còn tôi là học sinh trung học. Tôi muốn làm bác sĩ giống bố tôi.

① 나는 막내이다.
② 나는 대학생이다.
③ 나의 어머니는 영어 선생님이다.
④ 나의 아버지는 화학 선생님이다.
⑤ 나도 어머니의 직업을 갖기를 원한다.

gia đình 가족
có 있다
mẹ 엄마
y tá 간호사
toán 수학, 산수
học sinh 학생
(trường) trung học 중등학교
giống 같은, 비슷한

CHAPTER_03 시간 표현

출제경향 분석

의문사 bao giờ 혹은 khi nào를 사용한 의문사 문형과, 시간, 년/월/일 등의 시간 부사 등을 활용한 시간 표현에 대한 이해를 확인하는 문제 유형이 매년 2문항씩 출제되고 있다.

문항 사례 ① 시/분 표현

대화의 내용으로 보아 현재 시각은? 2019학년도 수능

A : Em ơi, mấy giờ xe đến?

B : 9 giờ 30 ạ.

A : Vẫn còn 30 phút nữa. Chúng ta uống trà đi!

①  ②  ③  ④  ⑤ 

문제 풀이

해석 A: 애야, 몇 시에 차가 오니?
B: 9시 반이요.
A: 아직 30분이 더 남아 있구나. 우리 차 마시자.

정답 ③

분석 ▶ **시간을 묻는 표현 mấy giờ (몇 시)?**

Mấy giờ	주어	술어(동사)
Mấy giờ	xe	đến?
몇 시에 차가 오니?		
9 giờ 30 phút	(xe)	(đến)
9시 30분이요		

시간을 묻는 표현으로 '몇 시?'는 bao nhiêu giờ(×)가 아닌 mấy giờ(○)임을 꼭 기억하자.

어휘

mấy giờ 몇 시 · xe (교통수단) 차 · đến 오다 · giờ (시간 단위) 시
phút (시간 단위) 분 · vẫn 여전히, 아직도 · còn 남아 있다 · nữa 더
chúng ta 우리 · uống 마시다 · trà (음료) 차

문항 사례 ② cách đây 구문

대화의 내용으로 보아 알 수 있는 것은? 2019학년도 수능

A : Điện thoại của tôi nghe không tốt.

B : Nó bị như thế từ khi nào?

A : Cách đây 2 ngày rồi.

B : Vâng, tôi sẽ kiểm tra.

① A là bạn của B.
② A sửa điện thoại từ khi nào?
③ A đã bán điện thoại cho B.
④ B sẽ kiểm tra điện thoại cho A.
⑤ B đã mua điện thoại cách đây 5 ngày.

문제 풀이

해설 ① A là bạn của B. [A는 B의 친구입니다.] → 손님과 수리기사 간의 대화

② A sửa điện thoại từ khi nào? [A는 언제부터 전화기를 수리했습니까?] → 알 수 없음

③ A đã bán điện thoại cho B. [A는 B에게 전화기를 팔았다.] → 알 수 없음

④ B sẽ kiểm tra điện thoại cho A. [B가 A를 위해 전화기를 체크할 것이다.]

⑤ B đã mua điện thoại cách đây 5 ngày. [B가 지금으로부터 5일 전에 전화기를 샀다.] → 알 수 없음

해석 A: 제 전화기가 잘 들리지 않네요.
B: 그게 그렇게 된게 언제부터인가요?
A: 지금으로부터 2일 전입니다.
B: 네, 제가 체크해 보겠습니다.

정답 ④

분석 ▶ 의문사 **khi nào** (언제) = **bao giờ**

주어	술어		전치사	khi nào
Nó	bị	như thế	từ	khi nào?
그것이 그처럼 된 것이			언제부터인가요?	
(Nó	bị	như thế)	từ	hôm kia
			그저께부터예요	

▶ **cách đây + 시간** (지금으로부터 ~전)

Cách đay	시간	
Cách đay	2 ngày	rồi
지금으로부터 2일 전입니다		

▶ **장소 + cách đây** (여기에서부터 ~까지)

장소	cách đay	
Nhà em	cách đay	100 mét
여기에서부터 저의 집은 100미터입니다		

어휘

điện thoại 전화기	nghe 듣다	tốt 좋은
nó 그것	như ~처럼	thế 그렇게
từ (전치사) ~부터	khi nào (의문사) 언제	cách đây 지금으로부터 ~ 전
ngày (시간) 일, 날	rồi (완료) 이미	sẽ (시제어) ~할 것이다
kiểm tra 체크하다, 확인하다	bạn 친구	sửa 고치다, 수리하다
bán 팔다	cho (전치사) ~에게	mua 사다

문항 사례 ③ 요일 및 날짜 표현

빈칸에 들어갈 말로 알맞은 것은? 2019학년도 수능 6월 모의평가

A : Mẹ ơi, thứ 7 tuần này mẹ và con đi chơi Bát Tràng nhé.

B : Thứ 7 tuần này là ______________ hả con?

A : Ngày 21, mẹ ạ.

B : Thế thì được.

① thứ mấy ② mấy ngày ③ lúc mấy giờ

④ vào năm nào ⑤ ngày bao nhiêu

문제 풀이

해설 ① (이번 주 토요일이) 무슨 요일이지? ② (이번 주 토요일이) 며칠 동안이지?
③ (이번 주 토요일이) 몇 시지? ④ (이번 주 토요일이) 몇 년이지?
⑤ (이번 주 토요일이) 며칠이지?

해설 A: 엄마, 이번 주 토요일에 엄마랑 저랑 Bát Tràng에 놀러 가요.
B: 이번 주 토요일이 며칠이지?
A: 21일이에요.
B: 그러면 가능하지.

정답 ⑤

분석 ▶ 시간 부사

일요일	chủ nhật
월요일	thứ hai (2)
화요일	thứ ba (3)
수요일	thứ tư (4)
목요일	thứ năm (5)
금요일	thứ sáu (6)
토요일	thứ bảy (7)

\+

tuần trước 지난주
tuần này 이번 주
tuần sau 다음 주

→

chủ nhật tuần trước
지난주 일요일
thứ tư tuần này
이번 주 수요일
thứ bảy tuần sau
다음 주 토요일

▶ 요일을 묻는 표현

Hôm nay	là	thứ	mấy?	오늘은 무슨 요일입니까?
Hôm nay	là	thứ	bảy	오늘은 토요일입니다

▶ 날짜를 묻는 표현

Hôm nay	là	ngày	bao nhiêu?	오늘은 며칠입니까?
Hôm nay	là	ngày	hai mươi mốt	오늘은 21일입니다

어휘

mẹ 엄마
thứ 7 토요일
tuần này 이번 주
con 자식, 자녀
ngày 날, 일
ạ (높임말의 표현)
thế thì 그렇다면, 그러면
được 가능하다
thứ mấy 무슨 요일
mấy ngày 며칠 동안
lúc (시간의 전치사)
mấy giờ 몇 시
vào (시간의 전치사)
năm 년, 연
nào (의문사) 어떤
bao nhiêu (의문사) 얼마나 많은

문항 사례 ④ 시간에 따른 일과 순서 표현

Hoa와 Lan이 내일 할 일을 〈보기〉의 그림에서 찾아 순서대로 바르게 배열한 것은?

2019학년도 수능 6월 모의평가

Hoa : Ngày mai chúng ta chơi bóng bàn rồi đi mượn sách ở thư viện nhé.

Lan : Ừ. Nhưng trước khi đi mượn sách, chúng ta cùng ăn trưa có được không?

Hoa : Được chứ.

보기

① a – b – c ② a – c – b ③ b – c – a ④ c – a – b ⑤ c – b – a

문제 풀이

해설 a. 탁구 치기 (chơi bóng bàn)

b. 도서관에서 대출하기 (mượn sách ở thư viện)

c. 점심 식사하기 (ăn trưa)

해석 Hoa: 내일 우리 탁구 친 후 도서관에 책 빌리러 가자.
Lan: 응. 근데 책 빌리러 가기 전에, 우리 같이 점심 먹을 수 있을까?
Hoa: 당연하지.

정답 ②

분석 ▶ **시간의 접속사절 trước khi** (~하기 전에)

Trước khi				주어		술어	được	không?
Trước khi	đi	mượn	sách,	chúng ta	cùng	ăn trưa	có được	không?
~하기 전에	책 빌리러 가다			우리	함께 점심 먹다		할 수 있습니까?	

어휘

ngày mai 내일
đi 가다
ở (장소 전치사) ~에서
trước khi (시간 접속사) ~하기 전에
được (가능함을 의미)
chúng ta (청자 포함) 우리
mượn 빌리다
thư viện 도서관
cùng 함께
chứ (당연함을 의미)
chơi bóng bàn 탁구 치다
sách 책
nhưng 하지만
ăn trưa 점심 먹다

문항 사례 ⑤ 시간 부사 활용 표현

대화의 내용으로 보아 A와 B가 만나기로 한 시각은? 2018학년도 수능

A : Tuần sau là sinh nhật mẹ rồi. Ngày mai chị với em cùng đi mua quà đi.

B : Vâng, 10 giờ sáng được không chị?

A : Ngày mai chị có giờ học từ 9 giờ đến 11 giờ.

B : Vậy, 11 giờ rưỡi em gặp chị ở trường chị nhé.

A : Ừ, được đấy.

① 
② 
③ 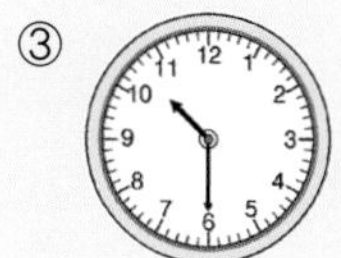
④ 
⑤ 

문제 풀이

해석 A: 다음 주는 엄마 생일이야. 내일 너는 언니랑 함께 선물 사러 가자.
B: 네, 오전 10시 괜찮아요 언니?
A: 내일 언니는 9시부터 11시까지 수업이 있어.
B: 그러면 11시 반에 언니 학교에서 만나요.
A: 응, 좋아.

정답 ⑤

분석 ▶ **전치사 구문 từ ⓐ đến ⓑ** (ⓐ부터 ⓑ까지)

시간 부사	주어	술어(동사)		từ	ⓐ	đến	ⓑ
Ngày mai	chị	có	giờ học	từ	9 giờ	đến	11 giờ
내일	언니는	수업이 있다		9시부터 11시까지			

▶ **시간의 표현**

시간 표현	뜻
9 giờ	9시
9 giờ 30 phút	9시 30분
9 giờ rưỡi	9시 반
9 giờ 50 phút	9시 50분
10 giờ kém 10	10시 10분 전

시간 표현	뜻
9 giờ sáng	오전 9시
12 giờ trưa	점심 12시
3 giờ chiều	오후 3시
7 giờ tối	저녁 7시
11 giờ đêm	밤 11시

어휘

tuần sau 다음 주
ngày mai 내일
mua 사다
từ ⓐ đến ⓑ ⓐ부터 ⓑ까지
ở (장소 전치사) ~에서
sinh nhật 생일
cùng 함께, 같이
quà 선물
vậy 그러면
trường 학교
mẹ 엄마
đi 가다
giờ học 수업시간
rưỡi 30분, 절반

문항 사례 ⑥ 시간에 따른 일과 순서 표현

대화의 내용으로 보아 B가 내일 하려고 하는 일이 아닌 것은? 2018학년도 수능

A : Sáng mai, cậu đi chụp ảnh với tớ không?

B : Tớ bận rồi. Tớ phải đi học vẽ và đi bơi.

A : Thế chiều mai thì thế nào?

B : Tớ định đến thăm bà rồi đi cắt tóc.

A : Ừ, vậy lần sau nhé.

① 

② 

③ 

④ 

⑤ 

문제 풀이

해석 A: 내일 아침, 너 나와 함께 사진 찍으러 갈래?
B: 나 바빠. 나는 그림 배우고 수영하러 가야만 해.
A: 그러면 내일 오후는 어때?
B: 나는 할머니를 방문하고 난 후, 머리 깎으러 갈 거야.
A: 응, 그러면 다음번에 가자.

정답 ③

분석 ▶ **có ~ không?** 의문문형

시간 부사	주어	có	술어(동사)			không?
Sáng mai	cậu	(có)	đi	chụp ảnh	với tớ	không?
내일 아침 너 나와 사진 찍으러 함께 갈래?						

▶ 의무를 나타내는 **phải** (~해야만 한다)

주어	phải	술어(동사)		
Tớ	phải	đi	học vẽ	나는 그림 배우러 가야만 한다
và (그리고)				
Tớ	phải	đi	bơi	나는 수영하러 가야만 한다

▶ 의지를 의미하는 **định** (~하고자 한다)

주어	định	술어(동사)			
Tớ	định	đến	thăm	bà	나는 할머니를 방문하고자 한다
rồi (그런 다음에)					
Tớ	định	đi	cắt	tóc	나는 머리를 깎으러 가고자 한다

어휘

sáng mai 내일 아침
cậu (동갑내기 관계) 너
chụp ảnh 사진 찍다
với (전치사) 함께
tớ (동갑내기 관계) 나
bận 바쁜
phải ~해야만 한다
đi học 공부하러 가다
vẽ (그림) 그리다
bơi 수영하다
chiều mai 내일 오후
thế nào (의문사) 어떠한
định (의지) ~하고자 한다
thăm 방문하다
cắt tóc 머리카락 자르다
lần sau 다음 번, 다음 차례

문항 사례 ⑦ 날짜·요일 표현

달력과 대화의 내용으로 보아 A와 B가 만나기로 한 날짜는? 2018학년도 수능 9월 모의평가

A : Hôm nay là ngày 5 tháng 9 rồi. Tối mai tớ về Hàn Quốc.

B : Thế thì không gặp nhau được nhỉ.

A : Ừ, 7 ngày nữa tớ sẽ có ở đây.

Chủ nhật tuần đó chúng ta gặp nhau luôn được không?

B : Ừ, được.

Tháng 9

Mon	Tue	Wed	Thu	Fri	Sat	Sun
				1	2	3
4	5	6	7	8	9	10
11	12	13	14	15	16	17
18	19	20	21	22	23	24
25	26	27	28	29	30	

① Ngày 5　② Ngày 7
③ Ngày 13　④ Ngày 17
⑤ Ngày 24

문제 풀이

해석 A: 오늘은 9월 5일이네. 내일 저녁 나는 한국으로 돌아가.
B: 그러면 서로 만날 수 없겠네.
A: 응, 7일 후에 나는 여기에 있을 거야. 그 주 일요일에 우리 만날 수 있을까?
B: 응, 만날 수 있어.

정답 ③

분석 ▶ **날짜 표기**

주어	술어	일	월	년
Hôm nay	là	ngay 5	tháng 9	năm 2019
오늘	~이다	2019년 9월 5일		

▶ **동사 có (있다) 문형**

		주어	시제어	술어(동사)	
7 ngày	nữa	tớ	sẽ	có	ở đây
7일 더		나는	~할 것이다	있다	여기에

어휘

hôm nay 오늘　ngày 날, 일　tháng 월　tối mai 내일 저녁
về 돌아가다　Hàn Quốc 한국　thế thì 그렇다면, 그러면　gặp 만나다
nữa 더　ở đây 여기에서　chủ nhật 일요일　tuần đó 그 주
được không? 가능합니까?, 할 수 있습니까?

문항 사례 8 요일 표현

빈칸에 들어갈 말로 알맞은 것은? 2018학년도 수능 6월 모의평가

A : Thứ 7 tuần này, bạn có rỗi không?

B : Có. Mình rỗi. Sao thế?

A : Thứ 7 là sinh nhật của mình. Bạn đến nhà mình chơi đấy nhé.

B : ____________. Cảm ơn bạn đã mời mình.

① Dĩ nhiên rồi　② Làm ơn nhé　③ Không có gì
④ Chưa bao giờ　⑤ Không hiểu đâu

문제 풀이

해설 ① 당연하지 ② 제발 ③ 천만에 ④ 아직 한 번도 없어 ⑤ 전혀 이해되지 않네

해석 A: 이번 주 토요일, 너 한가하니?
B: 응. 나 한가해. 왜 그래?
A: 토요일은 내 생일이야. 너 우리 집에 와서 놀자.
B: 당연하지. 초대해 줘서 고마워.

정답 ①

어휘

thứ 7(bảy) 토요일	tuần này 이번 주	bạn (인칭 대명사) 너
rỗi 한가한, 여유 있는	mình (인칭대명사) 나	sao (의문사) 왜
sinh nhật 생일	đến 오다	nhà 집
chơi 놀다	mời 초대하다	dĩ nhiên 당연하다
làm ơn 제발(please)	không có gì 천만에요	chưa bao giờ 아직 한번도 ~하지 않다
hiểu 이해하다	không ~ đâu 전혀 ~하지 않다	

03 기출 문항 풀어보기

1 빈칸에 들어갈 말로 알맞은 것을 〈보기〉에서 고른 것은? [2017학년도 수능]

A : Em đã đến thư viện chưa?
B : Dạ, em đã đến rồi ạ.
A : ______________, chị đến muộn một chút.
B : Vâng, em sẽ đợi chị.

보기
a. Xin lỗi　　b. Được chứ
c. Không đồng ý　　d. Đường đông quá

① a, b　② a, d　③ b, c
④ b, d　⑤ c, d

어휘
muộn 늦은, 지각한
một chút 조금, 약간
đợi 기다리다
xin lỗi 미안합니다, 실례합니다
đồng ý 동의하다
đường 길, 도로
đông 북적이는
quá (감탄문) 매우, 몹시

2 빈칸에 들어갈 말로 알맞은 것은? [2017학년도 수능]

Mina : Sao hôm nay cô mặc áo dài ạ?
Cô Mai : Hôm nay là ngày Nhà giáo Việt Nam em ạ.
Mina : Thế à! ____________________
Cô Mai : Không sao. Em là người nước ngoài mà.
Vào ngày này, các cô thường mặc áo dài.

* ngày Nhà giáo 스승의 날

① Cô nhớ nhé.　② Ai muốn áo dài này?
③ Bây giờ em mới biết.　④ Cô là người nước nào?
⑤ Cô luôn luôn mặc áo dài.

mặc (옷을) 입다
áo dài 베트남 전통 의상
thế à 그렇군요
không sao 괜찮아요
người 사람
nước ngoài 외국의
thường (빈도 부사) 보통
nhớ 기억하다, 그리워하다
ai (의문사) 누구
muốn 원하다
bây giờ 지금
mới (시제어) 이제 막, 방금
biết 알다
nước 나라
luôn luôn (빈도 부사) 항상

3 빈칸에 들어갈 말로 알맞은 것은? [2017학년도 수능]

Sơn : Tuấn ơi, tháng sau cô Lệ lấy chồng.
____________________________.
Tuấn : Thế cậu và tớ đi chúc hạnh phúc cho cô nhé.

① Xin mời cô Lệ ngồi　② Tôi không thích cô Lệ
③ Cô Lệ nói không đúng　④ Cô Lệ mời chúng tá đấy
⑤ Gia đình mình có bốn người

tháng sau 다음 달
lấy chồng 결혼하다
chúc 기원하다
hạnh phúc 행복한
ngồi 앉다
nói 말하다
đúng 맞는, 정확한

4 빈칸에 들어갈 말로 알맞은 것은? [2016학년도 수능]

Thủy : Trưa ngày mai, mẹ mình nấu phở.
Bạn đến nhà mình ăn nhé.
Sumi : Thích quá. ________________.
Mấy giờ mình đến nhà bạn được?
Thủy : Mười hai giờ nhé.

① Để lần sau nhé
② Không muốn đi
③ Mình không cần đến
④ Mình không đến được
⑤ Cảm ơn bạn đã mời mình

어휘

trưa 점심
nấu 요리하다
phở 쌀국수
thích 좋아하다
để 두다

5 대화의 내용으로 알 수 없는 것은? [2016학년도 수능]

A : Tuần này có triển lãm ảnh ở phố Tràng Tiền đấy. Chúng ta đi xem đi.
B : Triển lãm mở cửa đến khi nào?
A : Triển lãm mở cửa đến thứ sáu tuần này, từ 10 giờ sáng đến 5 giờ chiều.
B : Vậy, sáng thứ sáu này chúng ta gặp nhau ở đó lúc 9 giờ rưỡi nhé.
A : Đồng ý.

① Tuần nay có triển lãm ảnh.
② Triển lãm ảnh ở phố Tràng Tiền.
③ Triển lãm ảnh mở cửa từ thứ năm.
④ Sáng thứ sáu này, A và B hẹn gặp nhau.
⑤ Triển lãm ảnh kết thúc vào thứ sáu tuần nay.

triển lãm 전람회
ảnh 사진
phố 거리
mở cửa 열다, 개장하다
đến (전치사) ~까지
(buổi) sáng 오전
(buổi) chiều 오후
sáng thứ sáu này
이번 주 금요일 오전
nhau 서로서로
ở đó 거기에서
rưỡi 30분
đồng ý 동의하다

6 빈칸에 들어갈 말로 알맞은 것은? [2015학년도 수능]

A : Mình cần gặp bạn.
B : Mấy giờ? Ở đâu?
A : ________________.
B : Đồng ý.

① Mình học lớp 11
② Sách của anh đây
③ Em ấy học giỏi lắm
④ Anh ấy không ngủ được
⑤ 2 giờ chiều gặp nhau ở thư viện

cần 필요하다
đâu (의문사) 어디
học 공부하다
lớp 교실, 학년
sách 책
đây 여기
giỏi 잘하는, 우수한
lắm 매우, 몹시
ngủ 잠자다
thư viện 도서관

CHAPTER_04 날씨 표현

출제경향 분석

계절 및 날씨에 관한 문제는 항상 1문항씩 출제되고 있다.

문항 사례 ① 일자별 날씨 변화 표현

대화의 내용으로 보아 Cần Thơ의 날씨에 해당하는 그림은? 2019학년도 수능

A : Hôm nay thời tiết ở Cần Thơ thế nào?

B : Hôm nay trời nắng, nhưng nghe nói ngày mai sẽ mưa.

	(오늘)	(내일)		(오늘)	(내일)
①			②		
③			④		
⑤					

문제 풀이

해설 날씨가 흐리다(trời âm u), 비가 오다(trời mưa), 날씨가 맑다(trời nắng)

해석 A: 오늘 Cần Thơ 날씨 어때요?
B: 오늘은 날이 화창하지만, 듣자 하니 내일 비가 올 거라네요.

정답 ⑤

분석 ▶ **의문사 thế nào** (어떻게, 어떠한)

주어				thế nào	
Hôm nay	thời tiết	ở	Cần Thơ	thế nào?	질문
오늘	Cần Thơ에서 날씨는			어떠한가요?	
Hôm nay	trời			nắng	답변
오늘	날씨(하늘)는			화창합니다	
Ngày mai	(trời)			mưa	
내일	날씨(하늘)는			비가 옵니다	

어휘

hôm nay 오늘　thời tiết 날씨　thế nào (의문사) 어떠한　trời 하늘
nắng 햇볕 쨍쨍한, 화창한　nhưng 하지만　nghe nói 듣자 하니　ngày mai 내일
sẽ (시제어) ~일 것이다　mưa 비, 비가 오다

문항 사례 ② 도시별 날씨 표현

네 도시에 관한 일기예보의 내용과 일치하는 것은? 2019학년도 수능 9월 모의평가

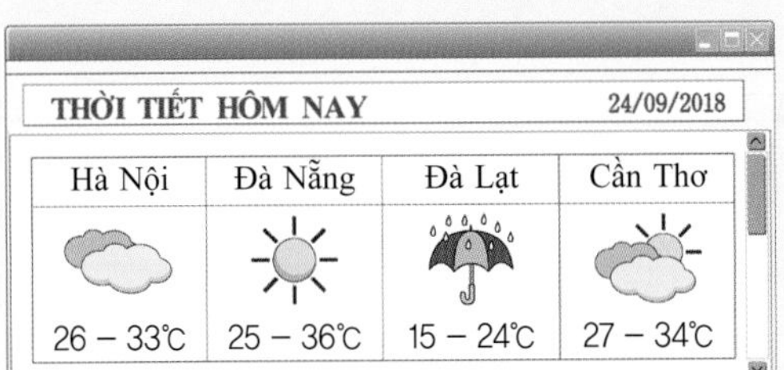

THỜI TIẾT HÔM NAY
24/09/2018
Hà Nội
Đà Nẵng
Đà Lạt
Cần Thơ
26 – 33℃
25 – 36℃
15 – 24℃
27 – 34℃

① Cần Thơ có mưa.
② 3 thành phố trời nắng.
③ Nhiệt độ Đà Lạt cao hơn Hà Nội.
④ Nhiệt độ thấp nhất ở Đà Nẵng là 36℃.
⑤ Thời tiết Đà Nẵng và Đà Lạt khác nhau.

문제 풀이

해설 ① 껀터에는 비가 온다.
② 3개 도시는 날씨가 화창하다
③ 다랏의 기온은 하노이보다 높다.
④ 다낭의 가장 낮은 기온은 36℃이다.
⑤ 다낭과 다랏의 날씨는 서로 다르다.

해석

오늘의 날씨			2018년 9월 24일
하노이	다낭	다랏	껀터
흐림	맑음	비 옴	약간 흐림
26–33℃	25–36℃	15–24℃	27–34℃

정답 ⑤

분석 ▶ 비교급 문형 '형용사 + **hơn** (~보다)'

주어			술어(형용사)	**hơn**	
Nhiệt độ	(của)	Đà Lạt	cao	hơn	Hà Nội
Đà Lạt의 온도는			높다	Hà Nội보다	

▶ **khác nhau** (서로 다른) ↔ **giống nhau** (서로 같은)

주어				술어(형용사)	
Thời tiết	Đà Nẵng	và	Đà Lạt	khác	nhau
Đà Nẵng과 Đà Lạt의 날씨는				다르다	서로서로
Thời tiết	Đà Nẵng	và	Đà Lạt	giống	nhau
Đà Nẵng과 Đà Lạt의 날씨는				같다	서로서로

어휘

thời tiết 날씨 | hôm nay 오늘 | có 있다 | mưa 비, 비가 오다
thành phố 도시 | trời nắng 날씨가 맑다 | nhiệt độ 기온, 온도 | thấp 낮은
nhất (최상급) 가장, 제일

문항 사례 ③ 일자별 날씨 변화 표현

Hà Nội의 일기예보 내용과 일치하지 않는 것은? 2019학년도 수능 6월 모의평가

Thời tiết Hà Nội		
Thứ 6 16/02	Thứ 7 17/02	Chủ nhật 18/02
Có mưa	Có mây, trời nắng	Nhiều mây, không mưa
17℃~24℃	18℃~25℃	20℃~27℃

① Thứ 6 trời mưa.
② Chủ nhật trời có nhiều mây.
③ Thứ 7 nhiệt độ từ 18℃ đến 25℃.
④ Chủ nhật nhiệt độ thấp nhất là 27℃.
⑤ Trong ba ngày, chỉ có một ngày trời mưa.

문제 풀이

해설 ① Thứ 6 trời mưa. [금요일에 하늘이 비가 온다.] → 금요일에 비가 내린다.

② Chủ nhật trời có nhiều mây. [일요일 하늘이 많은 구름이 있다.] → 일요일 많은 구름이 낀다.

③ Thứ 7 nhiệt độ từ 18℃ đến 25℃. [토요일 기온은 18℃부터 25℃이다.]

④ Chủ nhật nhiệt độ thấp nhất là 27℃. [일요일 가장 낮은 온도는 27℃이다.] → 일요일 가장 낮은 온도는 20℃이다.

⑤ Trong ba ngày, chỉ có một ngày trời mưa. [3일 동안, 하늘이 비가 오는 날이 단지 하루만 이다.] → 3일 동안, 단지 하루만 비가 온다.

해석

금요일 2월 16일	토요일 2월 17일	일요일 2월 18일
비 옴	구름 낌 날씨 화창함	구름 많이 낌 비는 오지 않음
17℃ ~ 24℃	18℃ ~ 25℃	20℃ ~ 27℃

정답 ④

분석 ▶ 서수 및 기수 표현

서수	뜻	기수	뜻
một	일	thứ nhất	첫 번째
hai	이	thứ hai	두 번째
ba	삼	thứ ba	세 번째
bốn	사	thứ tư	네 번째
năm	오	thứ năm	다섯 번째
sau	육	thứ sáu	여섯 번째
bẩy/bảy	칠	thứ bảy/by	일곱 번째
…	…	…	…

첫 번째는 thứ một이 아닌 thứ nhất이고, 네 번째는 thứ bốn이 아닌 thứ tư임을 꼭 기억하자.

▶ 요일 표현

표현	뜻	표현	뜻
(ngày/hôm) chủ nhật	일요일	(ngày/hôm) thứ hai	월요일
(ngày/hôm) thứ ba	화요일	(ngày/hôm) thứ tư	수요일
(ngày/hôm) thứ năm	목요일	(ngày/hôm) thứ sáu	금요일
(ngày/hôm) thứ bảy/bẩy	토요일		

일요일(chủ nhật)을 한 주의 시작으로 볼 때, 월요일은 두 번째 날(ngày/hôm thứ 2)이 된다. 이처럼 베트남어 서수 표현을 사용하며, 세 번째 날은 화요일, … 등 일곱 번째 날은 토요일로 표현된다.

▶ 날짜 표현

날짜 표현	일	월	년
ngày 22 tháng 1 năm 2019	ngày 22	tháng 1	năm 2019
2019년 1월 22일	22일	1월	2019년

베트남어에서 날짜는 '년/월/일'의 순서가 아닌 '일/월/년'의 순서로 표현한다. 그래서 26/02는 ngày 26 tháng 2이며 즉, 2월 26일을 나타낸다.

▶ 날씨 표현

표현	뜻	표현	뜻
trời ấm	(날씨가) 따뜻하다	trời nóng	(날씨가) 덥다
trời mát mẻ	(날씨가) 시원하다	trời lạnh	(날씨가) 춥다
trời có mưa	비가 오다	trời có mây	구름이 있다

어휘

thứ 6 금요일
thứ 7 토요일
chủ nhật 일요일(주일)
mây 구름
trời 하늘
mưa 비, 비가 오다
nắng 햇볕 쨍쨍한
nhiệt độ 온도, 기온
thấp 낮은
nhất 제일, 가장
trong ~ 동안
ngày 날, 일
chỉ 단지, 오직
từ ⓐ đến ⓑ ⓐ에서부터 ⓑ까지

문항 사례 4 날씨 관련 표현

빈칸에 들어갈 말로 알맞은 것은? 2018학년도 수능

A : Trời đang mưa. Mình không có áo mưa.

B : Mình có hai cái đấy. Cho bạn mượn một cái nhé.

A : ______________________.

B : Không có gì.

① Có gì đâu ② Mình bình thường ③ Bạn không bán đâu
④ Cảm ơn bạn nhiều ⑤ Mình không cho bạn mượn

문제 풀이

해설 ① 천만에.
② 나는 보통이야.
③ 너는 절대 팔지 않는다.
④ 많이 고마워.
⑤ 나는 너가 책을 빌리게끔 하지 않는다. (→ 나는 너에게 책 빌려주지 않는다.)

해석 A: 비가 오고 있네. 나는 우비가 없어.
B: 나는 두 개 있어. 한 개 빌려줄게.
A: 너무 고마워.
B: 천만에.

정답 ④

분석 ▶ 시제어 đang (~하고 있다)

주어	đang	술어
trời	đang	mưa
하늘(날씨)	~하고 있다	비가 오다

▶ 동사 có (있다) 문형

주어	không	술어	
Mình	không	có	áo mưa
나는	있지 않다 (→ 없다)		비옷
Mình		có	hai cái nhé
나는		있다	두 개

▶ cho 용법

1) 주다	cho	tôi		menu
cho 앞뒤로 동사가 없는 경우	나에게 메뉴 주세요			
2) ~하게끔 하다	cho	tôi	xem	menu
cho 뒤에 동사(xem)가 있는 경우	내가 메뉴 보게끔 해 주세요			
3) ~에게	đưa	cho	tôi	menu
cho 앞에 동사(đưa)가 있는 경우	나에게 메뉴 건네주세요			

cho 앞뒤로 동사가 없는 경우 cho는 '주다'라는 의미의 동사가 되고,
cho 뒤에 동사가 있는 경우 cho는 '~하게끔 하다'라는 사역 동사의 의미가 되며,
cho 앞에 동사가 있는 경우 cho는 '~에게'라는 의미의 전치사가 된다.

Cho	bạn	mượn	một cái nhé
~하게끔 하다	너	빌리다	한 개
너가 한 개 빌리게끔 할게 (→ 너에게 한 개 빌려줄게)			

▶ 감사와 사과 표현

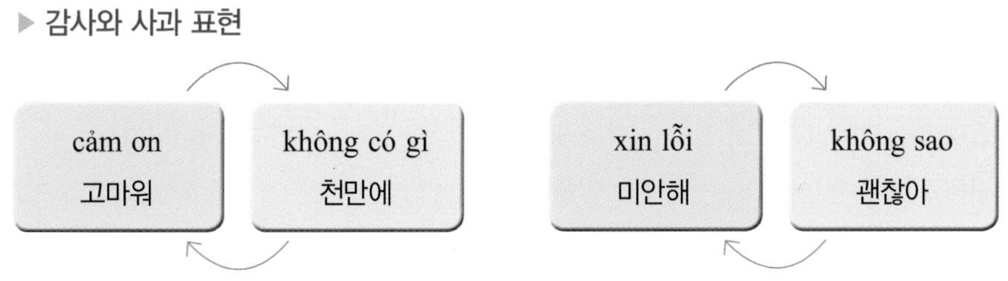

어휘

trời 하늘, 날씨 | đang (시제어) ~하고 있다 | mưa 비, 비가 오다 | mình 나
có 있다 | áo mưa 비옷 | cho ~하게끔 하다 | bạn 너
mượn 빌리다 | gì (의문사) 무엇 | đâu (의문사) 어디 | bình thường 평상의, 보통의
bán 팔다 | cảm ơn 감사하다 | nhiều 많은

문항 사례 ⑤ 지역별 날씨 변화 표현

대화의 내용으로 보아 Đà Lạt과 Hà Nội의 현재 날씨는? 2018학년도 수능

A : Mình vào Đà Lạt hai ngày rồi.

B : Thế à? Đà Lạt mùa này chắc nhiều sương mù nhỉ?

A : Sáng sớm có sương mù nhưng bây giờ trời nắng đẹp. Hà Nội thì sao?

B : Trời đang mưa.

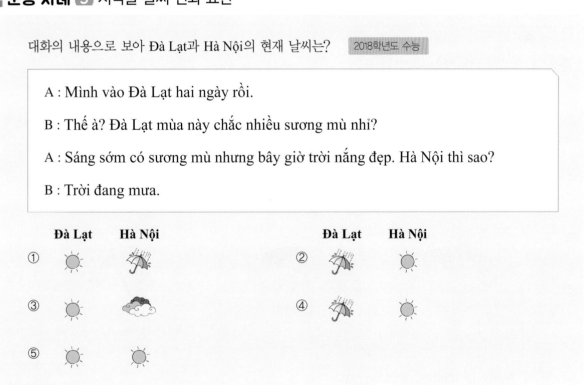

	Đà Lạt	**Hà Nội**		**Đà Lạt**	**Hà Nội**
①			②		
③			④		
⑤					

문제 풀이

해설 맑다 (trời nắng), 구름이 껴 있다 (trời có mây), 비가 오다 (trời mưa)

해석 A: 나는 다랏에 온 지 2일 되었어.
B: 그래? 이 계절의 다랏에는 안개가 많지?
A: 이른 아침에는 안개가 있지만 지금은 날씨가 화창해. 하노이는 어때?
B: 비가 오고 있어.

정답 ①

분석 ▶ 날씨 표현

시간 부사	주어	술어(형용사)
Bây giờ	trời	nắng đẹp

▶ 시제어 **đang** (~하고 있다)

주어	**đang**	술어
Trời	đang	mưa
비가 오고 있다		

어휘

vào 들어가다, 가다
ngày 일, 날
mùa 계절
nhiều 많은
sương mù 안개
chắc 아마도
bây giờ 지금
sáng sớm 이른 아침
trời 하늘, 날씨
nắng đẹp 화창한
thì sao? ~는 어때?
đang (시제어) ~하는 중이다
mưa 비, 비가 오다

문항 사례 ⑥ 요일별 날씨 변화 표현

일기예보의 내용과 일치하는 것을 〈보기〉에서 고른 것은? 2018학년도 수능 6월 모의평가

Xem thời tiết theo khu vực Hà Nội

Hôm nay Thứ 5 16/02	Ngày mai Thứ 6 17/02	Ngày kia Thứ 7 18/02
17-20°C	15-19°C	13-16°C

보기

a. Ngày 18 tháng 2, trời có mưa.

b. Nhiệt độ hôm nay thấp hơn ngày kia.

c. Thứ 6, trời có mây nhưng không mưa.

d. Trong 3 ngày, thứ 7 có nhiệt độ cao nhất.

① a, b ② a, c ③ b, c ④ b, d ⑤ c, d

문제 풀이

해설 a. 2월 18일, 비가 온다.
b. 오늘 기온은 모레보다 낮다.
c. 금요일, 구름이 있으나 비가 오지는 않는다.
d. 3일 가운데, 토요일이 가장 기온이 높다.

해석

하노이 지역에 따른 날씨 보기		
오늘 목요일 2월 16일	내일 금요일 2월 17일	모레 토요일 2월 18일
구름 낌	흐림	비 옴
17~20℃	15~19℃	13~16℃

정답 ②

분석 ▶ 비교 문형

주어	술어		비교 대상	해석	
Hôm nay	nóng	bằng	hôm qua	오늘은 어제만큼 덥다	원급
		~만큼		오늘 기온 = 어제 기온	
Ngày mai	nóng	hơn	hôm nay	내일은 오늘보다 덥다	비교급
		~보다		내일 기온 〉 오늘 기온	
Ngày mai	nóng	nhất		내일은 가장 덥다	최상급
		가장, 제일			

어휘

xem 보다
thời tiết 날씨
theo 따르다
khu vực 지역, 구역
hôm nay 오늘
ngày mai 내일
ngày kia 모레
trời 하늘, 날씨
mưa 비, 비 오다
nhiệt độ 온도, 기온
thấp 낮은
hơn (비교급) ~보다
mây 구름
trong (전치사) ~동안
cao 높은
nhất (최상급) 가장, 제일

04 기출 문항 풀어보기

1 Đà Nẵng의 현재 날씨에 해당하는 것은? [2016학년도 수능]

A : Chị ơi, chiều hôm nay em bay vào Đà Nẵng đấy. Thời tiết ở Đà Nẵng có đẹp không?
B : Hôm qua, ở đây trời mưa rất to nhưng bây giờ trời nắng đẹp, em ạ.

① 
② 
③ 
④ 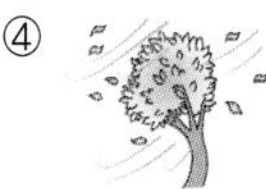
⑤ 

어휘

(buổi) chiều 오후
bay vào ~로 날아가다
hôm qua 어제
ở đây 여기에서
mưa 비, 비가 오다
to 큰
nhưng 하지만
bây giờ 지금
nắng 햇볕 쨍쨍한, 화창한

CHAPTER_05 쇼핑 표현

출제경향 분석

과일가게, 옷가게 등 상점에서 구매하는 과정에서 필요한 가격 묻기, 흥정하기 등 대화의 흐름상 적절한 문장을 묻는 문항들이 주를 이루며, 매회 1개 문항이 출제되고 있다.

문항 사례 ① 과일 구매 표현

빈칸에 들어갈 말로 알맞은 것을 〈보기〉에서 찾아 순서대로 바르게 배열한 것은? 2019학년도 수능

A : Bác ơi! Táo này bao nhiêu tiền 1 cân?

B : ________________________________.

A : Sao đắt thế?

B : ________________________________.

A : ________________________________.

B : Cháu mua 2 cân thì bác lấy 140.000 đồng thôi.

A : Vâng, thế thì cho cháu 2 cân.

보기

a. 75.000 đồng 1 cân

b. Giảm giá cho cháu đi.

c. Vì táo tươi và ngon lắm.

① a – b – c ② a – c – b ③ b – a – c ④ b – c – a ⑤ c – a – b

문제 풀이

해석 A: 아저씨. 이 사과 1킬로에 얼마예요?
B: (a) 1킬로에 75,000동입니다.
A: 왜 그렇게 비싸요?
B: (c) 왜냐하면 사과가 매우 신선하고 맛있기 때문입니다.
A: (b) 깎아 주세요.
B: 2킬로를 산다면 아저씨가 140,000동만 받을게요.
A: 네, 그러면 제게 2킬로 주세요.

정답 ②

분석 ▶ 가격을 물을 때 쓰는 의문사 bao nhiêu tiền (얼마)

주어	bao nhiêu	tiền		cân
Táo này	bao nhiêu	tiền	1	cân?
이 사과	얼마인가요?		1 kg 당	
(Táo này)	75,000 đồng		1	cân
	1 kg 당 75,000동입니다			

▶ 전치사 cho (~에게)

주어	술어(동사)		전치사	
(Chú)	Giảm	giá	cho	cháu
	가격을 깎다		저에게	

▶ 동사 cho (주다)

	주어	술어(동사)		
Thế thì	(chú)	cho	cháu	2 cân
그렇다면		저에게 주세요		2 kg

▶ cho 용법

1) 주다	cho	tôi		menu
cho 앞뒤로 동사가 없는 경우	나에게 메뉴 주세요			
2) ~하게끔 하다	cho	tôi	xem	menu
cho 뒤에 동사(xem)가 있는 경우	내가 메뉴 보게끔 해 주세요			
3) ~에게	đưa	cho	tôi	menu
cho 앞에 동사(đưa)가 있는 경우	나에게 메뉴 건네주세요			

cho 앞뒤로 동사가 없는 경우 cho는 '주다'라는 의미의 동사가 되고,
cho 뒤에 동사가 있는 경우 cho는 '~하게끔 하다'라는 사역 동사의 의미가 되며,
cho 앞에 동사가 있는 경우 cho는 '~에게'라는 의미의 전치사가 된다.

어휘

bác 아저씨
tiền 돈
đắt 비싼
lấy 갖다
thế thì 그렇다면
vì ~이기 때문이다
táo (과일) 사과
cân 킬로그램(kg)
thế 그렇게
đồng (베트남 화폐 단위) 동
cho 주다
tươi 신선한
bao nhiêu (의문사) 얼마나 많은
sao (의문사) 왜
mua 사다, 구매하다
thôi 오직, 단지
giảm giá 가격을 깎다
ngon 맛있는

문항 사례 ② 옷 구매 표현

빈칸에 들어갈 말로 알맞은 것을 〈보기〉에서 고른 것은? 2019학년도 수능 6월 모의평가

A : Chị ơi, hôm qua em đã mua áo ở đây.
Thế nhưng ________________.
Có cái nào to hơn không ạ?
B : Đây là cái áo to nhất rồi đấy.
A : Dạ. Vậy chị cho em trả lại ạ.

보기
a. áo này hơi đắt
b. áo này không vừa với em
c. em mặc áo này rộng quá
d. em muốn đổi lấy cái khác

① a, b ② a, c ③ b, c ④ b, d ⑤ c, d

문제 풀이

해설 a. 이 옷은 약간 비싸다.
b. 이 옷은 나에게 맞지 않다.
c. 저는 이 옷을 너무 크게 입네요.
d. 저는 다른 것으로 바꾸길 원합니다.

해석 A: 저기요, 어제 제가 여기에서 이 옷을 샀어요.
그런데 이 옷은 맞지 않네요. / 저는 다른 것으로 바꾸길 원합니다.
B: 이게 가장 큰 옷입니다.
A: 네. 그러면 환불해 주세요.

정답 ④

분석 ▶ 비교급 문형 **hơn** (~보다)

주어	술어		형용사	hơn	
(Ở đây)	có	cái nào	to	hơn	không?
(여기에)	있다	어떤 것	큰	보다	
(여기에) 보다 큰 것이 있나요?					

비교 문형 가운데 비교급 문형은 '형용사 + hơn(보다)'의 형태를 띤다.

▶ 최상급 문형 **nhất** (가장, 제일)

주어	술어		형용사	nhất
Đây	là	cái áo	to	nhất
이것은	~이다	옷	큰	가장, 제일
이것은 가장(제일) 큰 옷입니다				

비교 문형 가운데 최상급 문형은 '형용사 + nhất(가장, 제일)'의 형태를 띤다.

▶ **사역 동사 cho** (~하게끔 하다)

주어	cho	목적어	목적어의 동사
Chị	cho	em	trả lại
언니	~하게끔 하다	제가	환불하다
(언니는) 제가 환불하게끔 해 주세요 → 환불해 주세요			

cho 뒤에 목적어와 목적어의 동사가 나오는 경우, cho는 사역 동사 '~하게끔 하다'의 의미가 되어 '목적어(em)가 목적어의 동사(trả lại) 되게끔 하다'로 해석된다.

어휘

hôm qua 어제
áo (윗도리, 상의) 옷
to 큰, 커다란
nhất (최상급) 가장, 제일
hơi 약간, 조금
mặc áo 옷을 입다
đổi 바꾸다
ạ (높임말 표현)
đã (시제어) ~했다
ở đây 여기에서
hơn (비교급) ~보다
cho (사역 동사) ~하게끔 하다
đắt 비싼, 값비싼
rộng 넓은, 큰
lấy 갖다
mua 사다, 구매하다
cái nào 어떤 것
đây là 이것은 ~이다
trả lại 환불하다
vừa 딱 맞는, 알맞은
muốn 원하다
khác 다른

문항 사례 ③ 과일 구매 표현

빈칸에 들어갈 말로 알맞지 않은 것은? 2018학년도 수능

A : Chị ơi, cam này bao nhiêu tiền một cân?

B : 100.000 đồng em ạ.

A : Đắt quá. Chị có bớt được không?

B : Không được, ____________________.

① chị bán đúng giá
② mùa này cam đắt lắm
③ giá này không đắt đâu
④ chị bớt cho em 20.000 đồng
⑤ 100.000 đồng một cân là giá rẻ rồi

문제 풀이

해설 ① 저는 정가에 파는 거예요.

② 이 계절에는 오렌지가 매우 비쌉니다.

③ 이 가격은 전혀 비싼 게 아니에요

④ 제가 200,00동 깎아 줄게요.

⑤ kg당 100,000동은 이미 싼 가격이에요.

해석 A: 언니, 이 오렌지 1kg에 얼마인가요?

B: 100,000동입니다.

A: 너무 비싸요. 깎아 주실 수 있으세요?

B: 안돼요. 저는 정가에 파는 거예요 / 이 계절에는 오렌지가 매우 비쌉니다 / 이 가격은 전혀 비싼 게 아니에요 / kg당 100,000동은 이미 싼 가격이에요.

정답 ④

분석 ▶ 의문사 **bao nhiêu** (얼마)

주어	bao nhiêu			
Cam này	bao nhiêu	một	cân?	질문
이 오렌지	얼마	1 kg 당		
(Cam này)	100.000 đồng	(một cân)		답변
(이 오렌지)	100,000동입니다	(1 kg) 당		

▶ 가능을 나타내는 **được** 의문문 문형

주어	có	술어(동사)	được	không?	
Chị	có	bớt	được	không?	의문문
언니는		깎아 주다	~할 수 있습니까?		
			Được	할 수 있다	긍정 답변
			Không được	할 수 없다	부정 답변

어휘

cam 오렌지
bao nhiêu tiền 얼마인가요?
đắt 비싼
được (가능) ~할 수 있다
giá 가격
giá rẻ 값이 싼
bao nhiêu (의문사) 얼마나 많은
cân 킬로그램(kg)
quá (감탄문) 너무, 몹시
bán 팔다
đúng giá 정가의
tiền 돈
đồng (베트남 화폐 단위) 동
bớt 깎다, 덜어내다
đúng 맞는, 정확한
mùa 계절

문항 사례 ④ 물건 구매 표현

빈칸에 들어갈 말로 알맞은 것은? 2018학년도 수능 9월 모의평가

A : Chị ơi! Em đang tìm quà sinh nhật cho em trai.

B : Chiếc đồng hồ đeo tay này thế nào?
Chúng tôi đang giảm giá 20%, chỉ còn 400,000 đồng thôi.

A : Vâng. ______________________.

B : Cảm ơn em. Đồng hồ của em đây.

① Em mua chiếc này.
② Em có đồng hồ này rồi.
③ Chiếc này bao nhiêu tiền?
④ Em trả lại tiền được không?
⑤ Chị có bán đúng giá không?

문제 풀이

해설 ① 저는 이 시계를 살게요.
② 저는 이미 이 시계가 있어요.
③ 이 시계는 얼마입니까?
④ 저 환불할 수 있나요?
⑤ 당신은 정가에 판매하시나요?

해석 A: 저기요. 저는 남동생을 위한 생일 선물을 찾고 있어요.
B: 손에 차는 이 시계는 어때요? 저희는 20% 할인을 하고 있습니다, 단돈 40만 동이에요.
A: 네. 저는 이 시계를 살게요.
B: 감사합니다. 당신의 시계 여기 있습니다.

정답 ①

분석 ▶ 시제어 **đang** (~하고 있다)

주어	đang	술어		전치사	
Em	đang	tìm	quà sinh nhật	cho	em trai
저는	찾고 있습니다		생일 선물	~을 위한	남동생

시제를 나타내는 시제어는 반드시 주어와 술어 사이에 위치한다.

▶ 종별사 **chiếc**

종별사			형용사	의문사
Chiếc	đồng hồ	[đeo tay]	này	thế nào?
	시계	손에 차는	이	

사물의 종류를 구별하는 종별사는 con, cái, chiếc 등이 있는데, 이러한 종별사는 1) 사물의 수량을 구체화하거나, 2) 형용사의 수식을 통해 구체화하는 경우에 한하여 사용한다. 본 문항에서 đồng hồ(시계)라는 사물을 đeo tay(손에 차는)과 này(이)를 통해 수식하며 구체화하였기 때문에 chiếc이라는 종별사를 사용하였다.

▶ **chỉ ~ thôi** (오직, 단지)

chỉ	술어		thôi
chỉ	còn	400,000 đồng	thôi

'오직, 단지'의 뜻인 chỉ는 주어와 술어 사이에, thôi는 문장 끝에 위치한다. chỉ와 thôi는 본 문항처럼 두 개가 같이 쓰기도 하고, 각각 한 개씩만 사용하기도 한다.

어휘

đang (시제어) ~하고 있다
tìm 찾다
quà 선물
quà sinh nhật 생일 선물
cho (전치사) ~를 위한, ~에게
em trai 남동생
chiếc (종별사) 개
đồng hồ 시계
đeo (시계를) 차다
tay 손
thế nào (의문사) 어떠한
chúng tôi (청자 제외한) 우리
giảm giá 할인하다
chỉ ~ thôi 단지, 오직
đây 여기
mua 사다, 구매하다
rồi 이미
bao nhiêu tiền? 얼마인가요?
trả lại 환불하다
tiền 돈
bán 팔다
đúng giá 정가의

문항 사례 ⑤ 구매 흥정 표현

빈칸에 들어갈 말로 알맞은 것을 〈보기〉에서 고른 것은? 2018학년도 수능 6월 모의평가

A : Cái túi xách này giá bao nhiêu?

B : 500,000 đồng chị.

A : Đắt quá! Anh giảm giá được không?

B : Không được đâu ạ. ________________.

보기

a. Tôi sẽ bớt cho chị
b. Để tôi giảm giá nhé
c. Giá đã giảm 20% rồi
d. Hàng bán đúng giá đây

① a, b ② a, c ③ b, c ④ b, d ⑤ c, d

문제 풀이

해설 a. 제가 당신에게 깎아 줄게요.
b. 제가 깎게 해 주세요.

c. 가격이 이미 20% 할인되었어요.

d. 여기는 정가에 파는 물건이에요.

해석 A: 이 가방은 가격이 얼마인가요?
B: 500,000동입니다.
A: 너무 비싸요. 가격을 깎아 주실 수 있으세요?
B: 절대 안돼요. 가격이 이미 20% 할인되었어요. / 여기는 정가에 파는 물건이에요.

정답 ⑤

분석 ▶ **의문사 bao nhiêu**

주어			술어		
Cái	túi xách	này	giá	bao nhiêu?	질문
				500,000 đồng	답변

가격을 물을 때, 의문사 bao nhiêu를 사용한다는 점을 꼭 기억하자.

▶ **가능을 의미하는 được** (~할 수 있다)

주어		술어(동사)	được	
Anh	(có)	giảm giá	được	không?
		가격을 깎다	~할 수 있나요?	

가능(~할 수 있다)을 표현하는 'được'은 반드시 술어인 동사 뒤에 위치해야 함을 기억하자.

▶ **강한 부정 không ~ đâu** (절대 ~ 아니다)

không	được		할 수 없다
không	được	đâu	절대 할 수 없다

어휘

túi xách 가방
bao nhiêu (의문사) 얼마
quá 매우, 몹시
bớt 깎다, 덜다
hàng 상품, 물건
đây 여기
này (지시 형용사) 이
đồng (베트남 화폐 단위) 동
giảm giá 가격을 깎이다
cho (전치사) ~에게
bán 팔다
giá 가격
đắt 비싼
không ~ đâu (강한 부정) 전혀 ~아니다
để ~하게끔 하다
đúng giá 정가의

문항 사례 ⑥ 임대 표현

대화의 내용으로 알 수 있는 것은? 2018학년도 수능 6월 모의평가

A : Anh muốn thuê căn hộ loại nào?

B : Tôi đang tìm một căn hộ 2 phòng ở gần trung tâm thành phố.

A : Có một căn hộ như thế, giá 10 triệu đồng 1 tháng.

B : Được đấy. Tôi phải trả tiền thế nào?

A : Anh có thể trả từng tháng hoặc 3 tháng một lần.

① B는 3월 초에 이사해야 한다.
② A는 B의 집 근처에 살고 있다.
③ A의 사무실은 도심에 위치해 있다.
④ B는 친구와 함께 살 집을 찾고 있다.
⑤ B는 방 2개짜리 아파트를 구하고 있다.

문제 풀이

해설 ①~④ 알 수 없음

⑤ B는 방 2개짜리 아파트를 구하고 있다. → Tôi đang tìm một căn hộ 2 phòng. [저는 방 2개짜리 집을 찾고 있습니다.]

해석 A: 당신은 어떤 종류의 집을 빌리기를 원하세요?
B: 저는 시내 가까이에 있는 방 2개짜리 집 하나를 찾고 있어요.
A: 그와 같은 집이 있는데, 가격이 한 달에 천만 동입니다.
B: 가능해요. 제가 어떻게 지불해야 할까요?
A: 당신은 달마다 혹은 3개월에 한 번 지불할 수 있습니다.

정답 ⑤

분석 ▶ 의문사 nào

주어	술어				의문사	
Anh	muốn	thuê	căn hộ	loại	nào?	질문
당신은 집을 빌리길 원하십니까				어떤 종류?		
Tôi	muốn	thuê	căn hộ	2 phòng		답변
저는 집을 빌리길 원합니다				방이 2개 있는		

▶ 전치사 ở (~에 있는)

주어	시제어	술어(동사)			동사		
Tôi	đang	tìm	một căn hộ	2 phòng	[ở	gần	trung tâm thành phố]
					시내 가까이에 있는		

▶ 가능을 의미하는 có thể (~할 수 있다)

주어	có thể	술어(동사)				
Anh	có thể	trả	từng tháng	hoặc	3 tháng	một lần
지불할 수 있다			매달 / 달마다	혹은	3달에 한 번	

가능(~할 수 있다)을 표현하는 'có thể'는 반드시 주어와 술어 사이에 위치함을 기억하자.

어휘

muốn 원하다
nào (의문사) 어떤
gần 가까운
giá 가격
có thể ~할 수 있다
thuê 빌리다
tìm 찾다
trung tâm 중심, 센터
phải ~해야만 한다
từng ~ 마다
căn hộ 집
phòng 방
thành phố 도시
trả tiền 지불하다
hoặc 혹은, 또는
loại 종류
ở (전치사) ~에 있는
như thế 그와 같은
thế nào (의문사) 어떻게
một lần 1회

05 기출 문항 풀어보기

1 빈칸에 들어갈 말로 알맞은 것을 〈보기〉에서 찾아 순서대로 바르게 배열한 것은? [2015학년도 수능]

A : Chị ơi. Cái áo này bao nhiêu tiền?
B : ______________________________.
A : ______________________________.
B : Còn màu xanh và màu trắng nữa.
A : Cho em xem cái màu trắng.
B : ______________________________.

보기

a. 90.000 đồng em ạ.
b. Đây, áo màu trắng đây.
c. Còn màu nào khác không ạ?

① a – b – c ② a – c – b ③ b – a – c
④ b – c – a ⑤ c – b – a

어휘

còn 남아 있다
màu xanh 푸른색
màu trắng 하얀색
nữa 더
màu 색상
nào (의문사) 어떤

CHAPTER_06 음식 표현

출제경향 분석

식당 혹은 카페에서 주문 및 예약하는 과정의 대화 진행에 적절한 문장을 고르는 문항이 주로 출제되고 있다.

문항 사례 ① 음료 주문 표현

빈칸에 들어갈 말로 알맞은 것은? 2019학년도 수능

________________?
Cho tôi 1 ly nước cam.
MENU

① Ai đó ② Chị uống gì ạ ③ Chị cao bao nhiêu
④ Chị có túi xách không ⑤ Sinh nhật chị ngày nào

문제 풀이

해설 ① 거기 누구세요
② 당신은 무엇을 마시겠습니까
③ 당신은 키가 몇인가요
④ 당신은 가방이 있습니까
⑤ 당신의 생일은 어떤 날인가요

해석 A: 당신은 무엇을 마시겠습니까?
B: 제게 오렌지주스 한 잔 주세요.

정답 ②

분석 ▶ 동사 cho (주다)

주어	술어(동사)			
(Anh)	cho	tôi	1 ly	nước cam
	저에게 주세요		1 컵	오렌지주스

▶ 키(신장)를 묻는 표현 : cao bao nhiêu (얼마나 키가 큰)

주어	술어(형용사)	
Chị	cao	bao nhiêu?
당신은 키가 얼마나 큽니까?		
Tôi	cao	1 mét 70
저는 1미터 70입니다		

어휘

cho 주다
ai (의문사) 누구
cao 키 큰
túi xách 가방
ly (종별사) 컵
uống 마시다
bao nhiêu (의문사) 얼마나 많이
sinh nhật 생일
nước cam 오렌지주스
gì (의문사) 무엇
có 있다
nào (의문사) 어떤

문항 사례 ② 음식 주문 표현

빈칸에 들어갈 말로 알맞은 것을 〈보기〉에서 고른 것은? 2019학년도 수능 9월 모의평가

A : Cô dùng gì ạ?

B : Cháu ơi, nhà hàng này có món gì ngon?

A : ____________________, cô ạ!

B : Vậy, cho cô một bát bún bò Huế nhé.

보기

a. Các món bún ngon
b. Không bán bún bò Huế
c. Nhà hàng chỉ còn bánh mì
d. Nhiều khách thích ăn bún bò Huế

① a, b ② a, d ③ b, c ④ b, d ⑤ c, d

문제 풀이

해설 a. 국수 음식들이 맛있습니다.
b. bún bò Huế를 팔지 않습니다.
c. 식당에는 오직 빵만 남아 있습니다.
d. 많은 손님들이 bún bò Huế 먹는 것을 좋아합니다.

해석 A: 무엇을 드시겠습니까?
B: 저기요, 이 식당은 맛있는 무슨 음식이 있습니까?
A: 국수 음식들이 맛있습니다 / 많은 손님들이 bún bò Huế 먹는 것을 좋아합니다.
B: 그러면, 제게 bún bò Huế 한 그릇 주세요.

정답 ②

분석 ▶ 의문사 gì (무엇)

주어		술어(동사)		의문사	
Nhà hàng	này	có	món	gì	ngon?
이 식당은		있습니까?	맛있는 무슨 음식이		

▶ 동사 cho (주다)

동사	목적어	수량	종별사	음식명	
cho	cô	một	bát	bún bò Huế	nhé
저에게 주세요		한 그릇		bún bò Huế를	

어휘

dùng 드시다(먹다, 마시다) gì (의문사) 무엇 nhà hàng 식당, 레스토랑 món 음식
gì (의문사) 무엇 ngon 맛있는 cho 주다 bát (종별사) 그릇
bán 팔다 chỉ 단지, 오직 còn 남아 있다 nhiều 많은
khách 손님 thích 좋아하다 ăn 먹다

문항 사례 ③ 영수증 기재 표현

영수증의 내용으로 알 수 있는 것은? 2019학년도 수능 9월 모의평가

Cafe Lala
Số XX Lê Lợi
Tel : XXX 1234 5678
Bàn số : 5

Cà phê đen đá	30.000
Kem dừa	35.000
Nước cam	40.000
Cộng :	105.000 đồng

Cảm ơn quý khách!

① 녹차가 가장 저렴하다.
② 테이블 총 개수는 5개다.
③ 5명이 커피숍을 방문했다.
④ 커피숍은 Hạ Long에 있다
⑤ 오렌지주스 가격은 4만 동이다.

문제 풀이

해석 ①~④ 알 수 없음
⑤ 오렌지주스 가격은 4만 동이다. → nước cam 40.000 đồng

해석 Cafe Lala
Lê Lợi로 XX번지
연락처: XXX 1234 5678
테이블 번호: 5
아이스블랙커피 30.000
코코넛 아이스크림 35.000
오렌지주스 40.000

총 105.000 đồng
고객님 감사합니다!

정답 ⑤

어휘

số 숫자, 번호　bàn 테이블　cà phê 커피　đen 검은색
đá 얼음, 아이스　kem 아이스크림　dừa 코코넛　nước cam 오렌지주스
cộng 총액　quý khách 고객

문항 사례 ④ 음료 주문 표현

빈칸에 들어갈 말로 알맞은 것은? 2019학년도 수능 6월 모의평가

A : Anh chị ____________________?

B : Cho chúng tôi một ly cà phê và một ly nước chanh.

① uống gì ạ
② có mấy cái ly
③ phục vụ tôi à
④ đi uống cùng ai
⑤ định uống ở chỗ nào

문제 풀이

해설 ① 무엇을 마시겠습니까?
② 몇 잔 있습니까?
③ 저에게 서비스 업무하시죠?
④ 누구와 함께 마시러 갑니까?
⑤ 어떤 곳에서 마시고자 합니까?

해석 A: 남성 분과 여성 분, 두 분 무엇을 마시겠습니까?
B: 우리에게 커피 한 잔과 라임주스 한 잔을 주세요.

정답 ①

분석 ▶ 동사 cho (주다)

술어(동사)	간접목적어	직접목적어				
Cho	chúng tôi	một ly	cà phê	và	một ly	nước chanh
주다	우리에게	한 잔	커피	그리고	한 잔	라임주스

동사 cho 뒤에 간접·직접목적어가 나올 경우, 동사 cho는 '주다'라는 의미가 된다.

▶ 동사 cho (~하게끔 하다)

술어(동사)	간접목적어	간접목적어의 동사		
Cho	chúng tôi	uống	một cốc	cà phê
~하게끔 하다	우리가	마시다	한 잔	커피

위의 경우와 달리 동사 cho 뒤에 간접·직접목적어의 동사(uống)가 나오는 경우, cho 동사는 '~하게끔 하다'의 의미의 사역 동사가 된다. 영어 make 혹은 let과 같은 의미로 사용된다.

어휘

cho 주다
chúng tôi (청자 제외) 우리
ly (종별사) 컵, 잔
cà phê 커피
nước chanh 라임주스
uống 마시다
gì (의문사) 무엇
mấy (의문사) 얼마나 많은
phục vụ 서비스하다
cùng (전치사) 함께
ai (의문사) 누구
định ~하고자 한다
chỗ 장소, 곳
nào (의문사) 어떤

문항 사례 ⑤ 배고픔, 갈증의 느낌 표현

빈칸에 들어갈 말로 알맞은 것은? 2018학년도 수능

A : Cậu có ăn bánh không?

B : Không, tớ không đói nhưng ________________.

Có đồ uống gì không?

A : Có đấy. Trong tủ lạnh còn mấy lon nước ngọt.

① khát nước quá
② không còn vé nữa
③ thường tắm ở nhà
④ sống ở nước ngoài
⑤ hết chương trình rồi

문제 풀이

해설 ① 너무 갈증나네. ② 티켓이 더는 남아 있지 않아. ③ 보통 집에서 목욕을 해. ④ 외국에서 살아. ⑤ 프로그램이 이미 끝났어.

해석 A: 너 빵 먹을래?
B: 아니, 난 배고프지 않지만 너무 갈증이 나네. 뭐 마실 거 있어?
A: 있지. 냉장고 안에 청량음료 몇 개가 남아 있어.

정답 ①

분석 ▶ **역접 접속사 nhưng** (하지만, 그러나)

주어		술어(형용사)	nhưng	술어(형용사)	
Tớ	không	đói	nhưng	khát nước	quá
		배고픈	하지만	갈증이 나는	

▶ 전치사 trong (~ 안에)

전치사		술어(동사)		
Trong	tủ lạnh	còn	mấy lon	nước ngọt
냉장고 안에		남아 있다	몇 캔	청량음료

어휘

cậu 너
ăn 먹다
bánh 빵
tớ 나
đói 배고픈
nhưng 하지만
đồ uống 음료, 마실거리
có 있다
trong (전치사) ~ 안에
tủ lạnh 냉장고
còn 남아 있다
mấy (의문사) 몇몇의
lon 캔
nước ngọt 청량음료
khát nước 갈증난
vé 티켓, 표
thường (빈도 부사) 보통
tắm 목욕하다, 샤워하다
nước ngoài 해외, 외국
hết 끝내다, 다하다
chương trình 프로그램

문항 사례 ⑥ 식당 예약 표현

빈칸에 들어갈 말로 알맞은 것을 〈보기〉에서 찾아 순서대로 바르게 배열한 것은?

2018학년도 수능 9월 모의평가

A : Nhà hàng Sài Gòn xin nghe.

B : Chào chị. ____________________.

A : Dạ, anh đặt bàn cho mấy người ạ?

B : ______________________________.

A : Còn một bàn ở gần cửa ra vào thôi anh.

B : Không sao. __________________. Tôi là Tuấn nhé.

A : Dạ vâng. Cảm ơn anh.

보기

a. Tôi đặt bàn đó.

b. Chúng tôi có 4 người.

c. Tôi muốn đặt bàn vào 12 giờ trưa mai

① a – b – c ② a – c – b ③ b – c – a ④ c – a – b ⑤ c – b – a

문제 풀이

해석 A: Sài Gòn 식당입니다.
B: 안녕하세요. (c) 내일 점심 12시에 예약하고 싶습니다.
A: 네. 몇 명을 위한 예약이신가요?
B: (b) 저희는 4명입니다.
A: 그런데 출입문 근처에만 자리가 남아 있습니다.
B: 괜찮습니다. (a) 거기로 예약할게요. 저는 Tuấn입니다.
A: 네, 감사합니다.

정답 ⑤

분석 ▶ **전치사 cho** (~을 위한)

주어	술어(동사)		전치사		
Anh	đặt	bàn	cho	mấy	người?
테이블을 예약하다			몇 사람을 위한		

문장 내 술어 뒤에 cho가 나오는 경우, cho는 항상 전치사이다. 전치사로서의 cho는 '~에게' 혹은 '~을 위하여'라는 뜻이다.

▶ **시간 부사**

때	buổi
아침	sáng
점심	trưa
오후	chiều
저녁	tối
밤	đêm

hôm/ngày		
(hôm) qua	sáng qua	어제 아침
	sáng nay	오늘 아침
(hôm) nay	sáng mai	내일 아침
	đêm qua	어젯밤
(ngày) mai	đêm nay	오늘 밤
	đêm mai	내일 밤

위와 같이 buổi sáng, buổi trưa, buổi chiều, buổi tối, đêm과 hôm qua, hôm nay, ngày mai가 결합되어 sáng qua(어제 아침), trưa qua(어제 점심), chiều qua(어제 오후), tối qua(어제저녁), đêm qua(어젯밤), … sáng mai(내일 아침), trưa mai(내일 점심), chiều mai(내일 오후), tối mai(내일 저녁), đêm mai(내일 밤)과 같은 시간 부사를 만들 수 있다.

어휘

nhà hàng 식당
cho (전치사) ~을 위한
thôi 오직, 단지
có 있다
nghe 듣다
gần 가까이, 근처에
không sao 괜찮다
muốn 원하다
đặt bàn 테이블을 예약하다
cửa ra vào 출입문
chúng tôi (청자 제외) 우리
trưa mai 내일 점심

문항 사례 ⑦ 계산, 지불 표현

빈칸에 들어갈 말로 알맞은 것은? 2018학년도 수능 9월 모의평가

A : Xin lỗi, các chị dùng món gì nữa không ạ?

B : Cảm ơn, chúng tôi ____________. Tính tiền đi.

A : Dạ vâng. Xin chờ một chút ạ.

① trả rồi ② đói bụng ③ ngủ ngon
④ ăn đủ rồi ⑤ vẫn không no

문제 풀이

해설 ① 이미 지불하다 ② 배고프다 ③ 잘 잔다 ④ 이미 충분히 먹었다 ⑤ 여전히 배부르지 않다

해석 A: 실례합니다, 뭘 좀 더 드시겠습니까?
B: 감사합니다. 저희는 충분히 먹었습니다. 계산할게요.
A: 네. 조금만 기다려주십시오.

정답 ④

분석 ▶ 'có ~ không?' 의문문 구문

	có					không?
Các chị	(có)	dùng	món	gì	nữa	không?
		드시다	무슨 음식을 더			

어휘

xin lỗi 실례합니다, 미안합니다
cảm ơn 감사합니다
chờ 기다리다
đói bụng 배고픈
vẫn 여전히, 아직도
dùng 드시다
chúng tôi (청자 제외) 우리
một chút 조금, 약간
ngủ ngon 잘 자다
no 배부른
món (ăn) 음식
tính tiền 계산하다
trả 지불하다
đủ 충분히

문항 사례 ⑧ 음료의 맛 표현

빈칸에 들어갈 말로 알맞은 것은? 2018학년도 수능 6월 모의평가

> A : Trà thơm quá nhỉ!
>
> B : Trà Thái Nguyên đấy. Ngon lắm, chị ạ. ___________.
>
> A : Ừ, cảm ơn em. Trà ngon thật!

① Chị mời em ② Em không có trà ③ Mời chị dùng trà
④ Chị dùng uống trà ⑤ Chị không thích trà

문제 풀이

해설 ① 언니가 너를 초대할게.
② 저는 차가 없어요.
③ 언니 차 드세요.
④ 언니는 차를 마셔.
⑤ 언니는 차를 좋아하지 않아.

해석 A: 차 향이 너무 좋다!
B: Thái Nguyên 차예요. 너무 맛있어요, 언니. 차 드세요.
A: 응, 고마워. 차가 진짜 맛있네.

정답 ③

분석 ▶ **동사 mời** (초대하다, 청하다)

주어	술어(동사)			
(Em)	Mời	chị	dùng	trà
(제가) 청합니다		언니가 차를 드시길		

어휘

trà (마시는) 차 thơm 향, 향이 좋은 ngon 맛있는 lắm 매우, 몹시
thật 진실의, 정말의 mời 초대하다 uống 마시다 thích 좋아하다

문항 사례 ⑨ 식당 위치 표현

빈칸에 들어갈 말로 알맞은 것은? 2018학년도 수능 6월 모의평가

A : Mới có 1 quán phở rất ngon.

B : Thế à? ________________?

A : Số 15 Hàng Giấy.

B : Được. Bây giờ đi luôn nhé.

① Đi với ai ② Ăn mất bao lâu ③ Địa chỉ ở đâu

④ Hẹn lúc mấy giờ ⑤ Mấy người cùng đi

문제 풀이

해설 ① 누구와 가니?

② 얼마나 오래 먹었니?

③ 주소는 어디니?

④ 몇 시에 약속했니?

⑤ 몇 사람이 같이 가니?

해석 A: 이제 막 매우 맛있는 쌀국수 집이 생겼어.

B: 그래? 주소가 어디야?

A: Hàng Giấy길 15번지.

B: 오케이. 지금 바로 가자!

정답 ③

분석 ▶ **시제어 mới** (이제 막, 방금)

주어	시제어	술어(동사)				
(Ở Hàng Giấy)	Mới	có	1	quán phở	[rất	ngon]
	이제 막 생기다		한 곳의 쌀국수집		매우 맛있는	

어휘

mới (시제어) 이제 막, 방금

quán 식당

rất 매우, 몹시

ngon 맛있는

thế à? 그래요?

số 숫자

bây giờ 지금

đi 가다

với (전치사) ~와 함께

ai (의문사) 누구

mất 소요되다, 시간이 걸리다

bao lâu (의문사) 얼마나 오래

địa chỉ 주소

đâu (의문사) 어디

hẹn 약속하다

mấy giờ 몇 시

người 사람

cùng 함께, 같이

06 기출 문항 풀어보기

1 빈칸에 들어갈 말로 알맞은 것은? [2017학년도 수능]

A : Chị rất thích sầu riêng. ____________________?
B : Em ăn một lần nhưng em không thích mùi của nó.
A : Cũng có người Việt Nam giống em.

① Bao giờ là mùa sầu riêng
② Khi nào sầu riêng này chín
③ Em hay bán sầu riêng ở đâu
④ Em thích mùa sầu riêng không
⑤ Em đã ăn sầu riêng bao giờ chưa

어휘

sầu riêng 두리안
lần 횟수, 회차
một lần 1회, 한 번
mùi 냄새
nó 그것
cũng 또한, 역시
có 있다
giống 닮은, 똑같은
bao giờ (의문사) 언제
mùa 계절
khi nào (의문사) 언제
hay 자주

2 빈칸에 들어갈 알맞은 것을 〈보기〉에서 고른 것은? [2017학년도 수능]

A : Các món trông ngon quá.
B : Chị tự nấu cả đấy. Em ____________________________.
A : Dạ vâng, em cảm ơn chị.

보기
a. no quá　　b. nấu giúp chị
c. ăn nhiều nhé　　d. đừng làm khách

① a, b　② a, d　③ b, c
④ b, d　⑤ c, d

trông ~처럼 보이다
tự 스스로
nấu 요리하다
cả 모두
no 배부른
giúp 돕다
đừng (부정 명령문) ~하지 마
làm khách 손님이 되다

3 빈칸에 들어갈 말로 알맞은 것은? [2016학년도 수능]

A : Cả ngày, em chưa ăn gì. Em ___________, anh ạ.
B : Thế à? Anh cũng chưa ăn gì.
A : Vậy, chúng ta đi ăn gì đi.

① đói quá　② rất cao　③ uống đi
④ ăn no rồi　⑤ tốt bụng lắm

cả ngày 하루 종일
chưa 아직 ~하지 않다
cũng 또한, 역시
vậy 그러면
chúng ta (청자 포함) 우리
đói 배고픈
cao 높은, 키가 큰
tốt bụng 성격이 좋은

4 빈칸에 들어갈 말로 알맞은 것만을 〈보기〉에서 고른 것은?
[2015학년도 수능]

A : Chào hai chị, hai chị uống gì ạ?
B : Cho tôi một ly cà phê đen. Còn em uống gì?
C : ______________________________.

보기

a. Em là kỹ sư.
b. Chị trả lời sai rồi.
c. Em cũng uống như chị.
d. Cho em một ly cà phê sữa đá.

① a, b ② a, c ③ b, c
④ b, d ⑤ c, d

어휘

kỹ sư 엔지니어
trả lời 대답하다
sai 틀린
như ~처럼
sữa 우유

CHAPTER_07 여행 표현

출제경향 분석

여행 광고, 티켓 예매 등과 관련된 내용의 지문을 정확하게 이해하는지를 확인하는 문제이며, 보통 1 문항씩 출제된다.

문항 사례 ① 여행 상품 광고 표현

광고문의 내용으로 알 수 있는 것을 〈보기〉에서 고른 것은? 2019학년도 수능

Du lịch Đà Nẵng 4 ngày 3 đêm
(Khởi hành từ Thành phố Hồ Chí Minh)

Phương tiện : Máy bay và xe 16 chỗ
Giá : 8.900.000 đồng / khách

Công ty du lịch VK
Số điện thoại : 028 XXXX 1234

보기

a. Ngày khởi hành　　b. Địa điểm du lịch

c. Phương tiện đi lại　　d. Địa chỉ của công ty

① a, b　② a, d　③ b, c　④ b, d　⑤ c, d

문제 풀이

해설 a. 출발일 b. 여행지 c. 이동 수단 d. 회사 주소

해석 3박 4일 Đà Nẵng 여행
(Hồ Chí Minh 시에서 출발)
교통수단: 비행기와 16인승 차량
가격: 8,900,000동/인
VK 여행사
연락처: 028 XXXX 1234

정답 ③

어휘

du lịch 여행　ngày 날　đêm 밤　khởi hành 출발하다
từ (전치사) ~부터　phương tiện 방편, 수단　máy bay 비행기　xe 차
giá 가격　khách 손님　công ty 회사　số điện thoại 전화번호
địa điểm 지점, 장소　địa chỉ 주소

문항 사례 ② 호텔 예약 표현

대화의 내용과 일치하는 것은? 2019학년도 수능 9월 모의평가

A : Khách sạn ABC xin nghe. Tôi có thể giúp được gì ạ?

B : Tôi muốn đặt 2 phòng đơn vào ngày 15 tháng này.

A : Được ạ. Xin ông cho biết họ tên và số điện thoại.

① A gọi điện thoại cho B
② B muốn đặt 2 phòng đơn
③ A không cho B đặt phòng
④ B xin số điện thoại của A
⑤ A nói ngày 15 tháng này hết phòng

문제 풀이

해설 ① A가 B에게 전화를 걸었다.
② B는 싱글 베드룸 2개를 예약하길 원했다.
③ A는 B가 예약하게끔 하지 않았다.
④ B는 A의 전화번호를 요청하였다.
⑤ A는 이번 달 15일은 객실이 매진이라고 말하였다.

해석 A: ABC 호텔입니다. 무엇을 도와드릴까요?
B: 이번 달 15일에 싱글 베드룸 2개를 예약하고 싶습니다.
A: 가능합니다. 성명과 연락처를 알려 주십시오.

정답 ②

분석 ▶ **가능을 나타내는 문형 : có thể + 동사 + được** (~할 수 있다)

주어	có thể	술어(동사)	được	의문사	높임말의 표현
Tôi	có thể	giúp	được	gì	ạ?
제가	무엇을 도와드릴 수 있을까요?				

▶ **동사 đặt** (예약하다)

주어	술어(동사)			
Tôi	muốn	đặt	2	phòng đơn
저는 원합니다		싱글 베드룸 2개를 예약하다		

▶ **사역 동사 cho** (~하게끔 하다)

	주어	술어(동사)	목적어	목적보어			
Xin	ông	cho	(tôi)	biết	họ tên	và	số điện thoại
		(제가) 알게끔 해 주세요			성명과 전화번호		

어휘

khách sạn 호텔	nghe 듣다	có thể (가능) ~할 수 있다
giúp 돕다	gì (의문사) 무엇	muốn 원하다
đặt 예약하다	phòng đơn 싱글 베드룸	tháng này 이번 달
cho ~하게끔 하다	biết 알다	họ tên 성명
số điện thoại 전화번호	gọi điện thoại cho ~에게 전화 걸다	xin 청하다
nói 말하다	hết 다하다, 끝나다	

문항 사례 ③ 여행 상품 광고 표현

광고문의 내용과 일치하는 것은? 2019학년도 수능 9월 모의평가

Du lịch Jeju 5 **ngày** 4 **đêm**
✈ Khởi hành : 19/10
✈ Bay thẳng từ Hà Nội
Giá thường : 15.999.000 đồng/ người
Giá đặc biệt : 10.999.000 đồng/ người
** Giá đặc biệt khi đăng ký nhóm từ 5 người*
Thời gian đăng ký : trước 17 giờ ngày 12/10
Công ty du lịch JV
Liên hệ : 024 XXXX 6789

① Ngày về Hà Nội là 19/10.
② Nhóm 5 người theo giá thường.
③ Giá đặc biệt rẻ hơn giá thường.
④ Nhận đăng ký từ 17 giờ ngày 12/10
⑤ Không có đường bay thẳng từ Hà Nội đi Jeju.

문제 풀이

해설 ① Ngày về Hà Nội là 19/10. [하노이에 돌아오는 날은 10월 19일이다.] → 출발일이 10월 19일이다.
② Nhóm 5 người theo giá thường. [5명의 그룹은 일반가에 따른다.] → 5명 이상의 그룹은 특가에 따른다.
③ Giá đặc biệt rẻ hơn giá thường. [특가는 일반가보다 저렴하다.]
④ Nhận đăng ký từ 17 giờ ngày 12/10. [10월 12일 17시부터 등록을 받는다.] → 10월 21일 17시까지 등록받는다.
⑤ Không có đường bay thẳng từ Hà Nội đi Jeju. [하노이에서 제주까지 직항로가 없다.] → 하노이에서 직항로가 있다.

해석 제주도 여행 4박 5일
– 출발: 10월 19일 – 하노이에서 직항
일반가: 15.999000동/인 특별가: 10.999.000동/인
* 5인부터 그룹 신청 시 특별가
신청 기간: 10월 12일 17시까지
JV 여행사
연락처: 024 XXXX 6789

정답 ③

분석 ▶ 비교급 문형 '형용사/동사 + hơn (~보다)'

주어	술어	hơn	
Giá đặc biệt	rẻ	hơn	giá thường
특가는	보다 저렴하다		일반가

어휘

du lịch 여행	ngày 날, 낮	đêm 밤	khởi hành 출발하다
bay 날다	thẳng 직진의, 곧바로	từ (전치사) ~부터	giá 가격
thường 보통의	đặc biệt 특별한	khi (접속사) ~할 때	đăng ký 등록하다
nhóm 그룹, 단체	thời gian 시간	trước (전치사) 전, 앞	công ty 회사
liên hệ 연락	về 돌아가다	theo 따르다	rẻ 값싼, 저렴한
hơn ~보다	nhận 받다	đường 길, 노선	

문항 사례 ④ 교통편 티켓 구매 표현

빈칸에 들어갈 말로 알맞은 것은? 2019학년도 수능 6월 모의평가

A : Cho tôi một vé đi Cần Thơ lúc 5 giờ 40 chiều mai.

B : Anh _________ ạ?

A : Không. Tôi đi một chiều thôi.

① hát bài nào ② muốn đi đâu ③ về Cần Thơ với ai

④ có đặt vé về không ⑤ đi Cần Thơ bằng gì

문제 풀이

해설 ① 어떤 노래를 부르십니까?

② 어디 가길 원하세요?

③ 누구와 함께 Cần Thơ로 돌아가시나요?

④ 돌아오는 표 예매하시나요?

⑤ 무엇을 타고 Cần Thơ에 가십니까?

해석 A: 내일 오후 5시 40분에 Cần Thơ 가는 티켓 한 장 주세요.

B: 돌아오는 표 예매하시나요?

A: 아니요. 저는 편도로만 갑니다.

정답 ④

분석 ▶ **동사 cho** (주다)

주어	술어(동사)	간접목적어	직접목적어					
(Chị)	Cho	tôi	một	vé	[đi Cần Thơ]	lúc	5 giờ 40	chiều mai
	주다	나에게	Cần Thơ 가는 표 한장			내일 오후 5시 40분에		

동사 cho 뒤에 간접목적어와 직접목적어만이 나오는 경우, 동사 cho의 뜻은 '주다'이다.

▶ **chỉ ~ thôi** (단지, 오직)

주어	chỉ	술어(동사)		thôi
Tôi	(chỉ)	đi	một chiều	thôi
저는		편도로 가다		단지

'단지, 오직'의 의미인 chỉ와 thôi는 chỉ는 주어와 술어 사이에, thôi는 문장 끝에 위치한다. chỉ와 thôi는 함께 쓰일 수도, 각각 한 개씩 쓰일 수도 있다.

어휘

cho 주다
vé 티켓, 표
đi 가다
lúc (시간의 전치사)
giờ (시간) 시
chiều mai 내일 오후
một chiều 편도의, 일방의
thôi 단지, 오직
hát 노래하다
bài 노래
muốn 원하다
đâu (의문사) 어디
về 돌아가다
với (전치사) ~와 함께
ai (의문사) 누구
đặt 예약하다
đặt vé 예매하다
bằng (전치사) ~을 타고

문항 사례 ⑤ 호텔 예약 표현

빈칸에 들어갈 말로 알맞은 것은? 2019학년도 수능 6월 모의평가

A : Tôi muốn thuê một phòng đơn.

B : Anh định ở mấy đêm ạ?

A : Tôi ________________.

B : Dạ, anh trả phòng trước 12 giờ trưa mai nhé.

① thuê cho 2 người
② định cho thuê nhà
③ ở cùng với bố mẹ
④ ăn sáng ở khách sán
⑤ ở đêm hôm nay thôi

문제 풀이

해설 ① 2명을 위해 빌립니다.
② 집을 빌리게끔 하려고 합니다(집을 빌려주고자 합니다).
③ 부모님과 함께 있습니다.
④ 호텔에서 아침 식사를 합니다.
⑤ 단지 오늘밤만 묵습니다.

해석 A: 싱글룸 하나 빌리고 싶습니다.
B: 몇 박 계실 건가요?

A: 단지 오늘 밤만 묵습니다.
B: 네. 내일 점심 12시 전에 체크아웃 해 주세요.

정답 ⑤

분석 ▶ **의문사 mấy** (얼마나 많은, 몇몇의)

주어	định	술어(동사)	mấy		
Anh	định	ở	mấy	đêm?	질문
	~하고자 한다	있다, 머무르다	몇	밤	
Tôi		ở	(1)	đêm hôm nay	답변
저는				오늘밤	

어휘

muốn 원하다
ở ~에 있다, 머무르다
trả phòng 체크아웃하다
ăn sáng 아침 먹다
thôi 오직, 단지
thuê 빌리다
đêm 방
trước (전치사) 앞, 전
khách sạn 호텔
phòng đơn 싱글룸
cùng với (전치사) ~와 함께
trưa mai 내일 점심
đêm 밤
định ~하고자 한다(의지)
bố mẹ 부모님
cho (전치사) ~을 위한
hôm nay 오늘

문항 사례 ⑥ 방문 경험 표현

빈칸에 들어갈 말로 알맞은 것은? 2019학년도 수능 6월 모의평가

A : Chị đã đến Đà Nẵng _______________ ạ?

B : Rồi, chị đã đến một lần.

① vì việc gì ② vào mùa nào ③ bao giờ chưa
④ vào tháng mấy ⑤ bằng phương tiện gì

문제 풀이

해설 ① 언니는 다낭에 무슨 일 때문에 갔었나요?
② 언니는 다낭에 어떤 계절에 갔었나요?
③ 언니는 다낭에 언제 한번 가 봤나요?
④ 언니는 다낭에 몇 월에 갔었나요?
⑤ 언니는 다낭에 무슨 방편(수단)으로 갔었나요?

해석 A: 언니는 Đà Nẵng에 언제 한번 가 봤나요?
B: 이미. 언니는 한번 가 봤었어.

정답 ③

분석 ▶ 경험 여부를 묻는 đã ~ chưa 의문문형

		đã				chưa	
	Chị	đã	đến	Đà Nẵng	bao giờ	chưa?	질문
Rồi,	Chị	đã	đến	Đà Nẵng	rồi.		긍정 답변
Chưa,	Chị	chưa	đến	Đà Nẵng	bao giờ.		부정 답변

어휘

đến 오다 / một lần 1회, 한 번 / việc 일 / mùa 계절
nào (의문사) 어떤 / bao giờ 언제 / mấy (의문사) 얼마나 많은 / bằng (수단의 전치사)
phương tiện 방편, 수단 / vào (시간의 전치사)

문항 사례 ⑦ 호텔 예약 표현

빈칸에 들어갈 말로 알맞은 것은? 2018학년도 수능

A : Chào anh. Anh cần gì ạ?

B : Chị cho tôi thuê một phòng đơn.

A : ____________________ ạ?

B : Tôi sẽ ở ba đêm.

① Anh cần mấy phòng
② Anh định thuê bao lâu
③ Bao nhiêu tiền một đêm
④ Anh thuê cho mấy người
⑤ Anh thuê phòng loại nào

문제 풀이

해설 ① 당신은 몇 개의 방이 필요한가요?
② 당신은 얼마나 오래 빌리고자 합니까?
③ 하룻밤에 얼마입니까?
④ 당신은 몇 사람을 위해 빌리고자 합니까?
⑤ 당신은 어떤 종류의 방을 빌리고자 합니까?

해석 A: 안녕하세요. 무엇이 필요하신가요?
B: 저는 싱글 베드룸 한 개 빌리고자 합니다.
A: 당신은 얼마나 오래 빌리고자 합니까?
B: 저는 3박 있을 겁니다.

정답 ②

분석 ▶ **동사 cho** (~하게끔 하다)

주어	술어(동사)	간접 목적어	목적어의 동사	직접목적어	
Chị	cho	tôi	thuê	một	phòng đơn
	~하게끔 하다	제가	빌리다	싱글 베드룸	

동사 cho 뒤에 목적어와 목적어의 동사가 나오는 경우, cho 동사는 '~하게끔 하다'의 의미인 사역 동사가 된다.

▶ **의문사 bao lâu** (얼마나 오래)

주어	định	술어(동사)	bao lâu	
Anh	định	thuê	bao lâu?	질문
	~하고자 하다		얼마나 오래	
Tôi	sẽ	ở	ba đêm	답변
	~일 것이다	있다	3 박	

'얼마나 오래'라는 뜻의 의문사 bao lâu가 있는 의문문에는 기간에 대한 답변이 요구된다.

어휘

cần 필요하다
thuê 빌리다
ở 있다, 지내다
bao lâu (의문사) 얼마나 오래
nào (의문사) 어떤
gì (의문사) 무엇
phòng đơn 싱글 베드룸
đêm 밤
bao nhiêu tiền (가격) 얼마
cho ~하게끔 하다
sẽ (시제어) ~할 것이다
định ~하고자 한다
loại 종류

문항 사례 ⑧ 집 임대 표현

빈칸에 들어갈 말로 알맞은 것은? 2018학년도 수능 9월 모의평가

A : Chào anh. Tôi cần thuê một căn hộ 2 phòng ngủ.

B : Có một căn hộ như thế ở chung cư Hạnh Phúc cho thuê với giá là 7.500.000 đồng một tháng. Khu vực đó khá thuận tiện cô ạ.

A : ______________________________?

B : Đi bây giờ nhé.

① Anh định thuê không
② Anh thuê được nhà chưa
③ Tôi cho thuê được không
④ Bây giờ cô ở căn hộ nào
⑤ Lúc nào có thể đi xem được

문제 풀이

해설 ① 당신은 빌리고자 합니까?
② 당신은 집을 빌려 본 적이 있습니까?
③ 내가 빌려줄 수 있을까요?
④ 지금 당신은 어떤 집에 있습니까?
⑤ 언제 보러 갈 수 있습니까?

해석 A: 안녕하세요. 저는 침실이 2개 있는 집을 빌리고 싶습니다.
B: Hạnh Phúc(행복) 아파트에 그와 같은 집이 하나 있는데 임대 가격이 월 750만 동입니다. 그 지역은 상당히 편리한 곳입니다.
A: 언제 보러 갈 수 있을까요?
B: 지금 가시죠.

정답 ⑤

분석 ▶ **동사 cần** (필요하다)

주어	술어(동사)			
Tôi	cần	thuê	một căn hộ	2 phòng ngủ
	필요하다		방 2개짜리 집 한 칸	

어휘

cần 필요하다	căn hộ 집	phòng ngủ 침실	như thế 그와 같은
chung cư 아파트	cho thuê 빌려주다	giá 가격	khu vực 지역, 구역
khá 꽤, 상당히	thuận tiện 편리한	nhà 집	bây giờ 지금
nào (의문사) 어떤	lúc nào (의문사) 언제	có thể ~할 수 있다	xem 보다

문항 사례 ⑨ 차량 임대 광고 표현

차량 대여 광고이다. 광고문의 내용으로 알 수 있는 것은? 2018학년도 수능 9월 모의평가

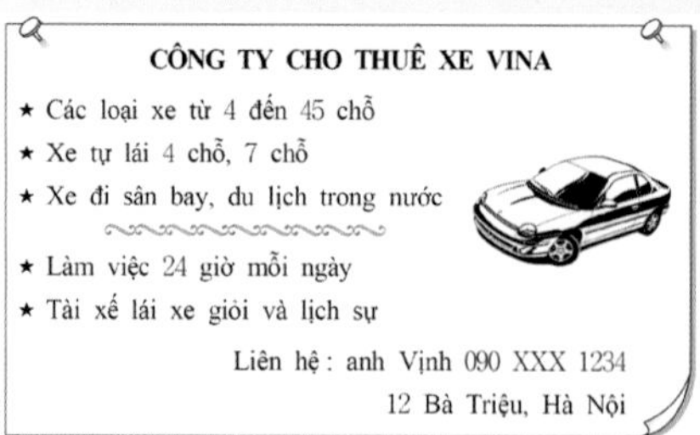

CÔNG TY CHO THUÊ XE VINA
★ Các loại xe từ 4 đến 45 chỗ
★ Xe tự lái 4 chỗ, 7 chỗ
★ Xe đi sân bay, du lịch trong nước
★ Làm việc 24 giờ mỗi ngày
★ Tài xế lái xe giỏi và lịch sự
Liên hệ : anh Vịnh 090 XXX 1234
12 Bà Triệu, Hà Nội

① Người lái xe biết ngoại ngữ.
② Công ty có cho thuê xe 7 chỗ tự lái.
③ Hành khách được phục vụ nước uống.
④ Anh Vịnh là giám đốc của công ty này.
⑤ Xe được trả lại tại nơi người thuê muốn

문제 풀이

해설 ① 기사는 외국어를 안다. → 언급 없음

② 회사에는 자가 운전하는 렌트용 7인승 차가 있다.

③ 승객은 음료를 제공받는다. → 언급 없음

④ Vịnh 씨는 이 회사의 사장이다. → 언급 없음

⑤ 차량은 빌린 사람이 원하는 곳에서 반납된다. → 언급 없음

해설 Vina 렌트카 회사
4인승부터 45인승까지 다양한 차종
자가 운전용 4인승, 7인승
공항, 국내 여행 운행
매일 24시간 영업
우수하고 예의 바른 운전기사
문의: Vịnh 씨 090 xxx 1234
12 Bà Triệu, Hà Nội

정답 ②

어휘

loại 종류	xe 차	từ ⓐ đến ⓑ ⓐ부터 ⓑ까지	chỗ 자리
tự 스스로	lái 운전하다	đi 가다	sân bay 공항
du lịch 여행	trong nước 국내의	làm việc 근무하다	24 giờ 24시간
mỗi ngày 매일	tài xế 운전기사	giỏi 우수한, 잘하는	lịch sự 예의 바른

문항 사례 ⑩ 여객 버스 광고 표현

광고문의 내용으로 알 수 없는 것은? 2018학년도 수능 6월 모의평가

> Xe buýt TP. Hồ Chí Minh đi Đà Lạt
>
> Giờ xe chạy : 06:00, 10:00, 14:00, 18:00, 22:00
>
> Điểm bán vé và khởi hành : 85 Đề THÁM, TP. Hồ Chí Minh.
>
> Điện thoại : 08 1234 5678

① Giá vé ② Nơi mua vé ③ Tên công ty

④ Giờ đến Đà Lạt ⑤ Số điện thoại liên hệ

문제 풀이

해설 ① 티켓 가격 ② 티켓 사는 곳 ③ 회사 이름 ④ 도착 시간 ⑤ 연락처

해석 Đà Lạt 가는 호찌민 시 버스
차량 운행 시간: 06:00, 10:00, 14:00, 18:00, 22:00
티켓 판매점 및 출발 지점: 호찌민 시, Đề THÁM 거리 85번지
전화: 08 1234 5678

정답 ①

어휘

xe buýt 버스	đi 가다	giờ 시간	xe 차, 자동차
chạy 달리다	điểm 지점	bán 팔다	khởi hành 출발하다
điện thoại 전화	giá 가격	nơi 장소, 곳	mua 사다
tên 이름	công ty 회사	số 숫자	liên hệ 연락하다, 연결하다

문항 사례 ⑪ 티켓 예매 표현

빈칸에 들어갈 말로 알맞은 것은? 2018학년도 수능 6월 모의평가

A : Tôi muốn mua vé khứ hồi đi Huế.

B : Khi nào anh đi ạ?

A : Còn vé 9 giờ sáng mai không chị?

B : Còn ạ. Vậy ________________?

A : Chiều thứ 5 tuần sau.

① anh sẽ về ngày nào
② ngày mai là thứ mấy
③ anh muốn đi lúc mấy giờ
④ vé khứ hồi có rẻ hơn không
⑤ anh mua vé một chiều hay khứ hồi

문제 풀이

해설 ① 며칠에 돌아오시나요?
② 내일은 무슨 요일인가요?
③ 당신은 몇 시에 가길 원해요?
④ 왕복표보다 싼가요?
⑤ 당신은 편도표를 사나요 혹은 왕복표를 사나요?

해석 A: 저는 Huế 가는 왕복표 구매하고 싶어요.
B: 언제 가실 건가요?
A: 내일 아침 9시 표가 남아 있나요?
B: 남아 있습니다. 며칠에 돌아오시겠습니까?
A: 다음 주 목요일 오후에요.

정답 ①

분석 ▶ **khứ hồi** (왕복의) ↔ **một chiều** (편도의)

주어	술어(동사)			
Tôi	muốn	mua	vé khứ hồi	[đi Huế]
제가	사고 싶습니다		Huế 가는 왕복표	
	muốn	mua	vé một chiều	[đi Huế]
			Huế 가는 편도표	

▶ **의문사 khi nào = bao giờ** (언제)

Khi nào	anh	đi?		당신은 언제 가실겁니까? (미래)
Ngày mai	tôi	đi		내일 저는 갑니다.
	Anh	đi?	khi nào?	당신은 언제 가셨습니까? (과거)
	Tôi	đi	hôm qua	저는 어제 갔습니다

'언제'의 의미인 의문사 khi nào와 bao giờ는 문장 앞에 위치할 경우 '(미래 시점의) 언제'를 묻는 것이고, 문장 끝에 위치할 경우 '(과거 시점의) 언제'를 묻는 뜻이 된다는 점에 특히 기억하자.

▶ **시간 부사**

때	buổi
아침	sáng
점심	trưa
오후	chiều
저녁	tối
밤	đêm

요일		
chủ nhật	sáng chủ nhật	일요일 아침
thứ 2	sáng thứ 2	월요일 아침
thứ 3	sáng thứ 3	화요일 아침
thứ 4(tư)	…	…
thứ 5	đêm thứ 5	목요일 밤
thứ 6	đêm thứ 6	금요일 밤
thứ 7	đêm thứ 7	토요일 밤

어휘

muốn 원하다
mua 사다
vé 티켓
khứ hồi 왕복의
khi nào (의문사) 언제
đi 가다
còn 남아 있다
sáng mai 내일 오전
vậy 그러면
thứ 5 목요일
tuần sau 다음 주
ngày mai 내일
mấy giờ 몇 시
rẻ 값이 싼
hơn (비교급) ~보다
một chiều 편도의, 일방의
hay 혹은, 또는

07 기출 문항 풀어보기

1 빈칸에 들어갈 알맞은 것을 〈보기〉에서 찾아 순서대로 바르게 배열한 것은? [2017학년도 수능]

A : Hôm nay 1 đôla Mỹ là bao nhiêu đồng ạ?
B : ______________________.
A : ______________________.
B : Vâng, của anh là 4.454.000 đồng ạ.
______________________.
A : Cho tôi 8 tờ 500.000 đồng, còn lại tiền gì cũng được.
B : Dạ vâng ạ.

* đôla Mỹ: 미국 달러

보기
a. Anh muốn nhận tiền loại nào?
b. 1 đôla Mỹ là 22.270 đồng anh ạ.
c. Cho tôi đổi 200 đôla Mỹ ra tiền Việt.

① a – b – c ② b – a – c ③ b – c – a
④ c – a – b ⑤ c – b – a

어휘
bao nhiêu (의문사) 얼마나 많은
đồng (베트남 화폐 단위) 동
còn lại 나머지
tờ (낱장) 장
cũng được 또한 가능하다
đổi 바꾸다

2 빈칸에 들어갈 말로 알맞은 것을 〈보기〉에서 고른 것은? [2016학년도 수능]

A : Chị ơi, cái áo màu vàng này giá bao nhiêu?
B : 700.000 đồng em ạ.
A : Đắt quá. Chị ______________ đi.
B : Không được em ạ. Chị bán đúng giá đấy.

보기
a. mua thêm b. bớt cho em
c. cho em tiền d. bán rẻ một chút

① a, b ② a, d ③ b, c
④ b, d ⑤ c, d

cái (물건, 옷 등의 종별사) 벌, 개
áo (상의) 옷
màu 색상, 색깔
vàng 노란색의, 황금색의
đắt 비싼
không được ~ 할 수 없다
đúng 정확한
đúng giá 정가
thêm 더하다
bớt 깎다, 덜어내다
cho ~에게, 주다
một chút 조금

3 빈칸에 들어갈 말로 알맞은 것을 〈보기〉에서 찾아 순서대로 바르게 배열한 것은? [2016학년도 수능]

A : Cho tôi một vé đi Sapa chiều hôm nay
B : Xin lỗi anh. ____________ .
A : Còn tối hôm nay thì sao?
B : ____________, anh ạ.
A : Tốt quá! ______________.

보기

a. Hết vé rồi.
b. Cho tôi một vé.
c. Có vé 7 giờ tối.

① a – b – c ② a – c – b ③ b – a – c
④ b – c – a ⑤ c – b – a

어휘

xin lỗi 미안하다
còn 한편, 그러면
(buổi) tối 저녁
thì sao 어때요?
tốt 좋은
quá (감탄문) 매우, 몹시
hết 다하다, 소진되다
có 있다

CHAPTER_08 학습·업무 표현

출제경향 분석

수업 시간표, 시험 준비 및 숙제 등의 학습 그리고 업무와 관련된 일상에 대한 내용을 중심으로 하는 대화가 진행되며, 이에 대한 정확한 이해를 확인하는 문항이 주로 출제된다.

문항 사례 ① 학교생활 표현

빈칸에 들어갈 말로 알맞은 것을 〈보기〉에서 고른 것은? 2019학년도 수능

Cô Vy : Đến giờ học rồi, các em đến hết chưa?

Trang : ______________________________.

Cô Vy : Vậy, chúng ta bắt đầu nhé!

보기

a. Đến hết rồi. b. Cô đã về nhà.

c. Em bình thường. d. Tất cả các bạn đã đến.

① a, c ② a, d ③ b, c ④ b, d ⑤ c, d

문제 풀이

해설 a. 이미 다 왔습니다.
b. 선생님은 귀가하셨습니다.
c. 저는 보통입니다(별일 없습니다).
d. 친구들 모두 왔습니다.

해석 Cô Vy: 수업시간 되었네요. 여러분 모두 왔나요?
Trang: 이미 다 왔습니다 / 친구들 모두 왔습니다.
Cô Vy: 그러면, 우리 시작하죠.

정답 ②

분석 ▶ **경험 여부를 묻는 đã ~ chưa 의문문형**

주어	đã	술어(동사)		chưa?	
Các em	(đã)	đến	hết	chưa?	질문
너희들	모두 왔니?				
(Các em)	(đa)	Đến	hết	rồi	답변
	모두 왔습니다				
Tất cả các bạn	đã	đến			답변
친구들 모두	왔습니다				

어휘

đến 오다
hết 다, 전부
bắt đầu 시작하다
tất cả 모두
giờ học 수업 시간
vậy 그러면
về nhà 귀가하다
rồi 이미
chúng ta (청자 포함) 우리
bình thường 보통의, 평상의

문항 사례 ② 학교생활 표현

빈칸에 들어갈 말로 알맞은 것은? 2019학년도 수능 9월 모의평가

Thầy Tú : Các em còn hỏi gì không?

Hajun : Thưa thầy! ____________________.

Thầy Tú : Ừ, được.

① Xin em nói lại.
② Em hiểu rõ câu 8 rồi.
③ Cho em hỏi một chút.
④ Thầy đi tập thể dục nhé.
⑤ Hãy trả lời câu hỏi của thầy.

문제 풀이

해설 ① 다시 말씀해 주세요.
② 8번 문항을 명확히 이해하였습니다.
③ 조금만 여쭙겠습니다.
④ 선생님 운동하러 가시죠.
⑤ 선생님의 질문에 답해 보세요.

해석 Tú 선생님: 여러분 뭐 물어볼 게 남아 있나요?
하준: 선생님! 조금만 여쭙겠습니다.
Tú 선생님: 응, 그래.

정답 ③

분석 ▶ **동사 còn** (남아 있다)

주어	có	술어(동사)			không
Các em	(có)	còn	hỏi	gì	không?
	질문할 무엇이 남아 있습니까?				

▶ **권유형 hãy** (~하세요)

Hãy	술어(동사)			
Hãy	trả lời	câu hỏi	của	thầy
대답하세요		선생님의 질문을		

어휘

còn 남아 있다	hỏi 묻다	gì (의문사) 무엇	thưa (존댓말) 님
nói 말하다	lại 또, 다시	hiểu 이해하다	rõ 명확히, 분명히
cho ~하게끔 하다	hỏi 묻다, 질문하다	một chút 약간	thầy 남자 선생님
tập thể dục 운동하다	hãy (권유) ~하세요	trả lời 대답하다	câu hỏi 질문

문항 사례 ③ 학교생활 표현

빈칸에 들어갈 말로 알맞은 것은? 2019학년도 수능 9월 모의평가

A : Khi nào cháu mới học xong?

B : Cháu ________ ạ.

Sau khi tốt nghiệp, cháu đi xin việc luôn.

A : Chúc cháu may mắn.

B : Cháu cảm ơn ạ.

① đã ăn xong
② sắp xong rồi
③ vẫn độc thân
④ sắp lấy chồng
⑤ chưa buồn ngủ

문제 풀이

해설 ① 다 먹었습니다. ② 곧 끝납니다. ③ 여전히 미혼입니다.
④ 곧 결혼합니다. ⑤ 아직 졸립지 않습니다.

해석 A: 넌 언제 학교가 비로소 끝나니?
B: 곧 끝납니다. 졸업 후에 저는 바로 취업하러 갑니다.
A: 행운을 빈다.
B: 감사해요.

정답 ②

분석 ▶ 의문사 **khi nào** (언제)

질문	Khi nào	주어	시제어	술어(동사)		
	Khi nào	cháu	mới	học	xong?	
	언제	너 공부가 비로소 끝나니?				
답변		주어	시제어	술어(동사)		
		cháu	sắp		xong	rồi
		저 곧 끝나요				

의문사 khi nào(언제)가 문장 맨 앞에 위치할 경우, 문장의 시제는 미래를 의미한다. 반대로 khi nào가 문장 맨 뒤에 위치할 경우, 문장의 시제는 과거를 나타낸다. 'Khi nào em đi ăn cơm?'은 '너는 언제 밥 먹으러 갈 것이니?'라는 미래 시제를 의미하나, 'Em đi ăn cơm khi nào?'는 '너는 언제 밥을 먹었니?'라는 과거 시제를 의미한다.

▶ 시간의 접속사절 sau khi (~한 후에)

Sau khi	(주어)	술어(동사),	주어	술어(동사)		
Sau khi	(cháu)	tốt nghiệp,	cháu	đi	xin việc	luôn
(저는) 졸업을 한 후에,			저는 취업할 거예요			바로

sau khi(~한 후에), trước khi(~하기 전에), trong khi(~하는 동안에) 등으로 응용하여 생각해 보자.

어휘

khi nào (의문사) 언제
sau khi ~한 후에
luôn 바로
sắp (시제어) 곧
lấy chồng 결혼하다
mới (시제어) 이제 막, 비로소
tốt nghiệp 졸업하다
chúc 기원하다, 축원하다
vẫn 여전히, 아직도
buồn ngủ 졸린
xong 마치다, 끝내다
xin việc 구직하다, 취직하다
may mắn 행운
độc thân 미혼의, 독신의

문항 사례 ④ 학교생활 표현

빈칸에 들어갈 말로 알맞은 것은? 2019학년도 수능 9월 모의평가

Cúc: Cô Lê rủ ngày kia đi chụp ảnh đấy.

Huy: Thế à? Tớ đi được, Cúc nhé.

Thu: ________________. Các bạn đi cùng cô đi.

Cúc: Vậy, lần sau Thu đi nhé.

① Ngày kia tớ bận
② Dạo này tớ rảnh
③ Tớ cũng đi được
④ Lần này tớ đi cùng
⑤ Tớ đi với cô Lê đấy

문제 풀이

해설 ① 모레 나는 바빠.
② 요즘 나는 한가해.
③ 나도 갈 수 있어.

④ 이번에 나는 같이 가.

⑤ 나는 Lê 선생님과 함께 가.

해석 Cúc: Lê 선생님이 모레 사진 찍으러 가자고 하시네.
Huy: 그래? 나는 갈 수 있어, Cúc아.
Thu: 모레 나는 바빠. 너희들 선생님이랑 같이들 가.
Cúc: 그럼 다음번에는 Thu도 가자.

정답 ①

분석 ▶ **전치사 cùng** (함께, 같이) = **với** = **cùng với**

주어	술어(동사)	전치사		
Các bạn	đi	cùng	cô	đi
너희들 선생님과 같이 가				(명령의 뉘앙스)

▶ **부사 cũng** (또한, 역시)

주어	cũng	술어(동사)	được
Các bạn	cũng	đi	được
너희들 역시 갈 수 있어			

'또한, 역시'의 의미인 부사 cũng은 반드시 주어(các bạn)와 술어(đi) 사이에 위치해야 한다. 참고로 술어인 동사 đi(가다) 뒤에 được이 붙으면 '갈 수 있다'는 가능을 의미하게 된다.

어휘

rủ 권하다, 꼬시다
thế à? 그래요?
bận 바쁜
cũng 또한, 역시
chụp ảnh 사진 찍다
cùng (전치사) ~와 함께, 같이
dạo này 요즘
lần này 이번
ngày kia 모레
lần sau 다음번
rảnh 한가한, 여유 있는
với (전치사) ~와 함께, 같이

문항 사례 ⑤ 학교생활 표현

빈칸에 들어갈 말로 알맞은 것을 〈보기〉에서 고른 것은? 2019학년도 수능 6월 모의평가

A : Tuần sau em thi phải không?

B : Vâng. Em đang ôn thi ạ.

A : Vậy thì ______________________ nhé.

B : Vâng, em sẽ cố gắng học ạ.

보기

a. chúc em thi tốt
b. em học chăm chỉ
c. em trông xe cho chị
d. cho chị hỏi đường đến bưu điện

① a, b ② a, c ③ b, c ④ b, d ⑤ c, d

문제 풀이

해설 a. 시험 잘 봐.
b. 공부 열심히 해.
c. 언니를 위해 차 좀 지켜 줘.
d. 우체국까지 가는 길 좀 물어볼게.

해석 A: 다음 주에 시험 보지?
B: 네. 저는 시험공부 중이에요.
A: 그러면 시험 잘 봐 / 공부 열심히 해.
B: 네, 저는 공부하도록 노력할 거예요.

정답 ①

분석 ▶ **phải không?** (맞지, 그렇지?)

시간 부사	주어	술어(동사)	맞지?, 그렇지?
Tuần sau	em	thi	phải không?
다음 주에	너는	시험 보다	= à?
			= đúng không?

문장 끝에 붙이는 'phải không?'은 '맞죠?, 그렇죠?'의 의미로 확인을 하는 뉘앙스의 의미이며, 'phải không?'과 같은 의미로 'à?' 혹은 'đúng không?'을 사용할 수 있다.

▶ **기원문을 만드는 동사 chúc** (기원하다)

Chúc	em	thi	tốt
기원하다	네가 시험을 잘 보길		

어휘

tuần sau 다음 주	thi 시험 보다	đang (시제어) ~하고 있다
ôn thi 시험공부하다	vậy thì 그렇다면	cố gắng 노력하다
học 공부하다	chúc 기원하다	tốt 좋은, 잘
chăm chỉ 열심히	trông 지키다	xe 차
cho ~을 위해, ~하게끔 하다	hỏi 묻다, 질문하다	đường 길
bưu điện 우체국		

문항 사례 ⑥ 학교생활 표현

대화의 내용과 일치하는 것은? 2018학년도 수능

A : Hôm nay trường mình thi môn Lịch sử. Ngày mai thi môn Địa lý.

B : Trường mình thi môn Địa lý hôm qua rồi.

Còn môn Lịch sử thì ngày mai thi.

A : Thế à? Hôm qua bạn làm bài thi có tốt không?

B : Tốt. Mình thích môn Địa lý mà.

① B không thích môn Địa lý.
② Trường B đã thi môn Lịch sữ.
③ B đã làm bài thi môn Địa lý tốt.
④ Hôm qua trường A thi môn Địa lý.
⑤ Ngày mai trường A thi môn Lịch sử.

문제 풀이

해설 ① B không thích môn Địa lý. [B는 지리 과목을 좋아하지 않는다.] → B는 지리 과목을 좋아한다.

② Trường B đã thi môn Lịch sữ. [B의 학교는 역사 시험을 치렀다.] → B의 학교는 지리 시험을 치렀다.

③ B đã làm bài thi môn Địa lý tốt. [B는 지리 시험을 잘 봤다.]

④ Hôm qua trường A thi môn Địa lý [어제 A의 학교는 지리 시험을 치렀다.] → 알 수 없음

⑤ Ngày mai trường A thi môn Lịch sử. [내일 A의 학교는 역사 시험을 치른다.] → 내일 A의 학교는 지리 시험을 치른다.

해석 A: 오늘 우리 학교 역사 시험 봐. 내일은 지리 시험을 봐.
B: 우리 학교는 어제 지리 시험을 이미 봤어. 내일은 역사 시험 봐.
A: 그래? 어제 시험 잘 봤어?
B: 잘 봤어. 내가 지리 과목을 좋아하잖아.

정답 ③

분석 ▶ có ~ không? 의문문형

	주어		có	술어(형용사)	không?
Hôm qua	bạn	làm bài thi	có	tốt	không?
어제	너가 시험 본 것은		좋니(잘 봤니)?		

어휘

hôm nay 오늘	trường 학교	thi 시험 보다	môn 과목
lịch sử 역사	ngày mai 내일	địa lý 지리	thế à? 그래?
làm bài thi 시험 치다	tốt 좋은, 잘하는	thích 좋아하다	

문항 사례 ⑦ 교육 광고 표현

외국어 학원 광고이다. 광고문의 내용과 일치하는 것을 〈보기〉에서 고른 것은?

2018학년도 수능

Trung Tâm Ngoại Ngữ IFL

✔ Dạy tiếng Anh, Pháp, Trung Quốc, Hàn Quốc.

✔ Có các lớp sáng - chiều - tối từ thứ 2 đến thứ 7.

✔ Sáng chủ nhật có lớp tiếng Anh cho trẻ em(5-7 tuổi).

✔ Mỗi lớp chỉ từ 10 đến 15 người.

✔ Giảm 10% tiền học cho sinh viên.

Liên hệ: 028 1234 5678

10 Lê Duẩn, TP. Hồ Chí Minh

보기

a. 한 반의 정원은 25명이다.

b. 한국어는 가르치지 않는다.

c. 대학생은 수업료를 할인 받는다.

d. 5~7세 어린이 영어 강좌는 일요일 오전에 있다.

① a, b　② a, c　③ b, c　④ b, d　⑤ c, d

문제 풀이

해설 a. 한 반의 정원은 25명이다. → 한 반의 정원은 10~15명이다.

b. 한국어는 가르치지 않는다. → 영어, 프랑스어, 중국어, 한국어를 가르친다.

c. 대학생은 수업료를 할인받는다. → Giảm 10% tiền học cho sinh viên.

d. 5~7세 어린이 영어 강좌는 일요일 오전에 있다. → Sáng chủ nhật có lớp tiếng Anh cho trẻ em(5–7 tuổi).

해석 IFL 외국어 센터
영어, 프랑스어, 중국어, 한국어 가르침.
월요일부터 토요일까지 아침–오후–저녁 반들이 있음
일요일 아침에는 어린이를 위한 영어 수업이 있음(5~7세)
각 반은 단지 10~15명
대학생에게는 10% 학원비 할인
문의: 028 1234 5678
Lê Duẩn로 10번지, Hồ Chí Minh 시

정답 ⑤

분석 ▶ **từ ⓐ đến ⓑ** (ⓐ부터 ⓑ까지)

주어	술어(동사)			từ		đến	
(Trung Tâm Ngoại Ngữ IFL)	Có	các lớp	sang–chiều–tối	từ	thứ 2	đến	thứ 7
	있다	오전–오후–저녁반		월요일부터 토요일까지			

주어			từ		đến	
Mỗi	lớp	chỉ	từ	10	đến	15 người
각 수업은		단지	10~15명이다			

어휘

trung tâm 중심, 센터
ngoại ngữ 외국어
dạy 가르치다
tiếng 소리, 언어
Anh 영국
Pháp 프랑스
Trung Quốc 중국
Hàn Quốc 한국
lớp 교실
sáng 오전
chiều 오후
tối 저녁
từ ⓐ đến ⓑ ⓐ부터 ⓑ까지
sáng chủ nhật 일요일 오전
cho (전치사) ~을 위한, ~에게
trẻ em 어린이
mỗi 각각의
chỉ 단지, 오직
người 사람
giảm 줄이다, 깎다
tiền học 학비
sinh viên 대학생
liên hệ 연락, 문의 번호

문항 사례 ⑧ 학교생활 표현

빈칸에 들어갈 말로 알맞은 것은? 2018학년도 수능 6월 모의평가

A : Cậu học môn nào giỏi nhất?

B : Môn Toán, cậu ạ.

A : Thế à! Tớ học Toán rất kém. ____________?

B : Được. Vậy chúng ta cùng học với nhau.

① Bao giờ thi Toán nhỉ
② Ai dạy Toán cho cậu
③ Cậu thích Tiếng Anh à
④ Tớ giúp cậu được không
⑤ Cậu có thể giúp tớ không

문제 풀이

해설 ① 언제 수학 시험 보지?
② 누가 너에게 수학을 가르치니?
③ 너는 영어를 좋아하지?
④ 내가 도와줄 수 있을까?
⑤ 너가 나 좀 도와줄 수 있니?

해석 A: 너는 어떤 과목을 가장 잘하니?
B: 수학.
A: 그래! 나는 수학이 매우 부진해. 너가 나 좀 도와줄 수 있니?
B: 그래. 그럼 우리 같이 함께 공부하자.

정답 ⑤

분석 ▶ **최상급 비교 문형 nhất** (가장, 제일)

주어	술어(동사)		의문사		
Cậu	học	môn	nào	giỏi	nhất?
너는	공부하다	어떤 과목을		제일 잘	

비교 문형에서 최상급 문형은 '형용사+nhất'의 형태이다. nhất 대신에 hơn cả, hơn hết을 쓸 수 있다.

어휘

môn 과목
Toán 수학
với nhau 서로서로
dạy 가르치다
giúp 돕다
nào (의문사) 어떤
kém 부족한, 모자란
bao giờ (의문사) 언제
cho (전치사) ~에게
giỏi 우수한, 잘하는
vậy 그러면
thi 시험
thích 좋아하다
nhất (최상급) 가장, 제일
cùng 함께
ai (의문사) 누구
tiếng Anh 영어

08 기출 문항 풀어보기

1 글에서 대답을 찾을 수 있는 질문은? [2017학년도 수능]

> Hôm nay, Somi và Vy phải học ba môn ở trường. Văn học, Toán và Thể dục. Sau khi học, Somi muốn Vy cùng đi chơi với chị Linh. Nhưng Vy bận đi câu lạc bộ bóng bàn.

① Linh đi chơi ở đâu?
② Vy học trường nào?
③ Linh học mấy môn?
④ Học xong Vy rỗi không?
⑤ Somi thích học môn gì?

2 대화의 내용으로 알 수 있는 것은? [2017학년도 수능]

> A : Năm sau tốt nghiệp, bạn sẽ làm gì?
> B : Mình về quê ở Phú Quốc làm giáo viên để sống gần bố mẹ. Còn bạn?
> A : Mình thì ở lại thành phố này nhưng cũng sẽ dạy học ở một trường phổ thông.

① A định về quê.
② Bố của B là công nhân.
③ B đang sống gần bố mẹ.
④ A tốt nghiệp sau B một năm.
⑤ A và B muốn làm giáo viên.

3 빈칸에 들어갈 말로 알맞은 것만을 <보기>에서 있는 대로 고른 것은? [2016학년도 수능]

> Thầy : Em đã hiểu câu này chưa?
> Học sinh : Thưa Thầy, ___________ ạ.
> Thầy : Vậy, thầy giải thích lại một lần nữa nhé.

보기

a. em hiểu rồi
b. em chưa hiểu
c. câu này khó quá

① a
② b
③ a, c
④ b, c
⑤ a, b, c

어휘

phải ~해야만 하다
ở (전치사) ~에서
sau khi ~한 후에
muốn 원하다
chơi 놀다
nhưng 하지만
câu lạc bộ 클럽
bóng bàn 탁구
đâu (의문사) 어디
rỗi 한가한

năm sau 내년
làm ~하다
về quê 귀향하다
giáo viên 교원, 선생님
để ~하기 위하여
sống 살다
gần 가까운, 가까이
bố mẹ 부모님
thành phố 도시
phổ thông 보통의
trường phổ thông 고등학교
định ~하고자 하다
công nhân 생산직 근로자

đã ~ chưa? (경험 여부) ~했어?
thưa (공손한 표현) ~님
giải thích 설명하다
lại 또 다시
lần 번, 차례
một lần 한번
nữa 더
câu 문장
khó 어려운

CHAPTER_09 건강 표현

출제경향 분석

병원 진료, 질병 묘사 등의 내용이 매년 반복적으로 1문항씩 출제되고 있다.

문항 사례 ① 질병 상태 표현

빈칸에 들어갈 말로 알맞은 것은? 2019학년도 수능

A : Nga ơi, bạn quên đã hẹn đi mua sắm à?

B : ____________, mình bị sốt nên không đi được.

① Vui quá ② Xin lỗi ③ Không sao
④ Không có gì ⑤ Chúc ngủ ngon

문제 풀이

해설 ① 너무 기뻐 ② 미안해 ③ 괜찮아 ④ 천만에 ⑤ 잘 자

해석 A: Nga야, 너 쇼핑하기로 한 거 잊었니?
B: 미안해, 내가 열이 나서 갈 수가 없어.

정답 ②

분석 ▶ 인과 관계를 표현하는 구문 vì ⓐ nên ⓑ (ⓐ이기 때문에 그래서 ⓑ)

Vì	ⓐ			nên		ⓑ		
(Vì)	mình	bị	sốt	nên	(mình)	không	đi	được
내가 열이 나기 때문에				그래서	(나는)	갈 수 없다		

▶ 불가능함을 나타내는 문형 không + 동사 + được (~ 할 수 없다)

주어	không	술어(동사)	được
Mình	không	đi	được
나는	갈 수 없다		

어휘

quên 잊다, 까먹다
hẹn 약속하다
đi mua sắm 쇼핑 가다
bị sốt 열이 나다
nên 그래서
không ~ được ~할 수 없다
vui 기쁜
quá (감탄문) 매우, 몹시
xin lỗi 미안합니다, 실례합니다
không sao 괜찮습니다
không có gì 천만에요
chúc 기원하다
ngủ 잠 자다
ngon 맛있는
chúc ngủ ngon 잘 자

문항 사례 ② 질병 상태 표현

빈칸에 들어갈 말로 알맞지 않은 것은? 2019학년도 수능 9월 모의평가

A : Cháu bị làm sao?

B : Cháu ________________.

A : Để bác khám bệnh cho.

① bị sốt ② ho nhiều ③ rất tốt bụng

④ đau họng lắm ⑤ nhức đầu quá

문제 풀이

해설 ① (제가) 열이 나요 ② (제가) 기침을 많이 해요 ③ (제가) 매우 성격이 좋아요 ④ (제가) 목이 너무 아파요 ⑤ (제가) 머리가 너무 아파요

해석 A: 무슨 일인가요?
B: 제가 열이 나요 / 기침을 많이 해요 / 목이 너무 아파요 / 머리가 너무 아파요.
A: 어디 진찰해 봅시다.

정답 ③

분석 ▶ **질병의 증상 표현 bị**

Tôi	bị	sốt	열이 납니다
	(bị)	ho	기침이 납니다
	(bị)	đau họng	목이 아픕니다
	(bị)	nhức đầu	머리가 지끈거립니다

▶ **사역 동사 để**(~하게끔 하다)

주어	술어(동사)	목적어	목적 보어	
(Cháu)	để	bác	khám bệnh	cho
(너는) 아저씨가 진찰하게끔 해 줘				

어휘

cháu 조카, 손주
bị làm sao? 무슨 일이니?
để ~하게끔 하다
khám bệnh 진찰하다
bị sốt 열나다
ho 기침하다
tốt bụng 속 좋은, 성격 좋은
đau 아픈
họng 목
nhức đầu 머리 아픈, 머리 지끈한

문항 사례 ③ 질병 상태 표현

빈칸에 들어갈 말로 알맞은 것은? 2019학년도 수능 6월 모의평가

A : Em bị làm sao thế?

B : Em đau bụng quá.

A : Em ______________?

B : Từ tối hôm qua ạ.

① đau ở đâu ② bị sao vậy ③ có những thứ gì

④ bị đau từ bao giờ ⑤ thấy trong người thế nào

문제 풀이

해설 ① 어디가 아픈가요? ② 무슨 일인가요? ③ 어떤 것들이 있나요? ④ 언제부터 아픈가요?
⑤ 몸 속이 어떻다고 느끼세요?

해석 A: 무슨 일인가요?
B: 배가 너무 아픕니다.
A: 언제부터 아픈가요?
B: 어젯밤부터요.

정답 ④

분석 ▶ 감기, 몸살, 배탈 등의 질병으로 인한 아픈 상태를 나타내는 술어 bị

주어	술어 bị			
Em	bị	làm sao	thế?	질문
	무슨 일인가요?			
Em	bị	đau bụng		답변
	배가 아픕니다			

배가 아프거나(bị đau bụng), 머리가 아프거나(bị đau đầu), 감기에 걸려(bị cảm) 아픈 경우 bị를 사용한다. bị는 딱히 뜻은 없지만, 그 의미상 질병 등의 상태를 나타낸다.

어휘

bị (질병 등으로 아픈 경우의 술어) bị làm sao 무슨 일인가요? đau 아픈
bụng (신체) 배 từ (전치사) ~로부터 tối hôm qua 어젯밤
thứ 물건, 사물 bao giờ (의문사) 언제 thấy 느끼다, 생각하다
trong (전치사) ~ 안에 người (신체) 몸

문항 사례 ④ 질병 상태 표현

빈칸에 들어갈 말로 알맞은 것을 〈보기〉에서 찾아 순서대로 바르게 배열한 것은? 2018학년도 수능

Giáo viên: ______________

Học sinh: Em đau đầu quá ạ.

Giáo viên: ________________ Đầu em nóng quá. Em bị sốt rồi.

Học sinh: Vâng. ______________________

Giáo viên: Cô đưa em xuống gặp y tá của trường nhé.

보기

a. Để cô xem. b. Em bị sao thế? c. Em thấy chóng mặt nữa ạ.

① a – c – b ② b – a – c ③ b – c – a ④ c – a – b ⑤ c – b – a

문제 풀이

해석 선생님: (b) 너 무슨 일이니?
학생: 저 머리가 너무 아파요.
선생님: (a) 어디 보자. 네 머리가 너무 뜨겁구나. 너 열이 나네.
학생: 네. (c) 저 어지럽기도 해요.
선생님: 선생님이 너를 데리고 내려가 학교 간호사 선생님 좀 만나게 해 줄게.

정답 ②

분석 ▶ **질병 등의 상태를 나타내는 술어 bị**

주어	bị	술어(형용사)	
Em	bị	đau đầu	머리가 아프다
Em	bị	sốt	열나다

어휘

đau 아픈
đầu 머리
nóng 뜨거운, 더운
sốt 열나는
chóng mặt 어지러운
đưa 데려다주다
xuống 내려가다
gặp 만나다
y tá 간호사
trường 학교

문항 사례 ⑤ 질병 상태 표현

대화의 내용으로 보아 밑줄 친 부분과 관련 있는 그림은? 2018학년도 수능 9월 모의평가

A : Cháu bị làm sao thế?

B : Hôm qua cháu đi xe đạp bị ngã nên đau chân.

A : Trời ơi! Cháu phải cẩn thận chứ!

① 

② 

③ 

④ 

⑤ 

문제 풀이

해석 A: 너 무슨 일이니?
B: 어제 자전거 타다가 넘어져서 다리가 아파요.
A: 맙소사. 당연히 조심했어야지.

정답 ②

분석 ▶ **인과 관계를 나타내는 문형 vì ⓐ nên ⓑ**

Vì	원인					nên	결과	
(Vì)	hôm qua	cháu	đi xe đạp	bị	ngã	nên	(bị)	đau chân
~이기 때문에	어제	제가 자전거를 타다			넘어지다	그래서	다리가 아프다	

▶ **phải** (~해야만 한다)

주어	phải	술어(형용사)	(당연 뉘앙스)
Cháu	phải	cẩn thận	chứ
	~해야만 한다	조심하다	

phải(~해야만 한다)와 nên(~하는 게 좋다)는 항상 주어와 술어 사이에 위치해야 한다. 주어와 술어 사이가 아닌 곳에 위치하는 경우, 전혀 다른 의미의 품사가 됨을 잊지 말자.

어휘

hôm qua 어제　đi xe đạp 자전거 타다　ngã 넘어지다　nên 그래서
đau 아픈　chân 다리　phải ~해야만 한다　cẩn thận 조심하는
chứ (당연한 뉘앙스)

문항 사례 ⑥ 건강 상태 표현

빈칸에 들어갈 말로 알맞은 것을 〈보기〉에서 고른 것은? 2018학년도 수능 6월 모의평가

A : Sau khi uống thuốc, cháu thấy trong người thế nào?

B : Cảm ơn bác sĩ. Cháu ________ rồi ạ.

보기

a. hết nhức đầu　　b. khỏi đau bụng

c. khám bệnh cho y tá　　d. mua thuốc cho bác sĩ

① a, b　② a, c　③ b, c　④ b, d　⑤ c, d

문제 풀이

해설　a. 두통이 끝나다　b. 복통에서 벗어나다　c. 간호사에게 진찰받다　d. 의사에게 약을 사다

해석　A: 약을 먹은 후에, 몸 속이 어떻게 느껴지던가요?
B: 감사합니다, 선생님. 머리가 아프지 않아요 / 배가 아프지 않습니다.

정답　①

분석　▶ **시간의 접속사 sau khi**

Sau khi	주어	술어		
Sau khi	(cháu)	uống	thuốc	약 먹은 후에
~한 후에	약 먹다			
Trước khi	주어	술어		약 먹기 전에
Trước khi	(cháu)	uống	thuốc	
~하기 전에				

어휘

sau khi ~한 후에　uống 마시다　thuốc 약　thấy 느끼다

trong ~ 안에　người 사람　thế nào (의문사) 어떻게　bác sĩ 의사

hết 끝나다　nhức đầu 두통의　khỏi 벗어나다　đau bụng 배가 아픈

khám bệnh 진찰받다　y tá 간호사　mua 사다　cho (전치사) ~에게

09 기출 문항 풀어보기

1 빈칸에 들어갈 말로 알맞은 것은? [2016학년도 수능]

> A : Bạn đã đi khám bệnh rồi chứ?
> B : Ừ, mình đã đi gặp bác sĩ rồi.
> A : Bây giờ bạn ______________________?
> B : Mình khỏe hơn rồi.

① nhận cái gì ② thấy thế nào
③ khám bệnh cho ai ④ muốn làm bác sĩ không
⑤ cho mình uống thuốc gì

어휘

đã (시제어) ~ 했다
đi 가다
bây giờ 지금
khỏe 건강한
hơn (비교급) ~보다
nhận 받다
thế nào (의문사) 어떻게
ai (의문사) 누구
muốn 원하다
làm ~하다
uống thuốc 약 먹다

2 빈칸에 들어갈 말로 알맞은 것은? [2015학년도 수능]

> A : Sao hôm nay trông bạn mệt thế?
> B : Mình thấy đau họng và sốt.
> A : Bạn ____________________?
> B : Lát nữa mình sẽ đi bệnh viện.

① hỏi gì ② cũng thấy vui à
③ đi khám bệnh chưa ④ có hạnh phúc không
⑤ thấy em ấy hát hay chứ

sao (의문사) 왜
hôm nay 오늘
trông ~처럼 보이다
mệt 피곤한
thế 그렇게
đau họng 목이 아픈
lát nữa 잠시 후, 좀 있다가
sẽ (시제어) ~할 것이다
bệnh viện 병원
hỏi 묻다, 질문하다
cũng 또한, 역시
hạnh phúc 행복한
em ấy 그 동생, 그 애
hát 노래하다
hay 재미있는, 잘하는

CHAPTER_10 장소 표현

출제경향 분석

의문사 đâu를 사용한 위치에 대한 질문과 위치 등의 정보를 담은 주소에 대한 이해 및 표현을 묻는 문항을 위주로 학습하자.

문항 사례 ① 집 임대 표현

광고문의 내용으로 알 수 있는 것은? 2019학년도 수능

NHÀ CHO THUÊ

- Nhà có 2 phòng ngủ, 1 phòng vệ sinh, 1 phòng bếp và 1 phòng khách.
- Cho thuê từ ngày 20 tháng 11.
- Gần siêu thị VIKO.
- Liên hệ: 03 XXXX 6789 (Linh)

① 침실은 2개이다.
② 주방은 1층에 있다.
③ 집은 학교 근처에 있다.
④ 임대료는 조정이 가능하다.
⑤ 11월 20일까지 집을 수리한다.

문제 풀이

해설 ① 침실은 2개이다. → Nhà có 2 phòng ngủ.
② 주방은 1층에 있다. → 언급 없음
③ 집은 학교 근처에 있다. → Gần siêu thị VIKO. [VIKO 마트 근처에 있음]
④ 임대료는 조정이 가능하다. → 언급 없음
⑤ 11월 20일까지 집을 수리한다. → Cho thuê từ ngày 20 tháng 11. [11월 20일부터 임대함]

해석 집 임대함
- 침실 2개, 화장실 1개, 주방 1개 및 거실 1개.
- 11월 20일부터 임대함.
- VIKO 마트에서 가까움.
- 연락: 03 XXXX 6789 (Linh)

정답 ①

어휘

nhà 집
cho thuê 임대해 주다
phòng 방
ngủ 잠 자다
phòng vệ sinh 화장실
phòng bếp 주방
phòng khách 거실
từ (전치사) ~부터
gần 가까운
siêu thị 슈퍼마켓
liên hệ 연락

문항 사례 ② 길 묻기 표현

빈칸에 공통으로 들어갈 말로 알맞은 것을 〈보기〉에서 찾아 바르게 배열한 것은?

2019학년도 수능 9월 모의평가

A : Xin lỗi, em muốn đi chợ Đồng Xuân nhưng em ________________ ạ.

B : Chắc em bị ____________. Em ____________, rồi tiếp tục hỏi nhé.

A : Dạ vâng ạ. Cảm ơn anh nhiều ạ.

보기

a. lạc đường rồi

b. chưa tìm thấy đâu cả

c. đi theo đường này đến ngã tư

① a - c - b ② b - a - c ③ b - c - a
④ c - a - b ⑤ c - b - a

문제 풀이

해석 A: 실례지만, Đồng Xuân 시장을 가고자 하는데, (b) 제가 어디인지 아직 전혀 못 찾겠어요.
B: 아마도 (a) 길을 잃은 듯하네요. (c) 이 길을 따라 사거리까지 가신 후, 계속 물어보세요.
A: 네. 감사합니다.

정답 ②

분석 ▶ **강한 부정문 chưa ~ đâu cả** (아직 전혀 ~ 아니다)

주어	chưa	술어(동사)	đâu cả
Em	chưa	tìm thấy	đâu cả
저는 아직 전혀 찾지 못하겠어요			

chưa ~ đâu cả(아직 전혀 ~ 아니다)와 không ~ đâu cả(전혀 ~ 아니다) 모두 강한 부정의 뉘앙스를 나타낸다.

▶ **부정적인 뉘앙스의 수동태 bị 문형**

주어	bị	술어(동사)
Em	bị	lạc đường
너는 길을 잃었다		

어휘

xin lỗi 실례합니다, 죄송합니다 | muốn 원하다 | đi 가다
chợ (재래) 시장 | nhưng 하지만 | tìm thấy 찾다, 찾아보다
chưa ~ đâu cả 아직 전혀 ~하지 않다 | chắc 아마도, 아마
bị lạc đường 길을 잃다 | tiếp tục 계속하다 | hỏi 묻다, 질문하다
cảm ơn 감사합니다, 고맙습니다 | nhiều 많은, 많이 | theo 따르다
đường 길, 도로 | đến (전치사) ~까지 | ngã tư 사거리

문항 사례 ③ 집 임대 표현

빈칸에 들어갈 말로 알맞은 것은? 2018학년도 수능

A : Hôm qua tớ tìm được nhà mới rồi đấy.

B : ________________________________?

A : Ngay bên cạnh siêu thị 123 trên phố Kim Mã.

B : Thế à? Anh trai tớ cũng sống ở gần đó.

① Ở chỗ nào thế
② Cậu thuê cho ai
③ Bao giờ cậu đến ở
④ Phố Kim Mã có gì
⑤ Nhà cậu có mấy phòng

문제 풀이

해설 ① 어떤 곳에 있어? ② 너는 누구에게 빌려줬니? ③ 언제 너는 와서 있을거니? ④ 길에 무엇이 있니? ⑤ 너의 집은 방이 몇 개니?

해석 A: 어제 나 새로운 집을 찾았어.
B: 어떤 곳에 있어?
A: Kim Mã로 있는 123 슈퍼마켓 바로 옆에.
B: 그래? 우리 형도 거기 근처에서 살아.

정답 ①

분석 ▶ **완료의 표현 '동사 + được'**

	주어	술어(동사)	được			
Hôm qua	tớ	tìm	được	nhà	mới	rồi
어제	나는	찾았다(완료)		새 집		이미(완료)

▶ **cũng** (또한, 역시)

주어		cũng	술어(동사)			
Anh trai	tớ	cũng	sống	ở	gần	đó
나의 형		또한	산다	거기 근처에서		

어휘

hôm qua 어제
tớ 나
tìm 찾다
nhà 집
mới 새로운
ngay 바로
bên cạnh ~ 옆에
siêu thị 슈퍼마켓
trên (전치사) ~ 위에
phố 거리, 길
thế à? 그래요?
anh trai 오빠, 형
cũng 또한, 역시
sống 살다
ở (전치사) ~에서
gần 가까운, 가까이
đó 거기
chỗ 곳, 장소
thuê 빌리다, 임대하다
cho (전치사) ~에게
ai (의문사) 누구
bao giờ (의문사) 언제
có 있다
gì (의문사) 무엇
mấy (의문사) 얼마나 많은
phòng 방

문항 사례 ④ 위치 표현

빈칸에 들어갈 말로 알맞지 않은 것은? 2018학년도 수능

A : Em học xong chưa?

B : Xong rồi. Em gặp anh ở đâu?

A : ______________________.

B : Vâng, em sẽ đến ngay.

① Số 23 đường Nguyễn Du
② Trước ngân hàng VH nhé
③ Cửa Đông chợ Bến Thành nhé
④ Năm sau anh sẽ ở Nha Trang
⑤ Em đến quán cà phê ở đối diện trường.

문제 풀이

해설 ① Nguyễn Du로 23번지란다.
② VH 은행 앞이야.
③ Bến Thành 시장 동문이야.
④ 내년 오빠는 Nha Trang에 있을 거야.
⑤ 학교 맞은편에 있는 카페로 오렴.

해석 A: 수업 끝났니?
B: 끝났어요. 제가 오빠를 어디에서 만날까요?

A: Nguyễn Du로 23번지란다 / VH 은행 앞이야 / Bến Thành 시장 동문이야 / 학교 맞은편에 있는 카페로 오렴.
B: 네. 제가 바로 갈게요.

정답 ④

분석 ▶ 경험 여부를 묻는 'đã ~ chưa?' 의문문형

	주어	đã	술어(동사)		chưa	
	Em	(đã)	học	xong	chưa?	질문
Rồi,	em	đã	học	xong	rồi	긍정 답변
Chưa	em	chưa	học	xong		부정 답변

어휘

học 공부하다
xong 끝내다
đâu (의문사) 어디
sẽ (시제어) ~할 것이다
đến 오다
ngay 즉시
số 숫자
trước (전치사) ~ 앞에
ngân hàng 은행
cửa 문, 대문
chợ 시장
năm sau 내년
quán cà phê 커피숍
đối diện 맞은편의
trường 학교
ở ~에 있다

10 기출 문항 풀어보기

1 빈칸에 들어갈 말로 알맞은 것은? [2017학년도 수능]

A : Anh ơi, xe buýt này _______________?
B : Không phải. Chị lên xe buýt số 50 nhé.

① đi Hồ Tây à ② đi đường nào
③ có mấy khách ④ mua vé ở đâu
⑤ còn chỗ không

어휘

xe buýt 버스
này (지시 형용사) 이
lên 오르다, 탑승하다
đi 가다
Hồ Tây (지명) 서호
đường 길, 도로
nào (의문사) 어떤
có 있다
mấy (의문사) 얼마나 많은
khách 손님
mua 사다
vé 티켓, 표
còn 남아 있다
chỗ 자리

2 대화의 내용으로 알 수 있는 것은? [2017학년도 수능]

A : Năm giờ chiều, bạn đá bóng được không?
B : Được. Mấy giờ gặp nhau?
A : Bây giờ là ba giờ hai mươi.
Vậy, mình đến nhà bạn lúc bốn giờ bốn mươi nhé.
B : Ừ, thế nhé.

① A가 B의 집으로 가기로 했다. ② B가 축구공을 준비하기로 했다.
③ 현재 시각은 오후 2시 20분이다. ④ A와 B는 40분간 공을 찰 것이다.
⑤ A와 B는 오후 4시에 공을 차기로 했다.

giờ (시간 단위) 시
(buổi) chiều 오후
đá bóng 축구하다
được không? 할 수 있어?
mấy giờ 몇 시
gặp 만나다
nhau 서로서로
bây giờ 지금
vậy 그러면
nhà 집
lúc (시간의 전치사)

3 빈칸에 들어갈 말로 알맞은 것은? [2016학년도 수능]

A : Hôm qua em thuê nhà rồi đấy.
B : Thế à? _________________.
A : Hơi hẹp, chỉ có một phòng ngủ và một phòng vệ sinh.

① Phòng của ai ② Em trả phòng à
③ Nhà có rộng không ④ Em đặt phòng chưa
⑤ Em muốn thuê nhà à

hơi 약간, 조금
hẹp 좁은
chỉ 단지, 오직
phòng ngủ 침실
ai (의문사) 누구
trả phòng 체크아웃하다
rộng 넓은, 광활한
đặt 예약하다

CHAPTER_11 취미 활동 표현

출제경향 분석

취미, 일상 활동 등에 대한 표현과 대화상 언급된 활동의 발생 순서 등에 대한 정확한 이해 여부를 확인하는 문항들이 주로 출제되고 있다.

문항 사례 ❶ 일상 활동 표현

빈칸에 들어갈 말로 알맞은 것은? 2019학년도 수능

> A : Tối hôm nay đi xem phim, được không?
>
> B : Được. ______________________________?
>
> A : Xem ở Royal Tower.

① Đi cùng ai　② Xem ở đâu　③ Mấy giờ đi
④ Bao nhiêu tiền　⑤ Tại sao không xem

문제 풀이

해설 ① 누구랑 가니? ② 어디에서 봐? ③ 몇 시에 가니? ④ 얼마이니? ⑤ 왜 안 보니?

해석 A: 오늘 저녁에 영화 보러 가자, 오케이?
B: 그래. 어디에서 봐?
A: Royal Tower에서 보자.

정답 ②

분석 ▶ 시간 부사

때		일		표현
(buổi) tối	+	요일 표현 hôm qua hôm nay ngày mai	→	tối hôm qua 어제 저녁 tối hôm nay 오늘 저녁 tối ngày mai 내일 저녁

▶ 가능함을 묻는 의문문형 được không? (할 수 있어?, 오케이?)

	주어		술어(동사)			được không?	
	Bạn		đi	xem	phim	được không?	질문
	너는		영화 보러 갈 수 있어?				
Được,	Mình		đi	xem	phim	được	긍정 답변
할 수 있어,	나는		영화 보러 갈 수 있어				
Không được,	Mình	không	đi	xem	phim	được	부정 답변
할 수 없어,	나는	영화 보러 갈 수 없어					

▶ 의문사 đâu (어디)

주어	술어(동사)	전치사	의문사 đâu
(Chúng ta)	xem	ở	đâu?
우리	보다	어디에서	
(Chúng ta)	Xem	ở	Royal Tower
우리	보다	Royal Tower에서	

어휘

tối 저녁
hôm nay 오늘
đi 가다
xem 보다
phim 영화
được không? 할 수 있어요?, 오케이?
được 할 수 있다
cùng (전치사) ~와 함께
ai (의문사) 누구
ở đâu (의문사) 어디에서
mấy giờ 몇 시
bao nhiêu (의문사) 얼마나 많은
tại sao (의문사) 왜

문항 사례 ② 취미 활동 표현

빈칸에 들어갈 말로 알맞은 것은? 2019학년도 수능

A : ______________________?

B : Sở thích của em là leo núi ạ. Còn anh?

A : Anh cũng vậy.

① Em bao nhiêu tuổi
② Em đã đặt vé chưa
③ Sở thích của em là gì
④ Em tốt nghiệp khi nào
⑤ Bạn nào học chăm chỉ nhất

문제 풀이

해설 ① 너 몇 살이니? ② 너 예매해 봤니? ③ 너의 취미는 무엇이니? ④ 너는 언제 졸업했니?
⑤ 어떤 친구가 가장 열심히 공부하니?

해석 A: 너의 취미는 무엇이니?
B: 저의 취미는 등산이에요. 형은요?
A: 형도 그래.

정답 ③

분석 ▶ 의문사 gì (무엇)

주어	술어			의문사 gì
Sở thích	của	em	là	gì?
	너의 취미는		무엇이니?	
Sở thích	của	em	là	leo núi
	저의 취미는		등산하기입니다	

▶ 경험 여부를 묻는 đã ~ chưa 의문문형

	주어	đã	술어(동사)		chưa?	
	Em	đã	đặt	vé	chưa?	질문
	너	예매했니?				
Rồi,	Em	đã	đặt	vé	rồi.	긍정 답변
이미	이미 예매했어					
Chưa,	Em	chưa	đặt	vé		부정 답변
아직,	아직 예매하지 않았어					

▶ 의문사 khi nào (언제) = bao giờ

주어	시제어	술어(동사)	의문사 khi nào
Em	(đã)	tốt nghiệp	khi nào?
너는 언제 졸업했니?			
Em	(đã)	tốt nghiệp	năm trước
저는 작년에 졸업했어요			

의문사 khi nào	주어	시제어	술어(동사)
Khi nào	Em	(sẽ)	tốt nghiệp?
너는 언제 졸업할 거니?			
Năm sau	Em	(sẽ)	tốt nghiệp
저는 내년에 졸업할 거예요			

'언제'라는 뜻의 의문사 khi nao, bao giờ는 문장 내 위치에 따라 시제를 달리 나타낸다. 문장 뒤에 위치하면 '(과거 시제를 나타내는) 언제'이며, 문장 앞에 위치하면 '(미래 시제를 나타내는) 언제'임을 꼭 확실하게 숙지하자.

어휘

sở thích 취미
bao nhiêu (의문사) 얼마나 많은
vé 표, 티켓
khi nào (의문사) 언제
chăm chỉ 열심히
leo núi 등산하다
tuổi (나이) 살, 세
gì (의문사) 무엇
nào (의문사) 어떤
nhất (최상급) 가장, 제일
cũng vậy 또한 그러하다
đặt 예약하다
tốt nghiệp 졸업하다
học 공부하다

문항 사례 ③ 취미 활동 표현

그림에 대한 설명으로 알맞은 것은? 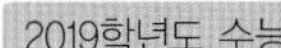 2019학년도 수능

① Một người tắm.

② Hai người câu cá.

③ Chim bay trên trời.

④ Không có hoa và cây.

⑤ Một người đi xe đạp.

문제 풀이

해설 ① 한 사람이 목욕을 한다.

② 두 사람이 낚시를 한다.

③ 새가 하늘 위로 날아간다.

④ 꽃과 나무가 없다.

⑤ 한 사람이 자전거를 탄다.

정답 ⑤

어휘

tắm 목욕하다, 샤워하다　câu cá 낚시하다　chim 새　bay 날다

trên (전치사) ~ 위에　trời 하늘　hoa 꽃　cây 나무

đi xe đạp 자전거 타다

문항 사례 ④ 취미 활동 표현

빈칸에 들어갈 말로 알맞은 것은? 2019학년도 수능 6월 모의평가

A : ______________________________?

B : Ở nhà xem phim. Sở thích của tớ là xem phim.

A : Thế à? Tớ cũng vậy.

① Cậu thích loại phim gì

② Khi nào cậu sẽ về nhà

③ Khi rỗi cậu thường làm gì

④ Phim này có nổi tiếng không

⑤ Cậu đã xem phim này mấy lần

문제 풀이

해설 ① 너는 무슨 영화 종류를 좋아하니?
② 언제 너는 집에 돌아갈 거니?
③ 한가할 때, 너는 보통 무엇을 하니?
④ 이 영화는 유명하니?
⑤ 너는 이 영화를 몇 번 봤니?

해석 A: 한가할 때 너는 보통 무엇을 하니?
B: 집에서 영화 봐. 내 취미는 영화 감상이야.
A: 그래? 나도 그래.

정답 ③

분석 ▶ 빈도 부사 **thường** (보통)

Khi	주어	술어(형용사)	주어	thường	술어(동사)	
Khi	(cậu)	rỗi	cậu	thường	làm	gì?
(너가) 한가할 때			너는 보통 무엇을 하니?			

▶ 취미 표현

주어			술어(동사)	
Sở thích	của	cậu	là	gì?
너의 취미			~이다	무엇
Sở thích	của	tớ	là	xem phim
나의 취미			~이다	영화 보기

어휘

xem 보다
phim 영화
sở thích 취미
cũng 또한, 역시
tớ 나
cậu 너
thích 좋아하다
loại 종류
gì (의문사) 무엇
khi nào (의문사) 언제
sẽ (시제어) ~할 예정이다
về nhà 귀가하다, 집에 가다
rỗi 한가한, 여유 있는
thường 보통
làm ~하다
nổi tiếng 유명한
mấy (의문사) 얼마나 많은
lần 회, 번, 횟수

문항 사례 ⑤ 취미 활동 표현

대화의 내용으로 알 수 있는 것은? 2018학년도 수능

Hồng : Chiều mai em có thời gian không?

Hana : Có ạ. Chuyện gì vậy chị?

Hồng : Có phim Việt Nam mới *Taxi, em ten gì?* đấy.

Cùng đi xem nhé.

Hana : Hay quá. Em cũng muốn xem vì đây là một cách tốt để học tiếng Việt chị ạ.

① Hồng과 Hana의 취미는 영화 감상이다.
② Hồng은 Hana에게 베트남어를 가르친다.
③ Hồng은 Hana에게 영화를 보러 가자고 했다.
④ Hồng은 영화 *Taxi, em tên gì*?를 본 적이 있다.
⑤ Hồng과 Hana는 택시를 타고 영화를 보러 간다.

문제 풀이

해설 ① Hồng과 Hana의 취미는 영화 감상이다. → 언급 없음
② Hồng은 Hana에게 베트남어를 가르친다. → 언급 없음
③ Hồng은 Hana에게 영화를 보러 가자고 했다. → Cùng đi xem nhé. [같이 보러 가자.]
④ Hồng은 영화 Taxi, em tên gì?를 본 적이 있다. → 언급 없음
⑤ Hồng과 Hana는 택시를 타고 영화를 보러 간다. → 언급 없음

해석 Hồng: 내일 오후 너 시간 있니?
Hana: 있어요. 무슨 일이에요, 언니?
Hồng: *택시, 네 이름이 뭐니?*라는 베트남 신작 영화가 나왔네. 같이 보러 가자.
Hana: 너무 재밌겠어요! 이것(영화 보기)은 베트남어를 공부하기 위한 좋은 방법이기 때문에 저도 보고 싶어요.

정답 ③

분석 ▶ **có thời gian** (한가한, 여유있는) = **rảnh** = **rỗi** = **rảnh rỗi**

	주어	có	술어(동사)		không?
Chiều mai	em	(có)	có	thời gian	không?
			한가한, 시간 있다		
			= rảnh = rỗi = rảnh rỗi		

▶ ⓑ **vì** ⓐ (ⓐ이기 때문에 ⓑ이다)

ⓐ	vì	ⓑ
Em cũng muốn xem	vì	đây là một cách tốt để học tiếng Việt chị ạ
저 또한 보길 원해요	~이기 때문에	이것은 베트남어를 공부하기 위한 좋은 방법이다

'왜냐하면', '~이기 때문에'의 의미인 vì 대신에 bởi vì, tại vì를 사용할 수 있다. 즉, vì = bởi vì = tại vì이다.

어휘

chiều mai 내일 오후	có 있다	thời gian 시간	chuyện 일
phim 영화	mới 새로운	cùng (전치사) 함께	xem 보다
hay 재미있는	cũng 또한, 역시	muốn 원하다	vì 왜냐하면
đây là 이것은 ~이다	cách 방법	tốt 좋은	để ~하기 위하여

문항 사례 ⑥ 취미 활동 표현

빈칸에 들어갈 말로 알맞은 것은? 2018학년도 수능 9월 모의평가

A : Có phim mới đấy! Tối hôm nay chúng ta đi xem nhé?

B : Được đấy. ____________________

A : Tại số 212 Lý Chính Thắng, 7 giờ phim bắt đầu.

B : Vậy, 6 giờ ở đó nhé.

① Bận rồi. ② Đi cùng ai? ③ Phim không hay.
④ Hẹn nhau ở đâu? ⑤ Không đến được.

문제 풀이

해설 ① 바빠. ② 누구랑 같이 가? ③ 영화가 재미없어. ④ 어디에서 약속할까? ⑤ 갈 수 없어.

해석 A: 신작이 나왔어. 오늘 저녁에 우리 영화 보러 갈래?
B: 좋아. 어디에서 약속할까?
A: Lý Chính Thắng로 212번지. 7시에 영화가 시작해.
B: 그러면 6시에 거기서 보자.

정답 ④

분석 ▶ 시간 부사

시간 부사	주어	술어(동사)		
Tối hôm nay	chúng ta	đi	xem	nhé
오늘 저녁	우리	영화 보러 가자		

때		일		표현
sáng 오전 trưa 점심 chiều 오후 tối 저녁 đêm 밤	+	hôm qua 어제 hôm nay 오늘 ngày mai 내일	→	hôm qua 어제 아침 sáng hôm nay 오늘 아침 sáng ngày mai 내일 아침 đêm hôm qua 어젯밤 đêm hôm nay 오늘 밤 đêm ngày mai 내일 밤

어휘

có 있다
chúng ta (청자 포함) 우리
bắt đầu 시작하다
ai (의문사) 누구
đâu (의문사) 어디
phim 영화
xem 보다
ở đó 거기에서
hay 재미있는
đến 가다
mới 새로운
tại (전치사) ~에서
bận 바쁜
hẹn 약속하다
tối hôm nay 오늘 저녁
giờ (시간) 시
cùng 함께, 같이
nhau 서로서로

문항 사례 7 취미 활동 표현

글의 내용으로 보아 Lan이 한 일을 〈보기〉에서 찾아 순서대로 바르게 배열한 것은?

2018학년도 수능 9월 모의평가

Hôm qua là ngày nghỉ. Sáng Lan đi câu cá với bố. Nhưng họ không câu được con nào. Chiều về nhà, Lan nghe nhạc một lúc rồi nấu ăn cho cả gia đình.

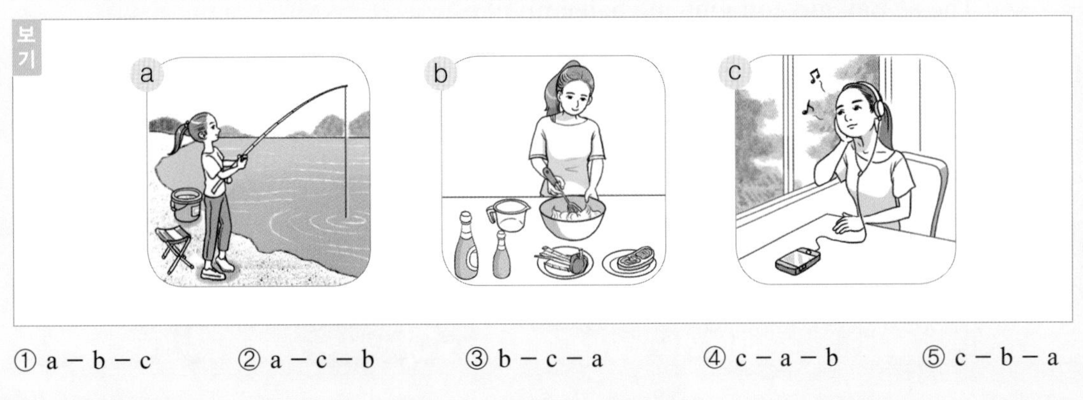

① a – b – c ② a – c – b ③ b – c – a ④ c – a – b ⑤ c – b – a

문제 풀이

해설 a. 낚시하기(câu cá) b. 요리하기(nấu ăn) c. 음악 감상하기(nghe nhạc)

해석 어제는 휴일이었다. 아침에 Lan은 아버지와 함께 낚시하러 갔다. 하지만 그들은 물고기를 잡을 수 없었다. 오후에 집에 들어와, Lan은 음악을 잠깐 듣고 난후 온 가족을 위해 요리를 하였다.

정답 ②

분석 ▶ **불가능을 나타내는 không + 동사 + được 문형**

주어	không	술어(동사)	được			
Họ	không	câu	được	con	(cá)	nào
그들은	잡을 수 없다			어떤 물고기도		

'không + 동사 + được'은 '~할 수 없다'라는 불가능의 의미를 나타낸다. 반드시 동사 뒤에 được이 위치해야 함을 기억하자.

어휘

hôm qua 어제
ngày 일, 날
nghỉ 쉬다
ngày nghỉ 쉬는 날
sáng 아침
câu cá 낚시하다
bố 아버지
nhưng 하지만
họ 그들은
chiều 오후
về nhà 귀가하다
nghe nhạc 음악 듣다
một lúc 잠깐
nấu ăn 요리하다
cả 모두
gia đình 가족

문항 사례 ⑧ 취미 활동 표현

대화의 내용으로 보아 B가 한 활동에 해당하는 그림을 〈보기〉에서 고른 것은?

2018학년도 수능 6월 모의평가

A : Sao con về muộn thế?

B : Con đi chơi bóng bàn với Minh.
Sau đó, con đến thư viện để tìm sách dạy cách chụp ảnh, mẹ a.

A : Thế à! Bây giờ con giúp mẹ nấu cơm nhé.

B : Vâng ạ.

보기

① a, b ② a, d ③ b, c ④ b, d ⑤ c, d

문제 풀이

해설 a. 도서관 가기(đến thư viện) b. 탁구 치기(chơi bóng bàn) c. 사진 찍기(chụp ảnh) d. 농구하기(chơi bóng rổ)

해석 A: 왜 이렇게 집에 늦게 오니?
B: 저 Minh이랑 탁구 치러 갔었어요.
그 후에, 사진 찍는 방법을 가르쳐 주는 책을 찾기 위해 도서관에 갔었어요, 엄마.
A: 그래! 지금 엄마가 밥 하는 것 좀 도와줘.
B: 네.

정답 ①

분석 ▶ **이유, 원인 등을 묻는 의문사 sao (왜)**

의문사	주어	술어(동사)		
Sao	con	về	muộn	thế?
왜	늦게 귀가하다			그렇게

'왜'의 의미인 의문사 sao 대신에 vì sao, tại sao를 사용할 수 있다. 즉, sao = vì sao = tại sao이다.

▶ **목적을 나타내는 để (~하기 위하여) 구문**

주어	술어(동사)		để	동사				
Con	đến	thư viện	để	tìm	sách	[dạy	cách	chụp ảnh]
저는	도서관에 갔습니다		찾기 위해		책을	사진 찍는 법을 가르치는		

'~하기 위해서'의 뜻인 để 뒤에는 반드시 동사가 위치해야 함을 기억하자.

어휘

sao (의문사) 왜
con (인칭대명사) 자식
về 돌아오다
muộn 늦은
chơi 운동하다, 놀다
bóng bàn 탁구
sau đó 그 후에
đến 가다
thư viện 도서관
để ~하기 위하여
tìm 찾다
sách 책
dạy 가르치다
cách 방법
chụp 찍다
ảnh 사진
thế à! 그래!
bây giờ 지금
giúp 돕다
nấu cơm 밥하다

11 기출 문항 풀어보기

1 대화의 내용으로 알 수 있는 것은? [2015학년도 수능]

A : Khi rỗi bạn thường làm gì?
B : Ở nhà xem phim. Sở thích của mình là xem phim.
A : Vậy à? Bạn thích xem phim gì?
B : Mình thích phim hành động.

① A và B đều là con gái.
② A định đến nhà B chơi.
③ Khi rỗi B thường xem phim.
④ A hẹn B cùng đi xem phim
⑤ Sở thích của A là xem phim.

어휘

khi ~할 때
rỗi 한가한
xem phim 영화 보다
vậy à? 그래?
hành động 행동, 액션

4과 연습 문제

1 빈칸에 들어갈 말로 알맞은 것은?

A : Chào anh. Anh có khỏe không?
B : Anh khỏe. Còn em?
A : Cảm ơn anh. Em ______________.

① có áo đẹp
② đeo đồng hồ
③ vẫn bình thường
④ là người nước ngoài
⑤ không biết tiếng Pháp

2 빈칸에 들어갈 말로 알맞은 것을 〈보기〉에서 고른 것은?

A : Đến giờ rồi, mình đi đây.
B : Ừ, mình cũng phải về. Tạm biệt bạn!
A : ______________
B : Ừ, chào nhé.

보기
a. Tạm biệt!
b. Mình cũng giỏi.
c. Bây giờ cùng học đi.
d. Hẹn gặp lại ngày mai.

① a, b ② a, d
③ b, c ④ b, d
⑤ c, d

3 빈칸에 들어갈 말로 알맞은 것은?

A : Chào bạn. ______________. Bạn có khoẻ không?
B : Ừ, mình khỏe. Còn bạn?
A : Cảm ơn bạn. Mình cũng khỏe.

① Hẹn gặp lại ② Tạm biệt nhé
③ Chúc ngủ ngon ④ Không muốn gặp
⑤ Lâu quá không gặp

4 빈칸에 들어갈 말로 알맞은 것을 〈보기〉에서 고른 것은?

A : Chào bạn! Bạn có khỏe không?
B : Ừ, mình khỏe. ______________?
A : Mình cũng khỏe.

보기
a. Còn bạn
b. Bạn tên là gì
c. Bạn đi gặp ai
d. Bạn thì thế nào

① a, b ② a, d
③ b, c ④ b, d
⑤ c, d

5 빈칸에 들어갈 말로 알맞은 것은?

A : Xin giới thiệu. Đây là anh Hùng.
B : ______________. Tôi tên là Hana.
C : Rất vui được gặp chị.

① Xin chào ② Không sao
③ Hẹn gặp lại ④ Không có gì
⑤ Tạm biệt anh

6 글의 내용으로 알 수 <u>없는</u> 것은?

> Tôi tên là Linh, học sinh trường Trung học phổ thông Nguyễn Trãi. Tôi thích học môn tiếng Anh và Lịch sử. Gia đình tôi có 4 người: bố mẹ, chị gái và tôi. Bố mẹ đang sống ở quê. Chị gái là nhân viên ngân hàng. Hiện nay, tôi sống chung với chị gái ở Đà Nẵng.

① tên trường học của Linh
② môn học yêu thích của Linh
③ số người trong gia đình Linh
④ địa chỉ nhà của bố mẹ Linh
⑤ người đang sống cùng với Linh

7 밑줄 친 부분과 의미가 가장 가까운 것은?

> A : Anh sống ở đây lâu chưa?
> B : Tôi sống ở đây 2 năm rồi.
> A : Thế anh đã <u>có gia đình</u> chưa?
> B : Rồi, anh ạ.

① viết ② lấy vợ
③ mua nhà ④ làm việc
⑤ gặp gia đình

8 글의 내용과 일치하는 것은?

> Tôi là Insu, sinh viên Trường Đại học ABC ở Seoul. Tôi học kế toán nhưng rất thích học ngoại ngữ. Hiện nay, tôi đang học thêm tiếng Việt. Tôi có nhiều bạn Việt Nam. Anh tôi là kỹ sư xây dựng và đang làm việc ở Việt Nam. Sau khi tốt nghiệp, tôi cũng muốn đi Việt Nam.

① Insu là kỹ sư xây dựng.
② Insu đang học tiếng Nhật.
③ Insu thích học ngoại ngữ.
④ Insu có hai bạn Việt Nam.
⑤ Insu muốn đi Việt Nam trước khi tốt nghiệp.

9 빈칸에 들어갈 말로 알맞은 것은?

> A : Chào anh, nghe nói anh là giáo sư, phải không?
> B : Vâng, tôi là giáo sư. Còn chị ______________?
> A : Tôi là y tá.

① tên là gì ② làm nghề gì
③ chọn màu gì ④ thích xem gì
⑤ kết hôn chưa

10 대화의 내용으로 알 수 있는 것은?

> A : Nhà chị có mấy anh chị em?
> B : Ba anh chị em. Anh trai, em gái và chị.
> A : Anh trai chị có gia đình chưa?
> B : Anh trai chị mới lấy vợ năm trước. Còn em gái đang là sinh viên.

① B의 가족은 6명이다.
② B는 형제자매가 3명이 있다.
③ B는 여자이다.
④ A의 여동생은 대학생이다.
⑤ B의 언니는 작년에 결혼했다.

11 대화의 내용으로 보아 Yumi의 생일은?

Hana : Lan ơi! Hôm nay là ngày bao nhiêu nhỉ?
Lan : Hôm nay là ngày mười lăm sao thế bạn?
Hana : À, hôm qua là sinh nhật của chị Yumi mà mình quên mất.
Lan : Thế thì, bạn gọi điện thoại cho chị Yumi đi.

① ngày 12 ② ngày 13
③ ngày 14 ④ ngày 15
⑤ ngày 16

12 빈칸에 들어갈 말로 알맞은 것은?

Bố : Bao giờ con thi môn Toán?
Con : Tuần sau, con sẽ thi bố ạ.
Bố : Con __________ nhé!
Con : Vâng, con sẽ học chăm chỉ ạ.

① chụp ảnh ② nghe nhạc
③ chơi thể thao ④ cố gắng học
⑤ dạy môn Văn học

13 빈칸에 들어갈 말로 알맞은 것은?

A : Cuối tuần này, chúng ta đi bơi nhé.
B : Xin lỗi, mình bận rồi.
A : __________________. Tuần sau cũng được.
B : Ừ. Tuần sau chúng ta cùng đi nhé.

① Tôi no rồi ② Không sao
③ Không đồng ý ④ Không ngủ đâu
⑤ Rất vui được gặp bạn

14 빈칸에 들어갈 말로 알맞은 것을 〈보기〉에서 고른 것은?

A : Hiện nay, em sống ở đâu?
B : Thành phố Hồ Chí Minh anh ạ.
A : Thế, em ở Việt Nam bao lâu rồi?
B : Em ở Việt Nam __________.

보기
a. từ năm ngoái
b. vào tháng sau
c. cùng với gia đình
d. được ba tháng rồi

① a, b ② a, d
③ b, c ④ b, d
⑤ c, d

15 일과표의 내용과 일치하는 것은?

6:00 Ăn sáng
7:00 Đi học
12:30 Ăn trưa ở nhà
14:00 Đi thư viện
17:00 Về nhà, ăn tối
19:00 Đi học bơi

① 오후 7시에 숙제를 한다.
② 오전 7시에 학교에 간다.
③ 오후 2시에 서점에 간다.
④ 오전 5시에 집 밖으로 나온다.
⑤ 오후 12시 30분에 밖에서 점심을 먹는다.

16 대화의 내용으로 보아 Sapa의 날씨는?

A : Thời tiết Huế đẹp không?
B : Ừ, trời đang nắng đẹp. Còn Sapa thì sao?
A : Ở đây trời đang mưa.

① 
② 
③ 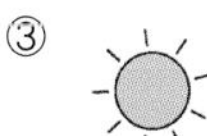
④ 
⑤ 

17 대화의 내용으로 보아 예상되는 오늘 저녁의 날씨는?

A : Hôm nay trời đẹp nhỉ!
B : Vâng, nhưng đến tối sẽ mưa đấy.
A : Có chắc chắn không?
B : Dự báo thời tiết đã nói thế mà.

① 
② 
③ 
④ 
⑤ 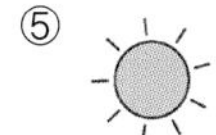

18 빈칸에 들어갈 말로 알맞은 것은?

A : Em muốn mua gì?
B : Em muốn mua táo. Chị ______________?
A : 50.000 đồng 1 cân em ạ.
B : Chị cho em 2 cân.

① mua ở đâu
② đổi màu gì
③ bán thế nào
④ cần mấy cân
⑤ trả tiền không

19 빈칸에 들어갈 말로 알맞은 것은?

A : Chị ơi, cái này 87.000 đồng à?
B : Không. __________ thôi. Sao vậy?
A : Em đã đưa 100.000 đồng nhưng chị mới trả lại 13.000 đồng cho em. Thiếu 2.000 đồng, chị ạ.
B : Xin lỗi em. Tiền của em đây.

① 85.000 đồng
② 87.000 đồng
③ 89.000 đồng
④ 90.000 đồng
⑤ 93.000 đồng

20 빈칸에 들어갈 말로 알맞은 것은?

A : Chị ơi, cái tivi này 9.000.000 đồng à?
B : Đúng rồi em.
A : ______________________________?
B : Vì đây là hàng mới về mà.

① Tivi của ai
② Em lấy tivi nào
③ Chị có tivi không
④ Chị có mở tivi không
⑤ Tại sao tivi này đắt thế

21 빈칸에 들어갈 말로 알맞은 것은?

A : Cái túi xách này bán thế nào?
B : 400.000 đồng chị ạ.
A : ______________. 350.000 đồng, được không?
B : Thôi được. Tôi bán cho chị.

① Dễ quá
② Mua đi
③ Rẻ lắm
④ Hơi đắt
⑤ Không bán đâu

22 대화의 내용과 일치하지 않는 것은?

A : Chào em. Em muốn mua gì?
B : Chào chị. Hôm qua em đã mua áo này ở đây nhưng nó hơi nhỏ. Em có thể đổi được không ạ? Em cần cái to hơn.
A : Được, nhưng loại to bán hết rồi. Ngày mai em đến nhé.

① B는 어제 이곳에서 옷을 샀다.
② B는 옷을 교환하고 싶다.
③ B에게 옷이 조금 작다.
④ B는 모레 이곳을 재방문 할 것이다.
⑤ A와 B는 옷 상점에서 대화하고 있다.

23 빈칸에 들어갈 말로 알맞은 것을 〈보기〉에서 고른 것은?

A : Thực đơn đây. Anh chị dùng gì ạ?
B : Cho chúng tôi ____________.
A : Vâng, anh chị chờ một chút ạ.

보기
a. một tờ báo
b. hai đĩa nem
c. hai cái nón lá
d. hai bát phở gà

① a, b ② a, c
③ b, c ④ b, d
⑤ c, d

24 빈칸에 들어갈 말로 알맞은 것은?

A : Anh có dùng gì thêm không ạ?
B : Không. Cảm ơn. ____________
A : Xin chờ một chút. Dạ, tất cả là 120.000 đồng.
B : Xin gửi chị tiền.

① Còn chị?
② Chị dùng gì ạ?
③ Tính tiền cho tôi.
④ Tôi muốn gọi phở.
⑤ Của chị là 120.000 đồng.

25 빈칸에 들어갈 말로 알맞은 것은?

A : Em ________________________?
B : Ngon nhưng hơi cay.

① ăn khi nào ② thích rau gì
③ thích món nào ④ nấu cơm lúc mấy giờ
⑤ thấy món này thế nào

26 빈칸에 들어갈 말로 알맞은 것은?

A : Quán này có ngon không?
B : Nghe nói ngon lắm.
A : Vậy, chúng ta ____________.
B : Ừ, vào nhé.

① ăn thử đi
② bắt đầu học
③ đừng ăn nhé
④ đi mượn sách
⑤ không nên ăn

27 빈칸에 들어갈 말로 알맞은 것을 〈보기〉에서 찾아 순서대로 바르게 배열한 것은?

A : Ở đây có những món gì?
B : ________________. Tôm, cá, thịt bò...
A : ________________.
B : Hôm qua mình vừa ăn tôm ở đây nhưng thấy không ngon.
A : ________________.

보기
a. Nhiều lắm
b. Mình muốn ăn tôm
c. Vậy thì chúng ta ăn thịt bò nhé

① a – b – c ② a – c – b
③ b – c – a ④ c – a – b
⑤ c – b – a

28 광고문의 내용과 일치하는 것은?

Du lịch Sa Pa(Khởi hành từ Hà Nội)
○ Thời gian : 3 ngày 2 đêm
○ Phương tiện : xe lửa và xe 16 chỗ
○ Giá : 3.000.000 đồng/khách
(trẻ em dưới 8 tuổi được giảm 25%)
○ Liên hệ : 04 38xx 9291

① 3박 2일 일정이다.
② Hà Nội로 출발한다.
③ 교통수단은 기차와 자동차이다.
④ 8세 이상은 25% 할인된다.
⑤ 가격은 1인당 30만동이다.

29 빈칸에 들어갈 말로 알맞은 것을 〈보기〉에서 찾아 순서대로 바르게 배열한 것은?

A : Khách sạn Hội An xin nghe ạ.
B : Chào chị. ________________
A : ________________
B : Hai đêm, từ ngày 06 đến ngày 08 tháng 2.
A : ________________
B : Tôi tên là Thanh. Số điện thoại là 0913 2xx 014.

보기
a. Anh sẽ ở mấy đêm ạ?
b. Tôi muốn đặt một phòng đơn.
c. Làm ơn cho biết tên và số điện thoại ạ.

① a – b – c ② a – c – b
③ b – a – c ④ b – c – a
⑤ c – a – b

30 빈칸에 들어갈 말로 알맞은 것은?

Minh Quân : Tôi muốn đặt vé máy bay từ Hải Phòng đi Nha Trang ngày 17 tháng này.
Cô bán vé : Dạ, anh đợi một chút. Ngày 17 vẫn còn vé. Anh muốn đặt vé khứ hồi không ạ?
Minh Quân : Không chị ạ. Tôi chỉ ____________.
Cô bán vé : Dạ, vâng ạ.

① cần vé đi ② đặt vé khứ hồi
③ đặt cả đi cả về ④ muốn trả lại vé
⑤ bán vé máy bay

31 빈칸에 들어갈 말로 알맞은 것을 〈보기〉에서 찾아 순서대로 바르게 배열한 것은?

A : Bạn đi Đà Nẵng rồi, phải không?
B : ______________________________
A : ______________________________
B : ______________________________
A : Mình đi tháng 8 năm ngoái. Đà Nẵng đẹp thật!

보기
a. Bạn đi khi nào?
b. Mình chưa đi bao giờ.
c. Vậy à? Mình đi Đà Nẵng rồi.

① a – b – c ② a – c – b
③ b – a – c ④ b – c – a
⑤ c – a – b

32 빈칸에 들어갈 말로 알맞은 것을 〈보기〉에서 찾아 순서대로 바르게 배열한 것은?

A : Trang ơi, mình đị đi du lịch Việt Nam nhưng không biết nên đi đâu.
B : ____________________
A : ____________________
B : Thế, bạn nên đi Hà Nội.
____
A : Vậy mình sẽ đi du lịch Hà Nội.

보기
a. Bao giờ bạn định đi?
b. Vì tháng 10 thời tiết rất đẹp.
c. Mình muốn đi vào tháng 10.

① a – b – c ② a – c – b
③ b – a – c ④ b – c – a
⑤ c – a – b

33 안내문의 내용으로 알 수 없는 것은?

Câu lạc bộ nói tiếng Hàn
Thời gian : 14:00 – 16:00
Địa điểm : phòng 101 nhà D, Đại học Huế
Liên hệ : 0931 2xx 567

① 클럽 이름 ② 모임 시간
③ 가입 절차 ④ 모임 장소
⑤ 모임 연락처

34 글에서 대답을 찾을 수 없는 질문은?

Câu lạc bộ Hàn trường Đại học ABC mời các bạn đến với "Tuần Phim Hàn Quốc" từ ngày 2/1 đến 22/1/2019. Địa điểm xem phim tại số 49 Nguyễn Du, Hà Nội. Chương trình không bán vé. Các bạn nhận vé mời ở phòng A-202(Văn phòng câu lạc bộ) từ ngày 2/1 đến 21/1/2019.

① Tên phim là gì?
② Nhận vé mời ở đâu?
③ Nơi xem phim ở đâu?
④ Khi nào nhận vé mời?
⑤ Có phải mua vé không?

35 빈칸에 들어갈 말로 알맞은 것을 〈보기〉에서 고른 것은?

A : Thưa thầy, tuần sau lớp mình thi môn Toán, phải không ạ?
B : Đúng rồi. Các em ____________________ nhé.
A : Vâng, cả lớp sẽ cố gắng ạ.

보기
a. ôn thi kỹ
b. bắt đầu thi
c. dạy môn Toán
d. học bài chăm chỉ

① a, b
② a, d
③ b, c
④ b, d
⑤ c, d

36 빈칸에 들어갈 말로 알맞은 것은?

Giáo viên : Em cần gì?
Học sinh : Bài này khó quá, em ___________?
Giáo viên : Ừ, để cô xem.
Học sinh : Vâng ạ.

① đói chưa
② rỗi không
③ vui chứ ạ
④ đến đây làm gì
⑤ hỏi cô được chứ ạ

37 빈칸에 들어갈 말로 알맞은 것은?

A : Em đã làm xong bài tập số 3 chưa?
B : Thưa cô, em chưa làm được vì bài này ___________.
A : Thế à? Cô sẽ giúp em.

① khó ạ
② hay ạ
③ rất dễ ạ
④ dễ quá ạ
⑤ không khó ạ

38 빈칸에 들어갈 말로 알맞은 것은?

A : Sao em không ăn gì thế?
B : Em thấy đau bụng từ sáng.
A : Em ___________?
B : Chưa, em định đi bây giờ chị ạ.

① muốn làm bác sĩ à
② là y tá, phải không
③ đau bụng từ khi nào
④ đã đi bệnh viện chưa
⑤ thấy trong người thế nào

39 빈칸에 들어갈 말로 알맞은 것은?

A : Chào anh. Anh thấy trong người thế nào?
B : Dạ tôi ___________.
A : Anh bị bao lâu rồi?
B : Dạ, tôi bị từ sáng hôm nay.

① đi khám rồi
② thấy rất khỏe
③ muốn làm bác sĩ
④ khám bệnh cho chị nhé
⑤ nhức đầu và buồn nôn lắm

40 빈칸에 들어갈 말로 알맞은 것은?

A : Anh bị làm sao thế?
B : Tôi ho nhiều và rất mệt.
A : ___________?
B : Dạ không, nhưng tôi đau đầu.

① Anh không ho à
② Anh có sốt không
③ Anh đau đầu khong
④ Tôi hơi mệt, còn anh
⑤ Khi nào tôi khám bệnh

41 빈칸에 들어갈 말로 알맞지 않은 것은?

A : Cháu thấy trong người thế nào?
B : Cháu ________________.

① hơi sốt
② nhức đầu
③ thông cảm nhé
④ đau bụng lắm ạ
⑤ ho nhiều từ hôm qua

42 대화의 상황이 이루어지는 곳은?

A : Anh bị làm sao thế?
B : Tôi bị sốt và nhức đầu, bác sĩ ạ.
A : Để tôi xem cho anh.
B : Thế nào ạ?
A : Không cần lo. Anh chỉ bị cảm nhẹ thôi.

① bệnh viện ② công viên
③ nhà thờ ④ trường học
⑤ bưu điện

43 대화의 내용으로 알 수 있는 것은?

A : Anh thuê được nhà rồi, phải không?
B : Vâng, nhà không rộng nhưng gần trung tâm, đi lại rất thuận tiện.
A : Giá thuê nhà thế nào?
B : Sáu triệu một tháng, kể cả tiền điện, tiền nước.

① A sẽ giúp B thuê nhà.
② B thuê nhà ở gần nhà A.
③ A thuê nhà ở gần trung tâm.
④ Giá nhà A chưa kể tiền điện.
⑤ Nhà B thuê không rộng, đi lại thuận tiện.

44 빈칸에 들어갈 말로 알맞은 것은?

A : Anh ơi, từ đây đến đường Chung-Mu mất bao lâu?
B : Đi xe buýt khoảng 10 phút.
A : Vâng, ______________ anh.

① cảm ơn ② rẻ quá
③ đừng đi ④ giảm giá đi
⑤ đừng làm ồn

45 빈칸에 들어갈 말로 알맞은 것만을 〈보기〉에서 있는 대로 고른 것은?

A : Từ đây đến ngân hàng Hà Nội ______________?
B : Không xa lắm. Khoảng 10 phút thôi.

보기
a. đi bằng gì
b. có xa không
c. mất bao nhiêu phút

① a ② c
③ a, b ④ b, c
⑤ a, b, c

46 빈칸에 들어갈 말로 알맞은 것을 〈보기〉에서 찾아 순서대로 바르게 배열한 것은?

A : ______________________.
B : Anh cần xe taxi mấy chỗ?
A : ______________________.
B : Địa chỉ ở đâu ạ?
A : Số nhà 30, Nguyễn Trãi.
B : Cảm ơn anh. ______________________.

보기
a. xe bảy chỗ
b. xin anh chờ một chút
c. cho tôi một xe taxi ra sân bay

① a – c – b ② b – a – c
③ b – c – a ④ c – a – b
⑤ c – b – a

47 빈칸에 들어갈 말로 알맞은 것은?

A : Từ nhà anh đến trường có xa không?
B : Không xa lắm.
A : Thế anh đến trường bằng gì?
B : Anh ______________________.

① đến khách sạn
② đi bằng xe đạp
③ ăn cơm bằng đũa
④ làm bánh bằng tay
⑤ muốn làm bạn với cô ấy

48 대화의 내용으로 알 수 없는 것은?

A : Cuối tuần sau, bạn có rảnh không?
B : Không, mình phải chơi bóng chày với em trai.
A : Em trai bạn thích chơi bống chày à?
B : Ừ, sở thích của em mình là bóng chày mà. Còn mình chỉ thích đọc sách và nghe nhạc.

① Em trai B thích bóng chày.
② Cuối tuần này, B bận.
③ B thích nghe nhạc.
④ Cuối tuần sau, em trai B và B sẽ chơi bóng chày.
⑤ Chơi bóng chày không phải là sở thích của B.

49 대화의 내용으로 알 수 있는 것을 〈보기〉에서 고른 것은?

Huy : Bạn thích chơi bóng đá không?
Kim : Dĩ nhiên, bóng đá rất thú vị. Còn bạn?
Huy : Mình cũng thế.
Kim : Thế à? Vậy thứ bảy này cùng chơi bóng đá nhé.
Huy : Ừ, thứ bảy nhé!

보기
a. Huy thích bơi và bóng đá.
b. Huy và Kim thích chơi bóng đá.
c. Huy thường chơi bóng đá với Kim.
d. Huy và Kim hẹn chơi bóng đá vào thứ bảy này

① a, b ② a, c
③ b, c ④ b, d
⑤ c, d

50 B가 이번 주 일요일에 하고자 하는 일을 바르게 표현한 그림은?

A : Sở thích của chị là gì?
B : Chị thích đọc sách và xem phim.
A : Thế ạ! Chủ nhật này chị đi xem phim với em được không?
B : Để lần sau nhé. Chị có hẹn đi mua sắm với mẹ rồi.

① 
② 
③ 
④ 
⑤ 

51 글의 내용으로 알 수 없는 것은?

Sở thích của chị Lan là chụp ảnh nên chị ấy có nhiều loại máy chụp ảnh hiện đại. Chị ấy rất thích chụp ảnh phong cảnh và hoa. Khi có ảnh đẹp, chị ấy hay gửi cho người thân hoặc gửi đi triển lãm. Chụp ảnh giúp chị ấy giữ những kỷ niệm đẹp.

① 란은 다양한 종류의 카메라를 가지고 있다.
② 란의 취미는 사진 촬영이다.
③ 란은 꽃과 풍경을 촬영하는 것을 좋아한다.
④ 란은 사진 경영 대회에서 여러 번 수상했다.
⑤ 란은 아름다운 사진을 자주 지인에게 보낸다.

52 빈칸에 들어갈 말로 알맞은 것은?

A : Mình có 2 vé xem phim “Hà Nội mùa đông năm 46”. 3 giờ chiều chúng ta đi xem được không?
B : ______________________.
A : Thế thì để lần sau nhé!

① Cà phê thơm nhưng hơi đắng
② Cơm ngon nhưng mình no rồi
③ Cảm ơn bạn nhưng mình có hẹn rồi
④ Mình thích biển nhưng không đi được
⑤ Bóng rổ hay nhưng mình thích bóng đá

베트남 문화 이해 및 활용

CHAPTER_01 인물
CHAPTER_02 지역
CHAPTER_03 음식
CHAPTER_04 예술
5과 연습문제

CHAPTER_01 인물

출제경향 분석

베트남의 역사적 인물에 대한 지문이 출제되고 있으며, 지문에 대한 정확한 이해를 묻는 문항이 주로 출제되고 있다.

문항 사례 ① 정선 이 씨 가문의 시조

Lý Dương Côn에 관한 대화이다. 대화의 내용으로 알 수 있는 것을 〈보기〉에서 고른 것은?

2019학년도 수능

Nghĩa: Họ của cậu là gì?
Mina: Họ tớ là Lee, con cháu của dòng họ Lý Tinh Thiện.
Nghĩa: Nghe nói ông tổ là người Việt Nam, đúng không?
Mina: Đúng rồi. Theo một số nhà sử học nổi tiếng, ông tổ của tớ là Lý Dương Côn, con nuôi của Lý Nhân Tông. Sau khi Lý Nhân Tống mất, ông cùng gia đình đến Goryeo để lánh nạn vào khoảng năm 1128.

* dòng họ Lý Thin Thiện 정선 이씨, * ông tổ 始祖

* lánh nạn 피난하다

보기

a. Đi lánh nạn với 1128 người.

b. Cùng gia đình đi bộ đến Goryeo.

c. Là ông tổ của dòng họ Lý Tinh Thiện.

d. Đến Goryeo sau khi Lý Nhân Tông mất.

① a, b ② a, d ③ b, c ④ b, d ⑤ c, d

문제 풀이

해설 a. (Lý Dương Côn은) 1128명의 사람과 피난하였다.
b. (Lý Dương Côn은) 가족과 함께 걸어서 고려에 왔다.
c. (Lý Dương Côn은) 정선 이 씨 가문의 조상이다.
d. (Lý Dương Côn은) Lý Nhân Tông이 돌아가신 후 고려에 왔다.

해석 Nghĩa: 너의 성이 무엇이니?
Mina: 내 성은 Lee야, 정선 이 씨 가문의 후손이야.
Nghĩa: 듣자 하니 조상이 베트남 사람이라던데, 맞니?
Mina: 맞아. 몇몇 유명한 사학자에 따르면, 나의 조상은 Lý Nhân Tông(이인종)의 양자인 Lý Dương Côn(이양곤)이래. Lý Nhân Tông이 돌아가신 후, 그는 1128년 피난하기 위해 가족과 함께 고려에 왔어.

정답 ⑤

분석 ▶ **đúng không?** (맞지?, 그렇지?) = **, phải không?** = **à?**

	주어	술어		맞지?
Nghe nói	ông tổ	là	người Việt	, đúng không?
듣자 하니	조상이 베트남인이라던데			맞지?

▶ **sau khi** (~한 후에) ↔ **trước khi** (~하기 전에)

Sau khi	주어	술어(동사)
Sau khi	Lý Nhân Tống	mất
Lý Nhân Tống이 돌아가신 후에		
Trước khi	주어	술어(동사)
Trước khi	Lý Nhân Tống	mất
Lý Nhân Tống이 돌아가시기 전에		

▶ 목적을 표현하는 구문 **để** (~하기 위해)

주어	술어		để	
Ông	đến	Goryeo	để	lánh nạn
그는 고려에 왔다			피난하기 위하여	

어휘

họ 성
gì (의문사) 무엇
con cháu 후손
dòng họ 가문
nghe nói 듣자 하니
ông tổ 시조, 조상
người 사람
đúng không? 맞지?
đúng rồi 맞다
theo 따르다
một số 몇몇의
nhà sử học 사학자
nổi tiếng 유명한
con nuôi 양자
sau khi ~한 후에
mất 죽다, 잃어버리다
cùng 함께
gia đình 가족
đến 오다
để ~하기 위하여
lánh nạn 피난하다
vào (시간 전치사)
khoảng 대략, 약
năm 년, 연도
đi bộ 걷다

문항 사례 ②

글의 내용과 일치하는 것을 <보기>에서 고른 것은? 2019학년도 수능 9월 모의평가

Minh Mạng là con của vua Gia Long. Ông lên làm vua năm 1820, và là vua thứ 2 của nhà Nguyễn. Minh Mạng cho mở rộng Quốc Tử Giám ở Huế vào năm 1821, đặt quốc hiệu mới là "Đại Nam" vào năm 1838.

보기

a. Gia Long은 Minh Mạng의 아들이다.
b. Minh Mạng은 Nguyễn 왕조의 두 번째 왕이다.
c. Minh Mạng은 하노이에 Quốc Tử Giám을 설립했다.
d. 1838년 Minh Mạng은 "Đại Nam"으로 새 국호를 지었다.

① a, b ② a, d ③ b, c ④ b, d ⑤ c, d

문제 풀이

해설 a. Gia Long은 Minh Mạng의 아들이다. → Minh Mạng là con của vua Gia Long. (Gia Long은 Minh Mạng의 아버지이다.)

b. Minh Mạng은 Nguyễn 왕조의 두 번째 왕이다. (Minh Mạng là vua thứ 2 của nhà Nguyễn.)

c. Minh Mạng은 하노이에 Quốc Tử Giám을 설립했다. → Minh Mạng cho mở rộng Quốc Tử Giám ở Huế. (Minh Mạng은 Huế에서 Quốc Tử Giám을 확장하였다.)

d. 1838년 Minh Mạng은 "Đại Nam"으로 새 국호를 지었다. (Minh Mạng đặt quốc hiệu mới là "Đại Nam" vào năm 1838.)

해석 Minh Mạng은 Gia Long 왕의 자식이다. 그는 1820년 왕위에 올라, Nguyễn 왕조의 두 번째 왕이다. Minh Mạng은 1821년 Huế에 있는 Quốc Tử Giám을 확장하게 하고, 1838년 "Đại Nam(대남)"이라는 새로운 국호를 지었다.

정답 ④

분석 ▶ **사역 동사 cho** (~하게끔 하다)

주어	술어(동사)	동사			시간 전치사	
Minh Mạng	cho	mở rộng	Quốc Tử Giám	ở Huế	vào	năm 1821
	확장하게끔 하다		국자감을	후에에 있는	1821년에	

cho 뒤에 동사가 위치하는 경우, cho는 '~하게끔 하다'라는 뜻의 사역 동사가 된다.

어휘

con 자식, 자녀
lên 오르다
làm vua 왕을 하다
năm 년, 연도
vua 왕
thứ 2 두 번째
nhà Nguyễn 왕조
cho ~하게끔 하다
mở 열다
rộng 넓은
mở rộng 확장하다
Quốc Tử Giám 국자감
đặt 짓다
quốc hiệu 국호
mới 새로운, 새롭게

01 기출 문항 풀어보기

1 Võ Nguyên Gíap에 관한 글의 내용과 일치하는 것을 〈보기〉에서 고른 것은? [2017학년도 수능]

Võ Nguyên Giáp(1911-2013) là Đại tướng của Việt Nam. Ông đã chỉ huy quân đội Việt Nam thắng trong cuộc kháng chiến đánh Pháp và cuộc kháng chiến đánh Mỹ. Ông từng là một giáo viên Lịch sử. Việt Nam và thế giới rất kính trọng tài năng và đạo đức của ông. Một quyển hồi ký về ông đã được dịch ra tiếng Hàn.

* đại tướng 대장 * chỉ huy 지휘하다

* cuộc kháng chiến 항전 * hồi ký 회고록

보기

a. Tài năng và đạo đức của ông rất được kính trọng.
b. Ông viết một quyển truyện về ông bằng tiếng Hàn.
c. Ông đã là một giáo viên dạy tiếng Anh và tiếng Pháp.
d. Ông đã chỉ huy đánh thắng trong hai cuộc kháng chiến.

① a, b ② a, d ③ b, c
④ b, d ⑤ c, d

2 글의 내용과 일치하는 것을 〈보기〉에서 있는 대로 고른 것은? [2016학년도 수능]

Chủ tịch Hồ Chí Minh(1890-1969) là người đã tìm ra con đường giành độc lập cho Việt Nam. Ngày 2 tháng 9 năm 1945, ông đã tuyên bố Việt Nam trở thành một quốc gia độc lập. Hồ Chí Minh là chủ tịch nước đầu tiên của Việt Nam. Hiện nay, một thành phố lớn của Việt Nam được mang tên ông.

* chủ tịch 국가주석 * giành 쟁취하다

* độc lập 독립 * tuyên bố 선포하다

보기

a. Hồ Chí Minh은 베트남의 초대 국가주석이다.
b. 베트남에는 Hồ Chí Minh의 이름을 딴 도시가 있다.
c. Hồ Chí Minh은 베트남이 독립국이 되었음을 1945년 9월 2일에 선포하였다.

① a ② b ③ a, c
④ b, c ⑤ a, b, c

어휘

quân đội 군대
thắng 승리하다
trong (전치사) ~ 안에, ~ 동안
đánh 격퇴하다
Pháp 프랑스
Mỹ 미국
giáo viên 교원
lịch sử 역사
thế giới 세계
kính trọng 존경하다
tài năng 재능
đạo đức 도덕
quyển (종별사) 권
về (전치사) ~에 관해
dịch 번역하다
tiếng Hàn 한국어
viết 쓰다
truyện 이야기
dạy 가르치다
tiếng Anh 영어
tiếng Pháp 프랑스어
đánh thắng 승리하다

tìm ra 찾아내다
con đường 길, 방법
cho (전치사) ~을 위한
ngày 날, 일
tháng 월
năm 년, 연도
trở thành ~가 되다
quốc gia 국가
đầu tiên 처음의
hiện nay 현재
thành phố 도시
lớn 큰, 커다란
mang 가지다
tên 이름

CHAPTER_02 지역

출제경향 분석

베트남 지역이나 명소에 대한 지문을 읽고 정확하게 이해했는지를 확인하는 문제가 주로 출제된다.

문항 사례 ① 호찌민 독립궁 소개

글에서 언급되지 않은 것은? 2019학년도 수능

Năm 1868, Dinh Norodom được Pháp xây dựng. Năm 1954, nó được đổi tên là Dinh Độc Lập. Năm 1962, nó bị bom đánh sập nên được bắt đầu xây dựng lại vào năm đó. Kiến trúc sư Ngô Viết Thụ đã thiết kế Dinh Độc Lập hiện nay. Đây là một đại điểm du lịch hấp dẫn ở Thành phố Hồ Chí Minh.

* bom 폭탄, * sập 무너지다, * thiết kế 설계하다

① Năm được đổi tên là Dinh Độc Lập

② Tên của thành phố có Dinh Độc Lập

③ Người thiết kế Dinh Độc Lập hiện nay

④ Ngày Dinh Độc Lập bị bom đánh sập

⑤ Năm bắt đầu xây dựng lại Dinh Độc Lậ

문제 풀이

해설 ① 독립궁으로 이름을 바꾼 연도 → Năm 1954

② 독립궁이 있는 도시의 이름 → Thành phố Hồ Chí Minh

③ 현재의 독립궁을 설계한 사람 → Ngô Viết Thụ

④ 독립궁이 폭탄을 맞아 무너진 날 → Năm 1962, Dinh Độc Lập bị bom đánh sập.

⑤ 독립궁이 다시 건설되기 시작한 연도 → Năm 1962

해석 1868년 Norodom궁은 프랑스에 의해 건설되었다. 1954년 그것은 독립궁으로 이름이 바뀌었다. 1962년 그것은 폭탄을 맞아 무너졌고 그래서 그 해에 다시 건설되기 시작하였다. 건축사 Ngô Viết Thụ는 현재의 독립궁을 설계하였다. 이곳은 Hồ Chí Minh 시의 매력적인 커다란 여행지이다.

정답 ④

분석 ▶ 능동태

주어		술어(동사)	
Pháp	(đã)	xây dựng	Dinh Norodom
프랑스는	Norodom궁을 지었다		
(Người ta)	(đã)	đổi tên	là Dinh Độc Lập
사람들은	이름을 바꿨다		독립궁이라고
Bom	(đã)	đánh sập	Dinh Độc Lập
폭탄이	무너뜨렸습니다		독립궁을

▶ 수동태 **được** / **bị** 문형

주어	được		술어(동사)	
Dinh Norodom	được	Pháp	xây dựng	긍정적인 뉘앙스
Norodom궁은	프랑스에 의해 지어졌다			
Nó	được	(người ta)	đổi tên là Dinh Độc Lập	
그것은	(사람들에 의해) 독립궁이라고 이름이 바뀌었다			
Nó	bị	bom	đánh sập	부정적인 뉘앙스
그것은	폭탄에 의해 무너졌다			

베트남어의 수동태 문형은 'được/bị + (능동태 문형의 주어) + 동사'의 형태가 된다. 동사 앞에 được/bị가 위치하게 되면 수동태의 의미를 나타냄을 기억하자.

▶ **đây là** (이것은 ~이다, 여기는 ~이다)

주어	술어				
Đây	là	một	đại địa điểm	du lịch	hấp dẫn
이곳은		매력적인 큰 관광지입니다			

어휘

năm 연도, 년
Pháp 프랑스
xây dựng 건설하다
đổi 바꾸다
tên 이름
bị bom đánh 폭탄 맞다
nên 그래서
bắt đầu 시작하다
lại 또, 다시
Kiến trúc sư 건축사
thiết kế 설계하다
hiện nay 현재
đây là 여기는 ~이다
đại 큰, 커다란
điểm du lịch 여행지
hấp dẫn 매력적인
Dinh Norodom, Dinh Độc Lập 독립궁

문항 사례 ❷ 베트남 서북 지역의 도시 Sapa 소개

대화의 내용으로 알 수 있는 것은? 2019학년도 수능 9월 모의평가

Ain: Hiền ơi. Bạn giới thiệu một chút về Sapa đi!
Hiền: Sapa là điểm du lịch nổi tiếng, nằm ở Tây Bắc của Việt Nam. Ở đây có núi Phan Xin Păng cao hơn 3.000m và nhiều phong cảnh đẹp khác như thác nước, ruộng bậc thang···
Ain: Thế à? Sapa còn có gì thú vị không?
Hiền: Đến SaPa, bạn có thể tìm hiểu về văn hóa của các dân tộc ít người như H'mông, Dao, Tày···

* thác nước 폭포, bậc thang 계단, dân tộc 종족

① Năm ngoái Hiền đã đi SaPa.
② Phan Xi Păng là núi ở SaPa.
③ Hiền là người dân tộc ít người.
④ Ở Sapa có 3.000m^2 ruộng bậc thang.
⑤ Không có người nước ngoài sống ở SaPa.

문제 풀이

해설 ① Năm ngoái Hiền đã đi SaPa. [작년에 Hiền은 Sapa에 갔었다.] → 언급 없음
② Phan Xi Păng là núi ở SaPa. [Phan Xi Păng은 Sapa에 있는 산이다.]
③ Hiền là người dân tộc ít người. [Hiền은 소수 민족이다.] → 언급 없음
④ Ở Sapa có 3.000m^2 ruộng bậc thang. [Sapa에는 3.000m^2 넓이의 계단식 논이 있다.] → 언급 없음
⑤ Không có người nước ngoài sống ở SaPa. [Sapa에서 사는 외국인은 없다.] → 언급 없음

해석 Ain: Hiền아. Sapa에 대해서 조금만 소개해 봐.
Hiền: Sapa는 유명한 관광지이고, 베트남의 북서쪽에 위치해 있어. 여기에는 3,000미터 이상의 Phan Xin Păng 이라는 산이 있고, 폭포, 계단식 논과 같은 아름다운 풍경이 많이 있어···
Ain: 그래? Sapa에는 재밌는 게 뭐가 더 있어?
Hiền: Sapa에 오면, 넌 H'mông, Dao, Tày과 같은 소수 민족의 문화에 대해 이해할 수 있어···

정답 ②

분석 ▶ 비교급 문형 '형용사/동사 + hơn (~보다)'

주어	술어			형용사	hơn	
Ở đây	có	núi	Phan Xin Păng	cao	hơn	3000m
여기에는 있다		Phan Xin Păng 산이		3,000미터보다 높은		

▶ 가능을 나타내는 문형 'có thể + 동사' (~할 수 있다)

주어	có thể	동사				
Bạn	có thể	tìm hiểu	về	văn hóa	của	người dân tộc ít người
이해할 수 있다			문화에 관해			소수 민족의

▶ 가능을 나타내는 문형 '동사 + được' (~할 수 있다)

	동사	được				
Bạn	tìm hiểu	được	về	văn hóa	của	người dân tộc ít người
이해할 수 있다			문화에 관해			소수 민족의

▶ 가능을 나타내는 문형 'có thể + 동사 + được' (~할 수 있다)

	có thể	동사	được				
Bạn	có thể	tìm hiểu	được	về	văn hóa	của	người dân tộc ít người
이해할 수 있다				문화에 관해			소수 민족의

어휘

giới thiệu 소개하다
du lịch 여행
ở đây 여기
hơn (비교급) ~보다
khác nhau 서로 다른
một chút 조금, 약간
nổi tiếng 유명한
có 있다
nhiều 많은
như ~와 같은, ~처럼
về (전치사) ~에 관하여
nằm 위치하다
núi 산
phong cảnh 풍경
thác nước 폭포
điểm 점, 지점, 장소
Tây Bắc 서북쪽
cao 높은, 키 큰
đẹp 아름다운, 예쁜
ruộng 논

문항 사례 ③ 베트남 소개

베트남에 관한 설명이다. 설명의 내용으로 알 수 없는 것은? 2019학년도 수능 6월 모의평가

Việt Nam nằm ở Đông Nam Á, có đường bờ biển dài khoảng 3.260 cây số. Việt Nam có 54 dân tộc. Đến năm 2016, Việt Nam có hơn 92 triệu người, trong đó đông nhất là dan tộc Kính.

* bờ 해안가, 해안선, dân tộc 민족

① 다민족 국가이다.
② 해안선 길이는 약 3260km이다.
③ Đông Nam Á에 위치한 국가이다.
④ 4개국과 육지로 국경을 접하고 있다.
⑤ 2016년 인구는 9천 2백만 명이 넘는다.

문제 풀이

① 다민족 국가이다. → Việt Nam có 54 dân tộc.
② 해안선 길이는 약 3260km이다. → Việt Nam có đường bờ biển dài khoảng 3,260 cay số.
③ Đông Nam Á에 위치한 국가이다. → Việt Nam nằm ở Đông Nam Á
④ 4개국과 육지로 국경을 접하고 있다. → 언급 없음
⑤ 2016학년도 인구는 9천2백만 명이 넘는다. → Đến năm 2016, Việt Nam có hơn 92 triệu người.

해석 베트남은 동남아시아에 위치하며, 약 3,260km의 긴 해변로가 있다. 베트남은 54개 종족이 있다. 2016년까지 베트남은 9,200만 명 이상의 인구가 있으며, 그 가운데 가장 많은 것은 Kính족이다.

정답 ④

어휘

nằm 위치하다
ở (장소의 전치사) ~에서
Đông Nam Á 동남아시아
đường 길
bờ biển 해안선
dài 긴, 기다란
khoảng 약, 대략
cây số 킬로미터(km)
dân tộc 민족, 종족
đến năm ~년까지
hơn ~ 이상
trong đó 그 가운데
đông 북적이는, 붐비는
dan tộc Kính Kính 족

문항 사례 ④ Nha Trang 소개

Nha Trang에 관한 글이다. 글의 내용으로 알 수 있는 것을 〈보기〉에서 고른 것은?

2019학년도 수능 6월 모의평가

Nha Trang là một thành phố biển của Việt Nam. Nơi đây có phong cảnh đẹp, thời tiết dễ chịu, nhiệt độ trung bình trong năm khoảng 26 °C, 27 °C. Ngoài ra, Nha Trang còn hấp dẫn khách du lịch trong và ngoài nước bởi có nhiều loại hải sản rất tươi và ngon.

* trung bình 평균

보기

a. 신선하고 맛있는 해산물의 종류가 많다.
b. 'Nha Trang'은 '편안한 집'이라는 뜻이다.
c. 연평균 기온이 섭씨 26℃, 27℃ 정도이다.
d. 베트남 북부 지역에 위치해 있는 도시이다.

① a, b
② a, c
③ b, c
④ b, d
⑤ c, d

문제 풀이

해석 Nha Trang은 베트남의 해변 도시이다. 이곳은 아름다운 풍경이 있고, 날씨가 온화하며, 연중 평균 온도는 대략 26℃, 27℃이다. 게다가, 매우 신선하고 맛있는 여러 종류의 해산물이 있기 때문에 Nha Trang은 여전히 국내외 관광객들에게 여전히 매력적이다.

정답 ②

분석 ▶ **부사 ngoài ra** (게다가)

부사	주어		술어(형용사)		
Ngoài ra,	Nha Trang	còn	hấp dẫn	khách du lịch	trong và ngoài nước
게다가,	Nha Trang은 매력적이다			여행객에게	국내외의

ngoài ra는 보통 문장 앞에서 '게다가'의 의미로 사용되며, ngoài ~ ra는 '~이외의'라는 뜻의 전치사로 사용됨을 혼동하지 말고 기억하자.

어휘

thành phố 도시	biển 바다	nơi đây 이곳
phong cảnh 풍경, 경치	đẹp 아름다운	thời tiết 날씨
dễ chịu 견디기 쉬운, 온화한	nhiệt độ 온도	trung bình 평균
trong năm 연중	khoảng 대략	ngoài ra 게다가
hấp dẫn 매력적인	khách du lịch 관광객	trong và ngoài nước 국내외의
bởi ~이기 때문에	loại 종류	hải sản 해산물
tươi 신선한	ngon 맛있는	

문항 사례 ⑤ Hội An 소개

글의 내용으로 알 수 있는 것만을 〈보기〉에서 있는 대로 고른 것은? 2018학년도 수능

Hội An là một thành phố du lịch nổi tiếng nằm ở Trung Bộ Việt Nam. Vào thế kỷ 17, Hội An không chỉ là cảng quốc tế lớn của Việt Nam mà còn là một trung trâm giao thông của Đông Nam Á. Vì vậy, khi đó nhiều thương nhân nước ngoài đã tìm đến nơi đây buôn bán.

보기

a. Hiện nay, Hội An là cảng quốc tế lớn của Đông Nam Á.

b. Hội An đang là thành phố đông khách du lịch nhất Việt Nam.

c. Thế kỷ 17, nhiều thương nhân nước ngoài đến Hội An buôn bán.

① a ② c ③ a, b
④ b, c ⑤ a, b, c

문제 풀이

해설 a. 현재 Hội An은 동남아시아에서 큰 국제 항구이다.
b. Hội An은 베트남에서 가장 관광객이 북적이는 도시이다.
c. 17세기에 많은 외국 상인들이 Hội An에 와서 판매하였다.

해석 Hội An은 베트남 중부에 위치한 유명한 관광 도시이다. 17세기 Hội An은 베트남의 큰 국제 항구일 뿐 아니라 동남아시아의 교통 중심지였다. 그렇기 때문에, 그때 많은 외국 상인들이 이곳을 찾아와 무역을 하였다.

정답 ②

분석 ▶ **접속사 구문 không chỉ ⓐ mà còn ⓑ** (ⓐ뿐 아니라 ⓑ도)

	không chỉ	ⓐ		mà còn		ⓑ
Hội An	không chỉ	là	cảng quốc tế	mà còn	là	một trung trâm giao thông
Hội An은	국제항구일 뿐 아니라				교통중심지이다	

▶ **원인에 대한 결과를 나타내는 표현 vì vậy** (그렇기 때문에, 그래서)

Vì vậy = Vì thế = Cho nên

어휘

thành phố 도시	du lịch 여행, 관광	nổi tiếng 유명한	nằm 위치하다
Trung Bộ 중부	thế kỷ 세기	không chỉ ⓐ mà còn ⓑ ⓐ뿐만 아니라 ⓑ	
cảng 항구, 항	quốc tế 국제의	trung trâm 중심	giao thông 교통
Đông Nam Á 동남아시아	vì vậy 그렇기 때문에	khi đó 그때	thương nhân 상인
nước ngoài 외국의	tìm 찾다	đến 오다	nơi 곳, 장소

문항 사례 ⑥ 한 – 베 관계

글의 내용으로 알 수 있는 것은? 2018학년도 수능

> Hàn Quốc và Việt Nam đặt quan hệ ngoại giao vào tháng 12 năm 1992. Tính đến cuối năm 2015, hơn 4 nghìn công ty Hàn Quốc đang đầu tư vào Việt Nam ở nhiều ngành như xây dựng, ngân hàng··· Năm 2016, hơn 1,5 triệu lượt khách Hàn Quốc đã đến thăm Việt Nam. Trong năm 2017, Hàn Quốc và Việt Nam có nhiều chương trình kỷ niệm 25 năm quan hệ ngoại giao.
>
> * quan hệ 관계, ngoại giao 외교, * đầu tư 투자하다, *lượt 횟수

① 베트남의 40개 대학에 한국어과가 있다.
② 한국은 베트남과 수교한 25번째 국가이다.
③ 한국과 베트남은 1992년 12월에 수교하였다.
④ 2016년 한국을 방문한 베트남인은 약 15만 명이다.
⑤ 베트남 회사가 한국에 투자하는 주요 분야는 건설과 금융이다.

문제 풀이

해설 ① 베트남의 40개 대학에 한국어과가 있다. → 언급 없음
② 한국은 베트남과 수교한 25번째 국가이다. → 언급 없음
③ 한국과 베트남은 1992년 12월에 수교하였다. → Hàn Quốc và Việt Nam đặt quan hệ ngoại giao vào tháng 12 năm 1992.
④ 2016학년도 한국을 방문한 베트남인은 약 15만 명이다. → 언급 없음

⑤ 베트남 회사가 한국에 투자하는 주요 분야는 건설과 금융이다. → Hơn 4 nghìn công ty Hàn Quốc đang đầu tư vào Việt Nam ở nhiều ngành như xây dựng, ngân hàng(4천 개 이상의 한국 회사가 건설, 은행과 같은 많은 분야에서 베트남에 투자하고 있다).

해석 한국과 베트남은 1992년 12월 외교 관계를 맺었다. 2015년 연말까지, 4천 개 이상의 한국 회사가 건설, 금융 같은 여러 분야에서 베트남에 투자하고 있다. 2016년 150만 이상의 한국 관광객이 베트남을 방문하였다. 2017년 동안, 한국과 베트남은 외교 관계 25주년을 기념하는 많은 프로그램을 마련하였다.

정답 ③

분석 ▶ 시제어 **đang** (~ 하고 있다)

주어			시제어	술어(동사)	
Hơn	4 nghình	công ty Hàn Quốc	đang	đầu tư vào	Việt Nam
~ 이상	4천개 한국 회사		베트남에 투자하고 있다		

▶ 전치사 **trong** (~ 안에, ~ 동안에)

전치사		주어	술어(동사)	
Trong	năm 2017,	Hàn Quốc và Việt Nam	có	nhiều chương trình
2017년 동안,		한국과 베트남은	있다	여러 프로그램

어휘

- đặt 두다
- quan hệ 관계
- ngoại giao 외교
- đặt quan hệ ngoại giao 외교관계를 맺다
- tính đến ~까지
- cuối năm 연말
- nghìn (숫자) 천
- công ty 회사
- đầu tư vào ~로 투자하다
- nhiều 많은
- ngành 분야, 부문
- như ~처럼, ~같은
- xây dựng 건설
- ngân hàng 은행
- triệu (숫자) 백만
- lượt khách 방문객 수
- đến 오다
- thăm 방문하다
- trong (전치사) ~안에
- chương trình 프로그램
- kỷ niệm 기념, 기념하다

문항 사례 ⑦ 베트남 국립 도서관 소개

Thư viện Quốc gia Việt Nam에 관한 일이다. 글에서 언급된 것은? 2018학년도 수능 9월 모의평가

Thư viện tại số 31 phố Tràng Thi, Hà Nội hiện nay, là một trong những thư viện lớn ở Việt Nam. Vào năm 1919, nó bắt đầu phục vụ người đọc với tên là Thư viện Trung ương Đông Dương. Từ năm 1958, thư viện này có tên là Thư viện Quốc gia Việt Nam.

① Địa chỉ ② Kiến trúc sư ③ Số phòng đọc
④ Tiền xây dựng ⑤ Ngày bắt đầu phục vụ

문제 풀이

해설 ① 주소 ② 건축사 ③ 열람실 번호 ④ 건축비 ⑤ 서비스 개시일

해석 하노이 Tràng Thi 거리 31번지에 있는 도서관은 현재 베트남에서 대도서관 중 하나이다. 1919년 그곳은 동양 중앙 도서관이라는 이름으로 독자들에게 서비스를 시작하였다. 1958년부터 이 도서관은 베트남 국가 도서관이라는 이름을 갖게 되었다.

정답 ⑤

분석 ▶ 장소의 전치사 **tại**

주어	장소 전치사			술어(동사)
Thư viện	tại	số 31 phố Tràng Thi, Hà Nội	hiện nay	là
하노이 Tràng Thi 거리 31번지에 있는 도서관			현재	~ 이다

▶ 여럿 가운데 하나 **một trong những ~**

주어	술어(동사)	một trong những		
Thư viện	là	một trong những	thư viện lớn	ở Việt Nam
		여럿 가운데 하나		

어휘

thư viện 도서관	quốc gia 국가	Việt Nam 베트남	tại (전치사) ~에서
phố 거리	hiện nay 현재	lớn 큰, 커다란	vào (시간의 전치사)
năm 년, 연도	nó 그것, 그곳	bắt đầu 시작하다	phục vụ 서비스하다
người đọc 독자	với (전치사) ~와 함께	tên 이름	trung ương 중앙
Đông Dương 동양	từ (전치사) ~부터	địa chỉ 주소	kiến trúc sư 건축사
số 번호, 숫자	phòng đọc 열람실	tiền 돈	xây dựng 건설하다, 짓다

문항 사례 8 Đà Nẵng 소개

다낭(Đà Nẵng)에 관한 대화이다. 대화의 내용과 일치하는 것을 〈보기〉에서 고른 것은?

2018학년도 수능 9월 모의평가

A : Bạn biết nhiều về thành phố Đà Nẵng, nơi sẽ tổ chức APEC vào tháng 11 năm 2017 này chứ?

B : Ừ, Đà Nẵng có cảng lớn nhất miền Trung đấy. Đây còn là một trong những trung tâm kinh tế lớn và du lịch hấp dẫn ở Việt Nam.

A : Thế "Đà Nẵng" có nghĩa là gì nhỉ?

B : Nó có nghĩa là "sông lớn" trong tiếng Chăm cổ.

* tổ chức 개최하다 * miền 지역 * nghĩa 뜻, 의미

보기

a. 고대 Chăm어로 '큰 강'이라는 뜻이다.
b. 2017년 11월에 APEC이 개최될 도시이다.
c. 베트남 남부의 경제와 관광 중심지이다.
d. 베트남에서 가장 큰 항구가 있는 도시이다.

① a, b ② a, d ③ b, c ④ b, d ⑤ c, d

문제 풀이

해설 a. 고대 Chăm어로 '큰 강'이라는 뜻이다. → Nó có nghĩa là "sông lớn" trong tiếng Chăm cổ.
b. 2017학년도 11월에 APEC이 개최될 도시이다. → Nơi sẽ tổ chức APEC vào tháng 11 năm 2017 này.
c. 베트남 남부의 경제와 관광 중심지이다. → 언급 없음
d. 베트남에서 가장 큰 항구가 있는 도시이다. → 언급 없음

해석 A: 올 2017년 11월에 APEC을 개최하는 장소인 다낭 도시에 대해 너는 많이 알지?
B: 응, 다낭은 중부 지방에서 가장 큰 항구가 있어.
이곳은 베트남에서 큰 경제 중심지이고 매력적인 여행지 가운데 하나야.
A: 그럼 "Đà Nẵng"은 어떤 의미가 있는 거지?
B: 그건 고대 참파어로 "큰 강"이라는 의미야.

정답 ①

분석 ▶ 최상급 nhất = hơn hết = hơn cả

주어	술어(동사)		형용사	nhất	
Đà Nẵng	có	cảng	lớn	nhất	(của) miền Trung
다낭은 ~ 있다		항구	가장 큰		중부 지방의

비교 문형 가운데 최상급 비교는 '형용사 + nhất'의 형태이다.

▶ 여럿 가운데 하나 một trong những ~

Đây	còn	là	một trong những	trung tâm kinh tế	lớn
이곳은 여전히 ~이다			여러 경제 중심지 가운데 하나		큰, 커다란

어휘

bạn 너
thành phố 도시
tháng 월
có 있다
miền Trung 중부 지방
kinh tế 경제
nghĩa 의미, 의의
trong (전치사) ~안에서
biết 알다
nơi 장소, 곳
năm 년, 해
cảng 항구
một trong những ~가운데 하나
du lịch 여행
gì (의문사) 무엇
tiếng Chăm 참파어
nhiều 많은
sẽ (시제어) ~할 것이다
vào (시간의 전치사)
lớn 큰, 커다란
hấp dẫn 매력적인
sông 강, 하천
cổ 고대의, 옛날의
về (전치사) ~에 관해
tổ chức 조직하다, 개최하다
chứ (당연함의 뉘앙스)
lớn nhất 가장 큰, 제일 큰
trung tâm 중심, 센터
thế 그러면
nó 그것

문항 사례 ⑨ 하노이 명소 소개

빈칸에 들어갈 말로 알맞은 것은? 2018학년도 수능 6월 모의평가

Hồ này nằm ở trung tâm Thủ đô Hà Nội. Tên của hồ được lấy từ câu chuyện về vua Lê Lợi, gươm thần và Rùa Vàng. Nhờ có gươm thần, Lê Lợi đã đánh thắng quân đội nhà Minh và lên ngôi vua. Sau đó, trong một lần ra hồ, ông đã gặp Rùa Vàng và trả lại gươm cho rùa. Vì thế, hồ có tên gọi là hồ __________ hay Hồ Gươm.

* vua 왕, * gươm 검, * rùa 거북이

① Ba bể ② Văn Miếu ③ Đồng Xuân
④ Hoàn Kiếm ⑤ Xuân Hương

문제 풀이

해설 ① 베트남 북동쪽에 있는 국립공원 ② 하노이에 있는 문묘 ③ 하노이에 있는 큰 시장
④ 하노이 중심에 위치한 호수 ⑤ 베트남판 전래동화 춘향전

해석 이 호수는 수도 하노이의 중심에 위치한다. 호수의 이름은 Lê Lợi왕, 칼과 황금 거북이에 대한 이야기에서 가져온 것이다. 칼이 있었던 덕분에, Lê Lợi는 명군에 승리를 거두고 왕위로 올랐다. 그 후 호수로 한 번 나간 가운데 그는 황금 거북이를 만나 거북이에게 칼을 돌려주었다. 그렇기 때문에, 호수는 환검(Hoàn Kiếm) 호수 혹은 검(Gươm) 호수라는 이름이 있다.

정답 ④

분석 ▶ 수동태 được 문형

주어	술어	목적어	
Người ta	lấy	tên của hồ	từ câu chuyện

능동태: 사람들이 이야기로부터 호수의 이름을 취했다.

수동태 주어	được		수동태 동사	
Tên của hồ	được	(người ta)	lấy	từ câu chuyện

수동태: 호수의 이름은 이야기로부터 취해졌다.

어휘

hồ 호수 | nằm 위치하다 | trung tâm 중심 | thủ đô 수도
tên 이름 | lấy 취하다, 갖다 | từ (전치사) ~로부터 | câu chuyện 이야기
về (전치사) ~에 대해 | vua 왕 | gươm thần 칼 | rùa vàng 황금 거북이
nhờ ~ 덕분에 | đánh thắng 승리하다 | quân đội 군대 | nhà Minh (중국) 명 왕조
lên 오르다 | ngôi vua 왕위 | sau đó 그 후에 | gặp 만나다
trong (전치사) ~안에, ~동안에 | trả lại 돌려주다 | cho (전치사) ~에게
vì thế 그렇기 때문에 | có 있다 | hay 혹은, 또는

문항 사례 ⑪ 메콩강 소개

글의 내용으로 알 수 없는 것은? 2018학년도 수능 6월 모의평가

Sông Mê Công là sông lớn nhất ở Đông Năm Á. Sông từ Trung Quốc chảy qua các nước Mianma, Lào, Thái Lan, Campuchia và Việt Nam. Sông dài hơn 4.000 cây số. Trước đây, sông này chảy ra biển ở Việt Nam bằng chín cửa. Vì thế, phần sông Mê Công ở Việt Nam còn được gọi là sông Cửu Long. "Cửu Long" có nghĩa là "chín con rồng".

* chảy 흐르다, * nghĩa 의미, * rồng 용

① Mê Công 강은 6개국을 거쳐 흐른다.
② 'Cửu Long'은 9마리의 용이라는 뜻이다.
③ Mê Công 강은 Đông Nam Á에서 가장 큰 강이다.
④ Mê Công 강의 베트남 구간은 Cửu Long 강으로 불린다.
⑤ Mê Công 강은 Campuchia에서 9개의 지류로 갈라진다.

문제 풀이

해설 ① Mê Công 강은 6개국을 거쳐 흐른다. → Sông từ Trung Quốc chảy qua các nước Mianma, Lào, Thái Lan, Campuchia và Việt Nam. [중국으로부터 강은 미얀마, 라오스, 태국, 캄보디아와 베트남을 통해 흐른다.]

② 'Cửu Long'은 9마리의 용이라는 뜻이다. → "Cửu Long" có nghĩa là "chín con rồng".

③ Mê Công 강은 Đông Nam Á에서 가장 큰 강이다. → Sông Mê Công là sông lớn nhất ở Đông Năm Á.

④ Mê Công 강의 베트남 구간은 Cửu Long 강으로 불린다. → Phần sông Mê Công ở Việt Nam còn được gọi là sông Cửu Long.

⑤ Mê Công 강은 Campuchia에서 9개의 지류로 갈라진다. → 틀림 [sông này chảy ra biển ở Việt Nam bằng chín cửa. 이 강은 베트남에서 9개의 지류로 갈라져 바다로 흘러갔다.]

해석 Mê Công강은 동남아시아에서 가장 큰 강이다. 중국으로부터 강은 미얀마, 라오스, 태국, 캄보디아와 베트남을 통해 흐른다. 강은 4,000km보다 길다. 이전에, 이 강은 9개의 문으로 베트남에서 바다로 흘러나갔다. 그렇기 때문에, 베트남에서 Mê Công강 부분은 Cửu Long강이라고 불리었다. "Cửu Long"은 "9개 용"이라는 의미가 있다.

정답 ⑤

분석 ▶ 최상급 nhất 문형

원급	Sông Mê Công	là	sông	lớn		Mê Công강은 큰 강이다
	주어	술어		형용사	nhất	
최상급	Sông Mê Công	là	sông	lớn	nhất	Mê Công강은 제일 큰 강이다

▶ 비교급 hơn 문형

원급	Sông	dài			강은 길다
	주어	술어(형용사)	hơn	비교 대상	
비교급	Sông	dài	hơn	4000 cây số	강은 4000km보다 길다

어휘

sông 강	lớn 큰	nhất (최상급) 가장, 제일
ở (전치사) ~에서	Đông Năm Á 동남아시아	từ (전치사) ~에서부터
chảy 달리다, 흐르다	qua (전치사) ~를 통해	nước 나라
và 그리고	dài 긴, 기다란	hơn (비교급) ~보다
cây số 킬로미터(km)	trước đay 이전에는, 예전에는	ra 나가다
biển 바다	bằng (수단의 전치사)	chín (숫자) 9
cửa 문	vì thế 그렇기 때문에	phần 부분
gọi 부르다	nghĩa 의미	rồng 용

02 기출 문항 풀어보기

1 Quảng trường Ba Đình에 관한 글의 내용으로 알 수 있는 것은? [2017학년도 수능]

> Quảng trường Ba Đình nằm ở trung tâm Thủ đô Hà Nội. Ngày 02-09-1945, tại đây Hồ Chí Minh đã đọc Tuyên ngôn Độc lập, khai sinh nước Việt Nam mới. Hiện nay, ở đó có Lăng Hồ Chí Minh. Nhiều người trong và ngoài nước đến thăm Quảng trường Ba Đình và Lăng Hồ Chí Minh.
>
> *khai sinh: 탄생을 알리다

① Hà Nội시 외곽에 위치한다.
② Hồ Chí Minh의 필명을 따라 이름 지어졌다.
③ 연중무휴로 개방하는 Lăng Hồ Chí Minh이 있다.
④ 1945년 9월 2일 신생국 베트남의 탄생을 선포한 곳이다.
⑤ Hồ Chí Minh 초대 국가주석의 취임식이 거행된 곳이다.

어휘

trung tâm 중심
tại (전치사) ~에서
đây 여기
đọc 읽다
Tuyên ngôn Độc lập 독립 선언문
mới 새로운
ở đó 거기에는
trong nước 국내의
ngoài nước 국외의
Lăng Hồ Chí Minh 호찌민 묘소

2 대화의 내용으로 알 수 있는 것은? [2017학년도 수능]

> Min : Tân ơi, tuần sau anh đi núi Phan Xi Păng.
> Tân : Hay quá! Phan Xi Păng không những là núi cao nhất Việt Nam mà còn cao nhất Đông Dương nên được gọi là "Nóc nhà Đông Dương" đấy.
> Min : Thế thì leo núi vất vả lắm nhỉ?
> Tân : Không ạ, nghe nói từ tháng 2 năm 2016, ở đó đã có hệ thống cáp treo ba dây dài khoảng 6.290 mét. Trong những cáp treo ba dây, đó là cáp treo dài nhất thế giới.
>
> * nóc nhà 지붕 * hệ thống 시스템, 체계
> * cáp treo 케이블카 * dây 줄, 선

① Núi Phan Xi Păng cao khoảng 6290 mét.
② Min đã đi du lịch bằng cáp treo năm 2015.
③ Tân chưa biết vì sao gọi là "Nóc nhà Đông Dương".
④ Min và Tân sẽ đi du lịch núi Phan Xin Păng tuần sau.
⑤ Cáp treo ba dây dài nhất thế giới ở núi Phan Xi Păng.

tuần sau 다음 주
hay 재미있는
không những ⓐ mà còn ⓑ ⓐ뿐만 아니라 ⓑ이다
nhất (최상급) 가장, 제일
cao nhất (최상급) 가장 높은
thế thì 그렇다면
leo núi 등산하다
vất vả 힘든, 고된
lắm 매우, 몹시
nghe nói 듣자 하니
từ (전치사) ~로부터
mét 미터
đó là 그것은 ~이다
thế giới 세계
chưa 아직 ~않다
vì sao 왜

3 Cầu Long Biên에 관한 대화의 내용과 일치하는 것은? [2017학년도 수능]

A : Ông ơi, cầu Long Biên được làm lâu chưa ạ?
B : Lâu rồi. Cầu được xây dựng từ năm 1898 đến năm 1902. Lúc đầu, cầu mang tên Paul Doumer.
A : Thế tên này trở thành Long Biên từ khi nào ạ?
B : Từ năm 1945, cháu ạ. Cầu dài khoảng 2.500 mét. Hiện nay, ở giữa cầu là đường xe lửa, hai bên là đường dành cho xe đạp. Lối đi bộ ở ngoài cùng.

* cầu 다리, 교량 * bên 편, 측면

① Từng có tên là Paul Doumer.
② Được làm xong vào năm 1898.
③ Có tên Long Biên từ trước năm 1945.
④ Có đường dành cho xe lửa ở hai bên cầu.
⑤ Có lối đi dành cho người đi bộ ở giữa cầu.

어휘

làm ~하다
lâu 오랜
từ ⓐ đến ⓑ ⓐ부터 ⓑ까지
lúc đầu 처음에
mang 가져가다, 갖다
trở thành ~가 되다
khi nào (의문사) 언제
giữa ~ 사이에
xe lửa 기차
dành cho ~을 위한
xe đạp 자전거
lối 길
đi bộ 걷다
từng ~하곤 했다
làm xong 끝내다
trước 전, 앞

4 Hà Nội에 관한 글이다. 글의 내용으로 알 수 있는 것을 〈보기〉에서 고른 것은? [2016학년도 수능]

Hà Nội là thủ đô của Việt Nam, nằm ở phía bắc Việt Nam. Hà Nội có nhiều điểm du lịch hấp dẫn như Văn Miếu, chùa Một Cột,··· Ở Hà Nội cũng có nhiều hồ với phong cảnh đẹp như Hồ Hoàn Kiếm, Hồ Tây···

* hồ 호수

보기

a. 베트남에서 인구가 가장 많은 도시다.
b. Hoàn Kiếm이라는 인공 호수가 있다.
c. 베트남의 수도이며, 북부에 위치해 있다.
d. Một Cột 사원과 Văn Miếu 등의 여러 관광지가 있다.

① a, b ② a, d ③ b, c
④ b, d ⑤ c, d

phía bắc 북쪽

CHAPTER_03 음식

출제경향 분석

베트남 음식에 대한 내용을 이해하는지를 확인하는 문제가 주로 출제되며, 매년 1문제씩 출제되고 있다.

문항 사례 ① 하노이 명물 Bánh tôm Hồ Tây

Bánh tôm Hồ Tây에 관한 글이다. 글의 내용과 일치하는 것은? 2019학년도 수능

> Ở Việt Nam có nhiều loại bánh tôm, trong đó có bánh tôm Hồ Tây. Bánh tôm Hồ Tây là một món ăn đặc sản của Hà Nội. Trước đây, khi làm bánh này chỉ dùng tôm của Hồ Tây. Nhưng hiện nay bánh được làm từ tôm của nhiều nơi khác nhau. Bánh tôm Hồ Tây thường ăn cùng với nước chấm vị chua, ngọt và cay.

① Là một món ăn đặc sản của Hà Nội.
② Là một loại nước ngọt của Việt Nam.
③ Hiện nay chỉ được làm từ tôm Hồ Tây.
④ Thường ăn cùng với nước chấm vị đắng.
⑤ Trước đây được làm từ tôm của nhiều nơi.

문제 풀이

해설 ① (Bánh tôm Hồ Tây는) 하노이의 특산 음식이다.
② (Bánh tôm Hồ Tây는) 베트남의 음료수 종류이다.
③ (Bánh tôm Hồ Tây는) 현재 Hồ Tây의 새우로만 만든다.
④ (Bánh tôm Hồ Tây는) 보통 쓴맛이 나는 소스와 함께 먹는다.
⑤ (Bánh tôm Hồ Tây는) 이전에 여러 곳의 새우로부터 만들어졌다.

해석 베트남에는 여러 종류의 bánh tôm(새우전)이 있는데, 그 가운데 Hồ Tây의 bánh tôm이 있다. Hồ Tây의 bánh tôm은 하노이의 특산 음식이다. 이전에는, 이 음식을 만들 때 단지 Hồ Tây의 새우만을 사용하였다. 하지만 현재는 서로 다른 여러 지역의 새우로부터 만들어진다. Hồ Tây의 bánh tôm은 보통 새콤하고, 달달하고, 매운맛의 소스와 함께 먹는다.

정답 ①

어휘

có 있다	nhiều 많은	loại 종류	trong đó 그 가운데
món ăn 음식	đặc sản 특산물	trước đây 이전에, 예전에	khi ~할 때
chỉ 단지, 오직	dùng 사용하다	tôm 새우	nhưng 하지만, 그러나
hiện nay 현재, 오늘날	làm 만들다	nơi 곳, 장소	khác nhau 서로 다른
thường (빈도 부사) 보통	ăn 먹다	cùng với (전치사) ~와 함께	nước chấm 소스
vị 맛	chua 새콤한	ngọt 달달한, 맛이 단	cay 매운

문항 사례 ② 명절 음식 bánh chưng

'bánh chưng'에 관한 대화이다. 대화의 내용으로 알 수 없는 것은? 2019학년도 수능 9월 모의평가

Hiếu : Cậu đã ăn "bánh chưng" bao giờ chưa?

Sion : Chưa! Có phải là một loại bánh truyền thống của Việt Nam không?

Hiếu : Đúng rồi, bánh chưng hình vuông, được làm bằng gạo nếp, đậu xanh và thịt lợn. Người Việt thường ăn bánh này vào dịp Tết.

Sion : Vậy thì tớ cũng muốn ăn một lần cho biết.

* hình 모양, gạo nếp 찹쌀, đậu xanh 녹두

① Hiếu hay làm bánh chưng.
② Làm bánh chưng cần có gạo nếp.
③ Sion chưa ăn bánh chưng lần nào.
④ Bánh chưng là món ăn truyền thống của Việt Nam.
⑤ Bánh chưng thường được người Việt ăn vào dịp Tết.

문제 풀이

해설 ① Hiếu는 자주 bánh chưng을 만든다. → 언급 없음
② Bánh chưng 만들기 위해 찹쌀이 필요하다.
③ Sion은 한 번도 bánh chưng을 만들어 본 적 없다.
④ Bánh chưng은 베트남의 전통 음식이다.
⑤ 베트남 사람은 보통 설날에 bánh chưng을 먹는다.

해석 Hiếu: 너 언제 한번 bánh chưng 먹어 본 적 있어?
Sion: 아직! 베트남의 전통 떡 가운데 하나이지?
Hiếu: 맞아. bánh chưng은 모양은 사각형이고, 찹쌀, 녹두, 돼지고기로 만들어졌어. 베트남 사람은 보통 이 떡을 설날에 먹어.
Sion: 그렇다면, 나도 알게끔 한번 먹어 보고 싶네.

정답 ①

분석 ▶ 경험을 묻는 문형 **đã ~ bao giờ chưa?** (언제 한번 ~ 해 본 적 있어?)

	주어	đã	술어(동사)		bao giờ	chưa?	
	Cậu	đã	ăn	bánh chưng	bao giờ	chưa?	질문
언제 한번 bánh chưng 먹어 본 적 있어?							
Rồi,	tớ	(đã)	ăn	bánh chưng	rồi		긍정 답변
Chưa,	tớ	chưa	ăn	bánh chưng	bao giờ		부정 답변

경험 여부를 묻는 'đã ~ bao giờ chưa?' 의문문형의 긍정 답변은 Rồi(이미), 부정 답변은 Chưa(아직 ~하지 않다)로 할 수 있다.

▶ 술어가 là 동사인 문장의 의문문형 **có phải ~ không?**(~입니까)

주어	có	phải	là						không?
(Bánh chưng)	có	phải	là	một loại	bánh	truyền thống	của	Việt Nam	không?
베트남의 전통떡 한 종류입니까?									

là 동사가 술어인 문장을 의문문형으로 바꿀 때, 반드시 phải가 필요하다.

어휘

bánh chưng 바잉 쯩(베트남의 전통 설 음식)
bao giờ 언제
ăn 먹다
chưa 아직 ~하지 않다
loại 종류
bánh 빵, 떡
truyền thống 전통의
đúng rồi 맞습니다
hình 모양
vuông 사각형
làm 하다, 만들다
bằng (재료의 전치사)
gạo nếp 찹쌀
đậu xanh 녹두
và 그리고
thịt lợn 돼지고기
thường (빈도 부사) 보통
vào (시간의 전치사)
dịp Tết 설날(ngày Tết)
vậy thì 그렇다면, 그러면
cũng 또한, 역시
muốn 원하다
lần 번, 차례
cho biết 알게끔

문항 사례 ③ Huế의 지역 음식

글의 내용으로 알 수 있는 것은? 2018학년도 수능

Bún bò Huế là một món ăn đặc biệt của Huế. Món ăn này thường có vị cay và mùi vị đặc trưng. Bún bò Huế có nguyên liệu là bún, thịt bò, thịt lợn···, được ăn cùng với các loại rau sống. Từ lâu, bún bò Huế đã là một món ăn mà nhiều người Việt yêu thích.

* vị 맛, * đặc trưng 특징, * nguyên liệu 재료

① Ở Huế có một trường dạy nấu bún bò Huế.
② Nguyên liệu nấu bún bò Huế chỉ có ở Huế.
③ Người Việt thích ăn bún bò Huế vào bữa tối.
④ Bún bò Huế tại Huế thường rẻ hơn những nơi khác.
⑤ Thịt bò là một trong những nguyên liệu của bún bò Huế.

문제 풀이

해설 ① Huế에는 bún bò Huế 요리를 가르치는 한 학교가 있다. → 언급 없음

② Bún bò Huế를 요리하는 원료는 단지 Huế에만 있다. → 언급 없음

③ 베트남 사람은 저녁으로 bún bò Huế 먹는 것을 좋아한다. → 언급 없음

④ Huế에서 bún bò Huế는 다른 곳보다 보통 더 싸다. → 언급 없음

⑤ 쇠고기는 bún bò Huế의 여러 재료 중 하나이다.

해석 Bún bò Huế(Huế 소고기 국수)는 Huế의 특별한 음식이다. 이 음식은 보통 매운맛과 특징적인 향이 있다. 국수, 소고기, 돼지고기 등의 재료가 있는 Bún bò Huế는 여러 종류의 생 야채와 함께 먹습니다. 오래 전부터, Bún bò Huế는 많은 베트남인이 좋아하는 음식이다.

정답 ⑤

분석 ▶ 상세 서술어 là

주어					주어	술어
Bún bò Huế	[có	nguyên liệu]	[là	bún, thịt bò, thịt lợn]	được	ăn
	원료가 있는		국수, 소고기, 돼지고기인		먹어진다 (수동태)	

là는 '~이다'라는 의미의 동사로 사용되기도 하며, 'là 이하의'라는 의미로 보다 구체적인 상세한 내용을 서술하는 기능을 갖고 사용되기도 한다.

▶ 수동태 được 문형

주어	được	술어		
Bún bò Huế	được	ăn	cùng với	các loại rau sống
Bún bò Huế는 먹어진다			~와 함께	각종 생 야채

어휘

món ăn 음식
đặc biệt 특별한, 특별히
Huế (베트남 중부 도시)
thường (빈도 부사) 보통
vị cay 매운맛
mùi vị 냄새, 내음
đặc trưng 특징, 특징적인
nguyên liệu 원료
bún 국수
thịt bò 쇠고기
cùng với (전치사) ~와 함께
loại 종류
rau 야채
sống 살아있는, 살다
từ lâu 오래 전부터
mà (관계대명사)
nhiều 많은
yêu thích 좋아하다
trường 학교
dạy 가르치다
nấu 요리하다
chỉ 단지, 오직
thích 좋아하다
ăn 먹다
vào (시간의 전치사)
bữa tối 저녁 식사
tại (전치사) ~에서
rẻ 저렴한, 값이 싼
nơi 곳, 장소
khác 다른

03 기출 문항 풀어보기

1 Bánh Trung thu에 관한 글에서 언급된 것은? [2017학년도 수능]

> Ở Việt Nam, bánh Trung thu là món ăn phổ biến vào dịp Trung thu. Bánh thường tròn hoặc vuông. Ngoài ra, bánh còn được làm theo hình con lợn hoặc con cá. Bình thường, bánh có thể giữ được khoảng hai tuần. Vào dịp Trung thu, bánh được bán nhiều ở các cửa hàng. Mọi người thường mua để ăn và làm quà.
>
> * phổ biến 보편적인 * hình 모양

① 만드는 재료 ② 모양의 유래 ③ 보관하는 장소
④ 색깔을 내는 방법 ⑤ 판매가 많은 시기

어휘

bánh Trung thu 월병
món ăn 음식
dịp 기회, 때
Trung thu 중추절, 추석
thường (빈도부사) 보통
tròn 동그란
vuông 사각형의
ngoài ra 게다가
làm ~하다
theo 따르다
con lợn 돼지
con cá 생선, 물고기
có thể ~ 할 수 있다
giữ 유지하다
bán 팔다
nhiều 많은
cửa hàng 상점, 가게
mọi 모든
mua 사다
để ~하기 위하여
ăn 먹다
quà 선물

CHAPTER_04 예술

출제경향 분석

베트남의 문화 및 예술 등에 대한 지문을 읽고 정확하게 이해했는지를 확인하는 문항이 대체로 출제되며, 보통 1~2문항씩 출제된다.

문항 사례 ① 생후 한 달 축하 잔치(베트남의 돌잔치)

글의 내용으로 알 수 없는 것은? 2019학년도 수능

Lễ đầy tháng là lễ mừng em bé tròn 1 tháng tuổi. Từ ngày này, người mẹ không cần ở cữ nữa. Gia đình làm lễ ở nhà và mời người thân đến dự. Mọi người đến tặng quà hoặc tiền và chúc em bé ngoan, nhanh lớn.

* lễ 예, 의식 * mừng 축하하다 * ở cữ 산후 몸조리하다

① 친지들을 lễ đầy tháng에 초대한다.
② 주로 집에서 lễ đầy tháng을 치른다.
③ 하객들에게 lễ đầy tháng 선물을 준다.
④ 보통 lễ đầy tháng 이후 산모는 산후 몸조리를 안 해도 된다.
⑤ Lễ đầy tháng은 아기의 생후 만 한 달을 축하하는 의식이다.

문제 풀이

해설 ① 친지들을 lễ đầy tháng에 초대한다. → Gia đình mời người thân đến dự.

② 주로 집에서 lễ đầy tháng을 치른다. → Gia đình làm lễ ở nhà.

③ 하객들에게 lễ đầy tháng 선물을 준다. → 틀림 [Mọi người đến tặng quà hoặc tiền. (초대받은 모든 사람들이 와서 선물이나 돈을 선물한다.)]

④ 보통 lễ đầy tháng 이후 산모는 산후 몸조리를 안 해도 된다. → Người mẹ không cần ở cữ nữa.

⑤ Lễ đầy tháng은 아기의 생후 만 한 달을 축하하는 의식이다. → Lễ đầy tháng là lễ mừng em bé tròn 1 tháng tuổi.

해석 Lễ đầy tháng(생후 1개월 잔치)는 아기가 한 달이 됨을 축하하는 잔치이다. 이 날부터 아이 엄마는 더 이상 산후 조리가 필요하지 않다. 가족들은 집에서 잔치를 하고, 참석할 지인들을 초대한다. 모든 사람이 와서 선물과 돈을 선물해 주고 아기가 착하고 빨리 클 것을 기원한다.

정답 ③

분석 ▶ 동사 **mời** (청하다, 초대하다)

주어	술어(동사)			
Gia đình	mời	người thân	đến	dự
가족은	초대한다	친지들이 와서 참석하라고		

어휘

lễ 예, 의식	mừng 축하하다	em bé 아기	1 tháng tuổi 생후 1개월
từ (전치사) ~로부터	mẹ 엄마	cần 필요하다	nữa 더는, 더
gia đình 가족	làm lễ 의식을 하다	ở (전치사) ~에서	nhà 집
mời 초대하다	người thân 지인, 친지	dự 참여하다	mọi 모든, 모두
đến 오다	tặng 선물하다	quà 선물	hoặc 혹은
tiền 돈	chúc 기원하다	ngoan 착한, 어진	nhanh 빠른, 빠르게
lớn 큰, 커다란			

문항 사례 ② Hùng 왕 축제(베트남의 개천절)

Lễ hội Đền Hùng 에 관한 글이다. 글의 내용과 일치하지 않는 것은? 2019학년도 수능

> Lễ hội Đền Hùng là một lễ hội lớn của Việt Nam. Hàng năm, lễ hội này được mở tại Đền Hùng ở Phú Thọ vào ngày 10 tháng 3 âm lịch. Lễ hội Đền Hùng có nhiều chương trình văn hóa đặc biệt. Đây là lễ hội để người Việt Nam nhớ đến các vua Hùng đã xây dựng nước và giữ nước.
>
> * lễ hội 축제 * âm lịch 음력 * vua 왕, 임금

① 베트남의 큰 축제이다.
② Hùng왕들을 기리는 축제이다.
③ 특별한 문화 프로그램이 많다.
④ 매년 음력 10월3일에 개최된다.
⑤ Phú Thọ에 있는 Đền Hùng에서 열린다.

문제 풀이

해설 ① 베트남의 큰 축제이다. → Lễ hội Đền Hùng là một lễ hội lớn của Việt Nam.
② Hùng왕들을 기리는 축제이다. → Lễ hội để người Việt Nam nhớ đến các vua Hùng.
③ 특별한 문화 프로그램이 많다. → Có nhiều chương trình văn hóa đặc biệt.
④ 매년 음력 10월3일에 개최된다. → 틀림 [Lễ hội này được mở vào ngày 10 tháng 3 âm lịchh. (매년 음력 3월 10일에 개최된다.)]
⑤ Phú Thọ에 있는 Đền Hùng에서 열린다. → Lễ hội này được mở tại Đền Hùng ở Phú Thọ.

해석 Đền Hùng(웅왕 사당) 축제는 베트남의 큰 축제이다. 매년, 이 축제는 음력 3월 10일에 Phú Thọ에 있는 Đền Hùng에서 개최된다. Đền Hùng 축제는 특별한 문화 프로그램이 많이 있다. 이것은 베트남인이 건국하고 나라를 지킨 Hùng(웅왕)들을 기리게 하기 위한 축제이다.

정답 ④

분석 ▶ là 동사 문형

주어	술어					
Lễ hội Đền Hùng	là	một	lễ hội	lớn	của	Việt Nam
Đền Hùng 축제는		베트남의 큰 축제이다				

▶ 동사 để (~하게끔 하다)

lễ hội	[để	người Việt Nam	nhớ	đến	các vua Hùng]
축제	Hùng왕들에 대해 베트남인이 기억하게끔 하는				

어휘

lễ hội 축제
tại (전치사) ~에게
chương trình 프로그램
để ~하기 위하여
xây dựng 건설하다, 짓다
lớn 커다란
âm lịch 음력
văn hóa 문화
nhớ 기억하다, 그리워하다
nước 나라
hàng năm 매년
có 있다
đặc biệt 특별한, 특별히
đến (전치사) ~에 대해
giữ 지키다
mở 열다, 개최하다
nhiều 많은
đây là 이것은 ~이다
vua 왕

문항 사례 ③ 수상 인형극

'múa rối nước'에 관한 대화이다. 대화의 내용으로 알 수 있는 것은? 2019학년도 수능 6월 모의평가

Tuấn : Mina ơi, cuối tuần này chúng ta đi xem múa rối nước nhé.

Mina : Múa rối nước là gì?

Tuấn : À, đây là một môn nghệ thuật truyền thống của Việt Nam. Con rối được sử dụng trên mặt nước để diễn tả các trò chơi, công việc, sinh hoạt··· của người Việt.

Mina : Hay nhỉ. Vậy chúng ta cùng đi nhé.

① 공연자 양성 기간은 3년이다.
② 20개의 주제로 구성되어 있다.
③ 베트남 남부 지역에서 시작되었다.
④ 외국인을 위한 전용 공연장이 있다.
⑤ 꼭두각시를 사용하여 수상에서 하는 공연이다.

문제 풀이

해설 ①~④ 언급 없음

⑤ 꼭두각시를 사용하여 수상에서 하는 공연이다. → Con rối được sử dụng trên mặt nước để diễn tả.

해석 뚜언: 미나야. 이번 주 주말에 우리 수상 인형극 보러 가자.
미나: 수상 인형극이 무엇이니?

뚜언: 아. 이것은 베트남의 전통 예술이야. 베트남인의 놀이, 일, 생활을 표현하기 위해 꼭두각시 인형이 물 위에서 사용돼.

미나: 재밌겠는데. 우리 같이 가자.

정답 ⑤

분석 ▶ 지시대명사 **đây là** (이것은 ~입니다, 이분은 ~입니다)

주어	술어				
Đây	là	một	môn nghệ thuật	truyền thống	của Việt Nam
이것은 ~입니다		하나의	예술	전통의	베트남의

▶ 수동태 **được** 문형

수동태 주어	được	수동태 술어	
Con rối	được	sử dụng	trên mặt nước
꼭두각시 인형이	사용된다		수면 위에서

동사 앞에 được이 위치하면 동사의 형태가 수동형이 된다.

어휘

múa rối 인형극
nước 물, 수상
cuối tuần 주말
tuần này 이번 주
đi 가다
xem 보다
đây là 이것은 ~이다
nghệ thuật 예술
truyền thống 전통의
con rối 꼭두각시 인형
sử dụng 사용하다
trên ~ 위에
mặt 얼굴
mặt nước 수면
diễn tả 나타내다, 표현하다
trò chơi 놀이
công việc 업무, 일
sinh hoạt 생활
hay 재미있는
chúng ta (청자 포함) 우리
vậy 그러면
cùng 함께

문항 사례 ④ 여성의 날 축하

대화의 내용으로 알 수 있는 것을 〈보기〉에서 고른 것은? 2018학년도 수능

Hùng : Chào Mina. Chúc mừng Ngày Phụ nữ nhé.

Mina : Hôm nay là Ngày Phụ nữ à?
Ngày 8 tháng 3 đã là Ngày Phụ nữ rồi mà.

Hùng: Ừ, nhưng đó là Ngày Quốc tế Phụ nữ, còn ngày 20 tháng 10 là Ngày Phụ nữ Việt Nam.

Mina : Thế à? Vậy, vào ngày này người Việt chúc mừng phụ nữ bằng cách nào?

Hùng : Người Việt thường tặng hoa và quà cùng với lời chúc mừng tốt đẹp.

보기

a. Ngày Phụ nữ Việt Nam là ngày 20 tháng 10.
b. Hàng năm Ngày Phụ nữ Việt Nam là ngày nghỉ.
c. Người Việt không kỷ niệm Ngày Quốc tế Phụ nữ.
d. Người Việt thường tặng hoa trong Ngày Phụ nữ Việt Nam.

① a, b ② a, d ③ b, c ④ b, d ⑤ c, d

문제 풀이

해설 a. 베트남 여성의 날은 10월 20일이다. b. 매년 베트남 여성의 날은 휴일이다.
c. 베트남인은 국제 여성의 날을 기념하지 않는다. d. 베트남인은 보통 베트남 여성의 날 동안에 꽃을 선물한다.

해석 훙: 미나야 안녕. 여성의 날을 축하해.
미나: 오늘이 여성의 날이야? 3월 8일이 여성의 날이였잖아.
훙: 응. 그건 국제 여성의 날이고, 10월 20일은 베트남 여성의 날이야.
미나: 그래? 그러면, 이 날에 베트남 사람은 어떤 방식으로 여성을 축하하니?
훙: 베트남 사람은 보통 좋은 말과 함께 꽃과 선물을 선물해.

정답 ②

분석 ▶ 날짜 표현

ngày	22	tháng	1	năm	2019
22일		1월		2019년	

베트남어의 날짜 표현은 한국(년/월/일)과 달리 '일/월/년'의 순서로 기재함을 잊지 말자. 따라서, 'ngày 22 tháng 1 năm 2019'는 2019년 1월 22일을 나타낸다.

▶ 시점과 기간

시점	ngày 22	22일	tháng 1	1월	năm 2019	2019년
기간	22 ngày	22일 간	1 tháng	1개월 간	2019 năm	2019년 간

시간을 나타내는 ngày(일), tháng(월), năm(년) 앞에 숫자가 오면 소요 시간을 의미하게 된다. 반면 숫자가 뒤로 오면, 시점을 나타낸다.

어휘

chào 안녕, 안녕하세요 chúc mừng 축하하다 ngày 날, 일 phụ nữ 여성
hôm nay 오늘 tháng 월 nhưng 하지만 đó là 그것은 ~이다
quốc tế 국제 thế à? 그래?, 그래요? bằng (수단의 전치사) cách 방법
nào (의문사) 어떤 thường 보통 tặng 선물하다 hoa 꽃
quà 선물 cùng với (전치사) ~와 함께 lời 말, 말씀
tốt đẹp 좋은, 아름다운 ngày nghỉ 쉬는 날, 휴일 kỷ niệm 기념하다, 기념 hàng năm 매년
trong (전치사) ~ 동안

문항 사례 ⑤ 명절의 닭싸움 놀이

Chọi gà에 관한 글이다. 글의 내용과 일치하지 않는 것은? 2018학년도 수능 9월 모의평가

> Chọi gà còn có cách gọi khác là đá gà. Trò chơi này thường diễn ra ở ngoài trời vào dịp Tết. Trong khi gà chọi nhau, nếu người chủ thấy gà của mình mệt thì có thể xin dừng. Trò chơi này làm cho người xem thấy vui thích trong những ngày Tết.

① Đá gà라고도 한다.
② 주로 실내에서 열린다.
③ 주로 Tết 기간에 열린다.
④ 구경꾼에게 즐거움을 준다.
⑤ 닭 주인이 중단을 요청할 수 있다.

문제 풀이

해설 ① Đá gà라고도 한다. → Chọi gà còn có cách gọi khác là đá gà.
② 주로 실내에서 열린다. → 틀림 (Trò chơi này thường diễn ra ở ngoài trời.)
③ 주로 Tết 기간에 열린다. → Trò chơi này thường diễn ra ở ngoài trời vào dịp Tết.
④ 구경꾼에게 즐거움을 준다. → Trò chơi này làm cho người xem thấy vui thích.
⑤ 닭 주인이 중단을 요청할 수 있다. → Nếu người chủ thấy gà của mình mệt thì có thể xin dừng.

해석 chọi gà는 đá gà라는 다른 명칭이 있다. 이 놀이는 보통 설 명절에 바깥에서 일어난다. 닭이 서로 싸우는 동안, 만약 주인이 본인이 닭이 피곤하다고 느낀다면, 중단을 요청할 수 있다. 이 놀이는 설 명절 동안 구경하는 사람을 즐겁게 한다.

정답 ②

분석 ▶ **빈도 부사 thường** (보통)

주어	thường	술어(동사)		
Trò chơi này	thường	diễn ra	ở ngoài trời	vào dịp Tết
이 놀이는	보통	벌어집니다	바깥에서	설 명절에

횟수, 빈도 등을 나타내는 빈도 부사는 luôn luôn(항상), thường xuyên(늘, 항상), thường(보통), hay(자주), thỉnh thoảng(가끔), đôi khi(가끔), ít khi(드물게), không bao giờ(전혀 ~하지 않다) 등이 있는데, 이 가운데 luôn luôn(항상), thường xuyên(늘, 항상), thường (보통), hay(자주)는 항상 주어와 술어 사이에 위치함을 꼭 기억하자.

▶ **trong khi / trước khi / sau khi 시간 부사절**

trong khi	tôi ăn cơm	내가 식사하는 동안
~하는 동안		
trước khi		내가 식사하기 전에
~하기 전에		
sau khi		내가 식사한 후에
~한 후에		

▶ **사역 동사 làm cho / cho** (~하게끔 하다)

주어	술어	목적어	목적 보어	
Trò chơi này	làm cho	người xem	thấy	vui thích
이 놀이는	~하게끔 한다	보는 사람이	느끼다	즐겁다고

어휘

chọi gà 닭싸움	đá gà 닭싸움	cách 방법	gọi 부르다
khác 다른	trò chơi 놀이	thường 보통	diễn ra 일어나다, 발생하다
ngoài trời 바깥	dịp Tết 설, 구정	trong khi ~하는 동안	nhau 서로
nếu 만약	người chủ 주인	thấy 생각하다, 느끼다	mệt 피곤한
xin 청하다	dừng 멈추다	làm cho ~하게끔 하다	người xem 보는 사람
thấy 느끼다	vui thích 즐거운, 기쁜	trong (전치사) ~동안	

문항 사례 ⑥ 베트남의 민화

대화의 내용으로 보아 Tranh Đông Hồ에 대해 알 수 있는 것은? 2018학년도 수능 6월 모의평가

> Inho : Chị Mai ơi, đây là tranh Đông Hồ, phải không?
>
> Mai : Đúng rồi. Đây là một loại tranh dân gian nổi tiếng của Việt Nam đấy.
>
> Inho : Trông lạ mà đẹp quá nhỉ!
>
> Mai : Ừ, tranh được in bằng mộc bản trên một loại giấy đặc biệt. Tranh có nhiều đề tài, phần lớn gần với cuộc sống của người Việt.
>
> * dân gian 민간, * mộc bản 목판, * cuộc sống 삶

① Chỉ được ở Đông Hồ.
② Là tranh dùng loại giấy đặc biệt để in.
③ Còn có tên gọi khác là tranh Hàng Trống.
④ Thường có đề tái về mùa đông của Việt Nam.
⑤ Đã được triển lãm ở tất cả các nước trên thế giới.

문제 풀이

해설 ① (Đông Hồ 그림은) 단지 Đông Hồ에서만 된다(만들어지다). → 언급 없음
② (Đông Hồ 그림은) 인쇄하기 위해 특별한 종이 종류를 사용하는 그림이다.
③ (Đông Hồ 그림은) 여전히 Hàng Trống 그림이라는 다른 이름이 있다. → 언급 없음
④ (Đông Hồ 그림은) 보통 베트남의 겨울에 대한 주제가 있다. → 언급 없음
⑤ (Đông Hồ 그림은) 전세계 모든 나라에서 전시되었다. → 언급 없음

해석 인호: Mai 누나, 이것이 Đông Hồ 그림 맞죠?
마이: 맞아. 이것은 베트남의 유명한 민화(민간 그림)의 한 종류야.
인호: 이상해 보이지만, 아름답네요.
마이: 응. 그림은 특별한 종이 위에 목판으로 인쇄가 돼. 그림은 많은 주제가 있지만, 대부분 베트남인의 삶과 매우 근접해.

정답 ②

분석 ▶ **지시대명사**

đây	là	이것은 ~입니다
kia		저것은 ~입니다
đó		그것은 ~입니다

▶ **수동태 được 문형**

Người ta	in	tranh	bằng mộc bản	능동태
사람들이 그림을 인쇄하였다			목판으로	
Tranh	được (người ta) in		bằng mộc bản	수동태
그림이 (사람들에 의해) 인쇄되었다			목판으로	

어휘

đây là 이것은 ~이다
đúng rồi 맞다
nổi tiếng 유명한
mà 하지만, 그러나
trên (전치사) ~위에
đề tài 주제
với (전치사) ~와 함께
tranh 그림
loại 종류
trông ~처럼 보이다
in 인쇄하다
giấy 종이
phần lớn 대부분
người Việt Nam 베트남인
đúng 맞는, 정확한
dân gian 민간의
lạ 이상한
bằng (수단의 전치사) ~를 갖고
đặc biệt 특별한
gần 가까운

문항 사례 7 박닝의 축제

글의 내용으로 알 수 있는 것을 〈보기〉에서 고른 것은? 2018학년도 수능 6월 모의평가

Hội Lim là một lễ hội lớn ở Bắc Ninh. Hiện nay, hội được mở vào tháng 1 âm lịch hàng năm. Đến hội Lim, mọi người được xem và tham gia nhiều chương trình, trò chơi truyền thống. Đặc biệt, ở đây có hát Quan họ, một loại dân ca nổi tiếng của Việt Nam. Hội Lim đã trở thành một lễ hội hấp dẫn với khách du lịch trong và ngoài nước.

보기

a. Quan họ là tên của một bài hát.

b. Hội Lim có nhiều trò chơi truyền thống.

c. Mọi người đều mặc áo dài ở hội Lim.

d. Hiện nay, hội Lim được mở mỗi năm một lần.

① a, b ② a, d ③ b, c ④ b, d ⑤ c, d

문제 풀이

해설 a. Quan họ는 노래의 이름이다.
b. Hội Lim은 많은 전통 놀이가 있다.
c. 모든 사람들이 Hội Lim에서 아오자이를 입는다.
d. 오늘날 Hội Lim은 매년 1번 개최된다.

해석 Hội Lim은 Bắc Ninh에서 큰 축제이다. 오늘날 Hội Lim은 매년 음력 1월에 개최된다. Hội Lim에 오면, 많은 프로그램과 전통 놀이에 참가하는 모든 사람이 보인다. 특히, 여기에는 Quan họ라는 노래가 있는데, 베트남의 유명한 민요의 한 종류이다. Hội Lim은 국내외 관광객들에게 매력적인 축제가 되었다.

정답 ②

분석 ▶ 수동태 **được** 문형

수동태의 주어	được	수동태의 동사		
Hội Lim	được	mở	vào	tháng 1 âm lịch hàng năm
Hội Lim은	개최된다		(시간의 전치사)	매년 음력 1월

▶ **trở thành + 명사 / trở nên + 형용사** (~가 되다)

주어	đã	trở thành	명사	
Hội Lim	đã	trở thành	một lễ hội	Hội Lim은 한 축제가 되었다.
주어	**đã**	**trở nên**	**형용사**	
Hội Lim	đã	trở nên	nổi tiếng	Hội Lim은 유명하게 되었다.

'~가 되다'라는 의미의 동사 trở thành 뒤에는 반드시 '명사'가 와야 한다. 반면, 같은 의미의 동사 trở nên 뒤에는 반드시 '형용사'가 와야 한다.

어휘

lễ hội 축제	lớn 큰, 커다란	ở (전치사) ~에서	hiện nay 오늘날, 현재
mở 열다, 개최하다	âm lịch 음력	hàng năm 매년	mọi 모든
xem 보다	tham gia 참가하다	nhiều 많은	chương trình 프로그램
trò chơi 놀이	truyền thống 전통의	đặc biệt 특히, 특별히	hát 노래
loại 종류	dân ca 민요	nổi tiếng 유명한	trở thành ~가 되다
hấp dẫn 매력적인	khách du lịch 관광객	trong nước 국내의	ngoài nước 외국의
bài hát 노래	đều 모두	mặc (옷을) 입다	áo dài (베트남 전통 의상)
mỗi 각각	mỗi năm 매년	lần 회, 번	một lần 1회, 1번

04 기출 문항 풀어보기

1 글의 내용이 가리키는 교통수단에 해당하는 것은? [2016학년도 수능]

> Đây là một loại phương tiện đi lại phổ biến ở Việt Nam, có hai bánh và thường chạy bằng xăng. Dịch vụ đưa khách bằng phương tiện này được gọi là "xe ôm".
>
> * xăng 휘발유 * dịch vụ 서비스

① 
② 
③ 
④ 
⑤ 

어휘

phương tiện 방편, 수단
đi lại 오고 가다
phổ biến 보편적인
bánh 바퀴
chạy 달리다
đưa 데려다주다
khách 손님
xe ôm 오토바이 택시

2 대화의 내용으로 보아 빈칸에 들어갈 말로 알맞은 것은? [2016학년도 수능]

> Hana : Thưa thầy, ngày mai chị thứ nhất của em đến Việt Nam đấy ạ.
> Thầy : Hana ơi, ở Việt Nam không gọi là chị thứ nhất đâu. Ở miền Bắc thì gọi là "chị cả", ở miền Nam thì gọi là "chị hai".
> Hana : Đứng thứ nhất trong các anh chị em mà sao lại gọi là "chị hai" ạ?
> Thầy : À, người miền Nam gọi thứ tự anh chị em theo số nhưng bắt đầu từ số hai.
> Hana : Vậy, theo cách gọi ở miền Nam thì chị thứ hai của em sẽ là "chị ____" trong gia đình, đúng không ạ?
> Thầy : Ừ, đúng đấy.
>
> * miền 지역 * anh chị em 형제자매 *thứ tự 순서

① ba ② cả ③ hai
④ một ⑤ nhất

thưa (높임말 표현) ~님
ngày mai 내일
thứ nhất 첫 번째
không ~ đâu
(강한 부정) 절대 ~아니다
miền Bắc 북부 지방
đứng 서다
miền Nam 남부 지방
trong (전치사) ~ 가운데
sao (의문사) 왜
theo 따르다
số 숫자
bắt đầu 시작하다
gia đình 가족
đúng không? 맞지?, 그렇지?

3 글의 내용으로 알 수 있는 것은? [2015학년도 수능]

> Người Việt Nam có câu: "Đi hỏi già, về nhà hỏi trẻ". "Đi hỏi già" là vì người già thường biết nhiều. Trước khi đi đâu, làm việc gì, chúng ta nên hỏi kinh nghiệm của người già. Còn "về nhà hỏi trẻ" là vì trẻ em thường không biết nói dối. Nếu hỏi trẻ em thì chùng ta có thể biết được sự thật.

① 어릴 때의 교육이 중요하다.
② 아이를 보면 부모를 알 수 있다.
③ 어떤 일을 하기 전에 어른에게 묻는 것이 좋다.
④ 어른은 아이들의 일에 참견하지 않는 것이 좋다.
⑤ 아버지는 아들이 아버지보다 낫다고 하면 기뻐한다.

어휘

người 사람
câu 문장
hỏi 묻다, 질문하다
già 늙은, 나이 든
về nhà 귀가하다
trẻ 젊은, 나이 든
biết 알다
vì ~이기 때문이다
trước khi ~하기 전에
nên ~하는 게 좋다
kinh nghiệm 경험
trẻ em 어린이, 어린 아이
nói dối 거짓말하다
sự thật 사실, 진실

4 글의 내용과 일치하지 않는 것은? [2015학년도 수능]

> Truyện Kiều là sáng tác nổi tiếng của Nguyễn Du. Truyện Kiều được viết vào cuối thế kỷ 18, đầu thế kỉ 19. Truyện Kiều kể về Thúy Kiều – một cô gái vừa đẹp vừa thông minh nhưng gặp nhiều bất hạnh. Qua Truyện Kiều, Nguyễn Du miêu tả số phận của người phụ nữ Việt Nam xưa. Đa số người Việt Nam đều biết Truyện Kiều.
>
> * thế kỉ 세기 * phụ nữ 여성 *xưa 옛날

① Thúy Kiều không đẹp.
② Thúy Kiều thông minh.
③ Nguyễn Du là người viết Truyện Kiều.
④ Thúy Kiều là cô gái gặp nhiều bất hạnh.
⑤ Đa số người Việt biết Truyện Kiều.

sáng tác 창작물
viết 쓰다
cuối 끝의, 끄트머리의
cuối thế kỷ 세기 말
đầu thế kỉ 세기 초
kể 이야기 하다
về (전치사) ~에 관하여
cô gái 아가씨
vừa ⓐ vừa ⓑ ⓐ하면서 ⓑ 하다
thông minh 똑똑한
gặp 만나다
bất hạnh 불행한
qua (전치사) ~을 통하여
miêu tả 묘사하다
số phận 운명
đa số 대다수의
đều 모두

5 Đầy tháng에 관한 대화이다. 대화의 내용으로 알 수 있는 것을 〈보기〉에서 고른 것은? [2015학년도 수능]

Sumi : Đầy tháng là ngày gì ạ?
Khánh : Đó là ngày em bé tròn 1 tháng tuổi. Vào ngày này, các gia đình thường làm lễ đầy tháng. Mọi người sẽ đến thăm để chúc mừng cho sức khỏe của mẹ và em bé.
Sumi : Thế à! Cũng gần giống với "100 ngày" của Hàn Quốc nhỉ!

*em bé 아기 * lễ 의식, 예 *chúc mừng 축하하다

보기

a. 손님에게 달력을 나누어 준다.
b. 아기가 태어난 지 한 달이 되는 날이다.
c. 금, 은 반지를 선물하는 것이 일반적이다.
d. 각 가정에서는 대개 đầy tháng 의식을 거행한다.

① a, b ② a, d ③ b, c
④ b, d ⑤ c, d

어휘

gì (의문사) 무엇
thăm 방문하다
chúc mừng 축하하다
sức khỏe 건강
cũng 또한, 역시
giống 유사한, 똑같은

6 대화의 내용으로 보아 Hoàng의 띠에 해당하는 그림은? [2015학년도 수능]

Hoàng : Người Việt Nam thường tính tuổi theo 12 con giáp như: tuổi chuột, tuổi chó, tuổi heo…
Mina : Ở Hàn Quốc cũng vậy. Tuổi mình là tuổi thỏ.
Hoàng : Lạ nhỉ. Bạn sinh năm nào?
Mina : Mình sinh năm 1987.
Hoàng : Mình cũng sinh năm 1987, nhưng ở Việt Nam gọi đấy là tuổi mèo.
Mina : Thế à! Hay nhỉ!

* 12 con giáp 12지를 나타내는 동물
*thỏ 토끼 * sinh 태어나다

① 
② 
③ 
④ 
⑤ 

tính 계산하다
tuổi 나이, 세, 띠
theo 따르다
cũng vậy 또한 그렇다
nào (의문사) 어떤
đấy là 그것은 ~이다
mèo 고양이
thế à! 그래요!

5과 연습 문제

1 Trần Hưng Đạo에 관한 글의 내용으로 알 수 있는 것을 〈보기〉에서 고른 것은?

> Trần Hưng Đạo là một anh hùng dân tộc nổi tiếng của Việt Nam. Ông tên thật là Trần Quốc Tuấn. Ông đã lãnh đạo quân đội Đại Việt (tên cũ của Việt Nam) đánh thắng quân đội Nguyên – Mông ba lần. Hiện nay, Trần Hưng Đạo được chọn làm tên cho một số đường và trường học ở Việt Nam.

보기

a. Đại Việt을 건국했다.

b. 본명은 Trần Quốc Tuấn이다.

c. 그의 이름을 딴 도시가 있다.

d. Đại Việt 군대를 이끌고 Nguyên-Mông 군을 세 번 물리쳤다.

① a, b ② a, c
③ b, c ④ b, d
⑤ c, d

2 Tố Hữu에 관한 글에서 언급된 것은?

> Nhà thơ Tố Hữu(1920~2002) tên thật là Nguyễn Kim Thành, quê là Thừa Thiên – Huế. Ông đã viết nhiều bài thơ với đề tài yêu nước như: Từ ấy, Việt Bắc··· Tố Hữu đã có thời gian là Phó Thủ tướng của Việt Nam. Hiện nay ở Việt Nam có đường phố mang tên ông.

① 등단 시기 ② 가족 관계
③ 작품 시기 ④ 작품 주제
⑤ 현재 근황

3 Nguyễn Du에 관한 글이다. 글의 내용과 일치하는 것만을 〈보기〉에서 있는 대로 고른 것은?

> Nguyễn Du là Đại thi hào của Việt Nam, đã đóng góp lớn cho lịch sử văn hóa dân tộc. Nguyễn Du viết Truyện Kiều bằng chữ Nôm, dài 3.254 câu. Truyện Kiều được dịch và giới thiệu ở nhiều nước, trong đó có Hàn Quốc. Năm 2015, Việt Nam kỷ niệm 250 năm sinh của Nguyễn Du.

보기

a. 쯔놈으로 Truyện Kiều를 썼다.

b. 3,254개의 글자로 된 Truyện Kiều를 썼다.

c. 베트남의 민족 문학사에 큰 기여를 하였다.

d. 한국에서는 아직 번역본이 발간되지 않았다.

① a, b ② a, c
③ b, c ④ b, c
⑤ c, d

4 글의 내용으로 보아 'Dạ'라고 대답해야 하는 것은?

> Khi gọi người khác một cách thân mật, người Việt Nam thường dùng từ "ơi" như "Mẹ ơi!", "Em ơi!", "Chị ơi". Từ "ơi" này cũng có thể dùng khi gọi giáo viên, như "Thầy ơi!" hay "Cô ơi". Khi đáp lại, có thể nói là "Ơi!". Nhưng người ít tuổi hơn thì phải đáp lại là "Dạ!".

① Em ơi. ② Mẹ ơi.
③ Chị ơi. ④ Thầy ơi.
⑤ Cô ơi.

5 빈칸에 들어갈 말로 알맞은 것은?

> Thành phố _________ nằm ở phía Nam của Việt Nam. Đây là một trong những trung tâm kinh tế lớn của Việt Nam. Thời tiết ở đây chỉ có hai mùa: mùa mưa và mùa khô. Từ năm 1976, thành phố được mang tên của chủ tịch nước đầu tiên của Việt Nam.

① Hà Nội ② Cần Thơ
③ Đà Nẵng ④ Hải Phòng
⑤ Hồ Chí Minh

6 글의 내용으로 알 수 있는 것을 〈보기〉에서 고른 것은?

> Huế là một thành phố nhỏ nhưng đẹp và hấp dẫn của Việt Nam. Thành phố này là một trong những trung tâm văn hóa, lịch sử và du lịch. Huế đã từng là thủ đô của triều đại Nguyễn, triều đại cuối của Việt Nam. Đến bây giờ Huế vẫn giữ được nhiều di tích quý mà triều đại này để lại.

보기

a. Các di tích quý vẫn còn nhiều ở Huế.
b. Huế không những đẹp mà còn hấp dẫn.
c. Huế luôn là thủ đô của các triều đại trong lịch sử.
d. Triều đại Nguyễn là triều đại đầu tiên của Việt Nam.

① a, b ② a, c
③ b, c ④ b, d
⑤ c, d

7 수산 시장에 관한 글이다. 글의 내용으로 알 수 있는 것은?

> Sông Cửu Long ở miền Nam Việt Nam nổi tiếng với nhiều chợ nổi như: Cái Răng, Cái Bè... Chợ nổi là chợ trên sông. Ở đó, người bán dùng thuyền để bán trái cây, rau, đồ ăn... còn người mua dùng thuyền để đi mua. Nhiều khách du lịch nước ngoài rất thích nơi này.

① 모든 물건을 살 수 있다.
② 외국인 여행객들이 아주 좋아한다.
③ 바다 위에 있는 시장이다.
④ 항구에서 물건을 사고 판다.
⑤ Cái Bè 수상 시장은 베트남 북부에 있다.

8 Nội Bài 공항에 관한 글이다. 글의 내용과 일치하는 것은?

> Nội Bài là sân bay quốc tế hiện đại có quy mô lớn ở Việt Nam. Nội Bài nằm ở phía Tây Bắc của Thủ đô Hà Nội. Từ trung tâm Hà Nội đến Nội Bài có thể đi theo hai đường cao tốc là Thăng Long - Nội Bài và Nhật Tân – Nội Bài. Sân bay Nội Bài có nhà ga T1 và T2. T1 chỉ được sử dụng cho các chuyến bay trong nước, còn T2 phục vụ toàn bộ các chuyến bay quốc tế.

① T1 터미널은 국제선 전용이다.
② 수도 하노이의 서남쪽에 있다.
③ 모든 국제선은 T1 터미널을 이용한다.
④ 베트남의 현대화된 규모가 큰 국제 공항이다.
⑤ 하노이 중심부에서 공항까지 세 개의 고속도로로 연결된다.

9 글의 내용으로 알 수 <u>없는</u> 것을 〈보기〉에서 고른 것은?

Chợ Bến Thành nằm ở Thành phố Hồ Chí Minh. Chợ có 4 cửa lớn: Cửa Đông, Cửa Tây, Cửa Nam và Cửa Bắc. Chợ có các cửa hàng bán thực phẩm, quần áo, đồ lưu niệm… Nhiều khách du lịch đến Thành phố Hồ Chí Minh thích đến nơi này để hiểu thêm về văn hóa chợ Việt Nam.

보기

a. Thành phố Hồ Chí Minh có 4 chợ.
b. Nhiều khách du lịch không thích Chợ Bến Thành.
c. Thành phố Hồ Chí Minh có chợ Bến Thành.
d. Trong chợ Bến Thành có cửa hàng quần áo.

① a, b ② a, c
③ b, c ④ b, d
⑤ c, d

10 Nước mắm(느억맘)에 관한 글의 내용으로 알 수 있는 것을 〈보기〉에서 고른 것은?

Nước mắm thường được làm từ các loại cá biển. Nước mắm mặn và rất thơm ngon. Nước mắm được dùng để chấm và để nấu các món ăn. Trong bữa cơm hàng ngày của người Việt luôn có nước mắm.

보기

a. 신맛이 난다.
b. 지역마다 제조법이 다르다.
c. 음식을 요리할 때 사용한다.
d. 주로 바다 생선을 원료로 하여 만든다.

① a, b ② a, c
③ b, c ④ b, d
⑤ c, d

11 글의 내용으로 알 수 <u>없는</u> 것은?

Cây cà phê được người Pháp đưa vào Việt Nam từ thế kỷ 19. Cà phê Việt Nam ngày càng nổi tiếng và có nhiều loại khác nhau. Hiện nay, Việt Nam là nước xuất khẩu cà phê lớn thứ hai trên thế giới. Du khách khi đến Việt Nam thường mua cà phê để làm quà cho gia đình.

① 베트남 커피는 종류가 다양하다.
② 베트남 커피는 나날이 유명해지고 있다.
③ 베트남은 현재 세계 제2위 커피 수출국이다.
④ 커피 재배에 적합한 지역은 베트남 남부이다.
⑤ 베트남을 방문하는 여행객은 주로 커피를 구입한다.

12 Chèo에 관한 글에서 언급된 것은?

Chèo là một loại nhạc kịch truyền thống của Việt Nam. Trong Chèo phần hát nhiều hơn phần nói nên gọi là hát Chèo. Chèo phát triển mạnh ở phía Bắc. Thái Bình, Nam Định, Bắc Ninh là những nơi nổi tiếng về Chèo. Vào các ngày lễ Tết, một số nơi ở phía Bắc thường có hát Chèo.

① 공연 순서 ② 공연 시간
③ 공연 주제 ④ 발전 시기
⑤ 발전 지역

13 글의 내용으로 알 수 있는 것을 〈보기〉에서 고른 것은?

Vì quan niệm các số 7 và 3 có liên quan đến những việc không may mắn, người Việt thường nói: "Chớ đi ngày bảy, chớ về ngày ba". Họ nghĩ là nếu đi làm gì vào ngày bảy âm lịch thì không được việc. Còn nếu ai đi xa, muốn về nhà vào ngày ba âm lịch thì việc đi về cũng không thuận tiện.

보기

a. Người Việt thường không đi đâu quá bảy ngày.

b. Người Việt nghĩ nên đi xa vào ngày bảy âm lịch.

c. Nhiều người Việt tin 7 và 3 là các số không may mắn.

d. Người Việt ở xa thường không thích về nhà vào ngày ba âm lịch.

① a, b ② a, c
③ b, c ④ b, d
⑤ c, d

14 베트남 화폐에 관한 글이다. 글의 내용으로 알 수 있는 것을 〈보기〉에서 고른 것은?

Hiện nay, ở Việt Nam có nhiều loại tiền giấy với các mệnh giá khác nhau. Tờ tiền có mệnh giá cao nhất là 500.000 đồng. Các tờ tiền có mệnh giá dưới 500 đồng ít được dùng hơn. Đặc biệt, Chủ tịch Hồ Chí Minh là nhân vật lịch sử duy nhất được in trên các tờ tiền.

보기

a. 지폐의 크기는 모두 동일하다.

b. 오십만 동이 가장 큰 액수의 지폐다.

c. 오천 동 이하의 지폐는 거의 사용되지 않는다.

d. 호찌민 주석은 지폐에 인쇄된 유일한 역사적 인물이다.

① a, b ② a, c
③ b, c ④ b, d
⑤ c, d

15 빈칸에 들어갈 낱말은?

A : Mina ơi, anh có quà cho em đây.
Cái này người Việt Nam gọi là
____________.
B : À! Em đã thấy các cô gái Việt Nam mặc áo dài đội nó trên tivi.
Thế, cái này được làm từ cái gì hả anh?
A : Nó được làm từ một loại lá.
B : Đẹp quá! Cảm ơn anh.

① quạt ② nón lá
③ đũa ④ ô
⑤ áo dài

16 글의 내용이 공통으로 가리키는 것은?

○ Thường thấy trong các ngày đặc biệt như kết hôn, tốt nghiệp.
○ Thường được khách du lịch đến Việt Nam mua để làm kỷ niệm.
○ Được các học sinh nữ ở nhiều trường trung học của miền Nam Việt Nam mặc khi đi học.

① 아오자이 ② 모자
③ 차 ④ 커피
⑤ 양복

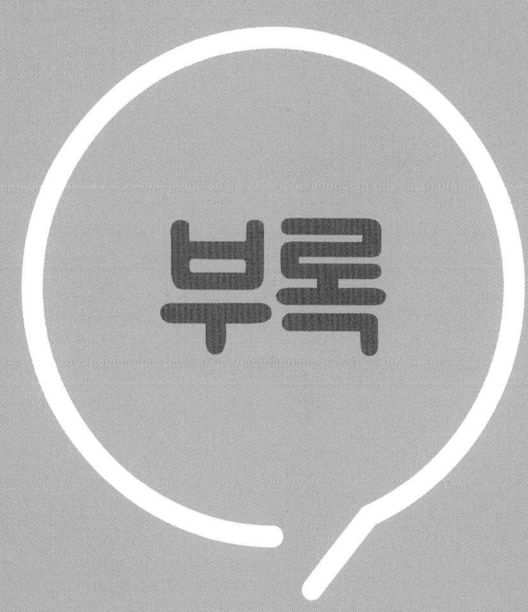

- 실전 모의고사
- 정답 및 해설

실전 모의고사

5교시 제2외국어/한문 영역(베트남어)

성명		수험 번호					-				

1. 밑줄 친 부분과 발음이 같은 것은? [1점]

con **tr**ai

① **t**ôi ② **th**ầy ③ **ch**uối
④ **r**ồi ⑤ **kh**en

2. □에 공통으로 들어갈 글자는? [1점]

lợ□ điệ□ thoại đè□

① c ② m ③ n ④ p ⑤ t

3. (a), (b)의 □에 들어갈 글자의 성조 표기가 옳은 것은?

(a) m□i (b) n□i

	(a)	(b)		(a)	(b)
①	ú	ủ	②	ù	ũ
③	ủ	ú	④	ũ	ú
⑤	ụ	ũ			

4. 빈칸에 공통으로 들어갈 말로 알맞은 것은?

○ Anh uống cà phê ________ trà?
○ Tiếng Việt rất ________.

① đá ② khó ③ hoặc ④ nóng ⑤ hay

5. 빈칸에 들어갈 말로 알맞은 것은? [1점]

A : Em là người Việt Nam, phải không?
B : ________, em là người Hàn Quốc.

① Vâng ② Có ③ Phải
④ Không phải ⑤ Phải không

6. 빈칸에 들어갈 말로 알맞은 것은?

Loan : Sơn ơi, ________ ở Việt Nam?
Sơn : Có lẽ kỳ nghỉ hè năm sau.

① bao giờ sẽ Sơn đi du lịch
② bao giờ Sơn sẽ đi du lịch
③ Sơn sẽ đi du lịch bao giờ
④ bao giờ Sơn đi sẽ du lịch
⑤ Sơn sẽ bao giờ đi du lịch

7. 빈칸 (a), (b)에 들어갈 말로 알맞은 것은?

A : Anh thấy em Thủy thế nào?
B : Em Thủy __(a)__ thông minh __(b)__ xinh đẹp.

	(a)	(b)		(a)	(b)
①	không	nhưng	②	vừa	vừa
③	mỗi	một	④	sở dĩ	là vì
⑤	không những	mà còn			

8. 문장 표현이 옳은 것만을 있는 대로 고른 것은?

a. Minsu thích ăn phở rất.
b. Nên tôi học tiếng Việt vì tôi muốn đi du lịch ở Việt Nam.
c. Bún chả vừa rẻ vừa ngon.

① a ② b ③ c ④ b, c ⑤ a, b, c

9. 빈칸에 들어갈 말로 알맞은 것은? [1점]

A : Anh dùng gì ạ?
B : Cho tôi 1 __________ cơm chiên hải sản.
A : Vâng ạ.

① tờ ② đĩa ③ cốc
④ chiếc ⑤ quyển

10. 빈칸에 들어갈 말로 알맞은 것은? [1점]

A : Em chào thầy ạ. Thầy có khỏe không ạ?
B : Chào em. __________. Còn em?
A : Em khỏe ạ.

① Thầy tên là Nam ② Thầy không đi
③ Thầy là người Việt ④ Thầy bình thường
⑤ Thầy không có thời gian

11. 글의 내용으로 보아 Hoa가 한 일을 〈보기〉에서 찾아 순서대로 바르게 배열한 것은? [1점]

Sáng nay, Hoa tập thể dục ở công viên.
Sau đó, Hoa đã đến trường.
Lúc 6 giờ tối, Hoa đi ăn tối với Sơn.

보기
a. 학교 가기 b. 저녁 먹으러 가기
c. 공원에서 운동하기

① a – b – c ② a – c – b ③ b – c – a
④ c – a – b ⑤ c – b – a

12. 글의 내용으로 알 수 없는 것은?

Nhung là sinh viên năm thứ tư ở khoa tiếng Hàn. Nhung thường đi bằng xe máy khi đi học. Năm sau, Nhung sẽ sang Hàn Quốc để thực tập tiếng Hàn.
Gia đình Nhung có 4 người là bố mẹ, anh trai và Nhung. Gia đình Nhung sống ở thành phố Đà Nẵng. Gia đình Nhung rất hạnh phúc.

① Nhung học ở trường đại học.
② Nhung thường đi bộ đến trường.
③ Sang năm, Nhung sẽ đi Hàn Quốc.
④ Gia đình Nhung có bốn người.
⑤ Gia đình Nhung sống rất hạnh phúc.

13. 빈칸에 들어갈 말로 알맞은 것은? [1점]

A : ______________________________?
B : Năm nay tôi 29 tuổi.

① Anh sống ở đâu
② Anh làm nghề gì
③ Năm nay là năm bao nhiêu
④ Anh bao nhiêu tuổi
⑤ Hôm nay anh đi đâu

14. 대화의 내용으로 보아 현재 시각은?

A : Xin lỗi, làm ơn cho tôi hỏi một chút. Bây giờ là mấy giờ?
B : Bây giờ là bốn giờ kém mười lăm.

① 4시 15분 ② 4시 45분
③ 3시 45분 ④ 3시 30분
⑤ 3시 15분

15. 대화의 내용으로 보아 알 수 있는 것은?

A : Chúng ta đi xem phim vào thứ tư tuần sau nhé.
B : Ừ, thế thứ tư tuần sau là ngày bao nhiêu?
A : Thứ tư tuần sau là ngày 22 tháng 1.

① A là bạn thân của B.
② A và B sẽ đi xem phim.
③ B bận vào ngày 22 tháng 1.
④ Thứ tư tuần này là ngày 22 tháng 1.
⑤ Hôm nay là thứ tư.

16. 대화의 내용으로 보아 Hà Nội의 날씨에 해당하는 그림은? [1점]

A : Hôm nay thời tiết ở Hà Nội thế nào?
B : Hôm nay trời mưa, nhưng nghe nói ngày mai sẽ nắng.

오늘 내일 오늘 내일
① ②
③ ④
⑤

17. 빈칸에 들어갈 말로 알맞은 것을 〈보기〉에서 찾아 순서대로 바르게 배열한 것은?

A : Cô ơi! Cái áo sơ mi này bao nhiêu tiền ạ?
B : ______________________
A : Sao đắt thế?
B : ______________________
A : ______________________
B : Được chứ. Cô bớt cho cháu 10.000 đồng nhé.
A : Vâng, cháu cảm ơn cô ạ.

보기
a. 75.000 đồng 1 cái.
b. Giảm giá cho cháu, được không?
c. Vì đây là hàng mới về mà.

① a – b – c ② a – c – b
③ b – a – c ④ b – c – a
⑤ c – a – b

18. 빈칸에 들어갈 말로 알맞은 것은?

A : ______________________?
B : Cho tôi 1 ly nước cam.

① Ai đó
② Chị uống gì ạ
③ Chị bán cam thế nào
④ Chị có quả cam không
⑤ Chị là người nước nào

19. 광고문의 내용으로 알 수 있는 것을 〈보기〉에서 고른 것은?

Trung tâm ngoại ngữ SADANG
– Lớp học Tiếng Việt dành cho người nước ngoài.
– Lớp trình độ cơ sở và lớp trình độ trung cấp.
– Từ 19 giờ đến 21 giờ tối vào thứ 3 và thứ 5.
– Liên hệ: 0934 237 875

보기
a. Địa chỉ của trung tâm
b. Thời gian học
c. Mức học phí
d. Số điện thoại của trung tâm

① a, b ② a, d ③ b, c
④ b, d ⑤ c, d

20. 빈칸에 들어갈 말로 알맞은 것을 〈보기〉에서 고른 것은?

> Thầy Sơn : Sao em học tiếng Việt?
> Trang : ____________________.
> Thầy Sơn : Thế à? Em nói tiếng Việt giỏi thế!

보기

a. Vâng, em học tiếng Việt
b. Bởi vì em thích Việt Nam
c. Tại sao em thích người Việt Nam
d. Tại vì em muốn đi du lịch ở Việt Nam

① a, c ② a, d ③ b, c
④ b, d ⑤ c, d

21. 빈칸에 공통으로 들어갈 말로 알맞은 것은?

> A : Chào chị. Chị __________ bệnh gì?
> B : Chào bác sĩ. Tôi __________ đau đầu và đau bụng lắm.

① ai ② đi ③ bị
④ là ⑤ được

22. 광고문의 내용으로 알 수 있는 것은?

> PHÒNG CHO THUÊ
> • Phòng có bàn ghế, giường và máy lạnh.
> • Có nhà vệ sinh riêng.
> • Cho thuê từ ngày 22 tháng 01.
> • Gần trường đại học Hà Nội
> • Liên hệ: 03 XXXX 6789 (Hạnh)

① 방안에 책상, 의자, 거울 및 에어컨이 있다.
② 공용 화장실이 있다.
③ 하노이 대학 근처에 있다.
④ 임대료는 비싸다.
⑤ 1월 22일까지만 빌릴 수 있다.

23. 빈칸에 들어갈 말로 알맞은 것은?

> A : Sáng chủ nhật này, bạn có thể đi chơi bóng đá không?
> B : Có thể, ____________________?
> A : Lúc 10 giờ sáng nhé.

① mấy giờ ② ở đâu
③ với ai ④ vì sao
⑤ chơi thế nào

24. 빈칸에 들어갈 말로 가장 알맞은 것은? [1점]

> A : Sở thích của chị là gì?
> B : ____________________. Em cũng thích phim không?
> A : Em cũng thế ạ.

① Sở thích của chị là xem tivi
② Sở thích của em là xem phim
③ Sở thích của chị là leo núi
④ Sở thích của chị là xem phim
⑤ Chị không có sở thích

25. 빈칸에 들어갈 말로 알맞은 것은?

> A : Anh đã học tiếng Việt bao giờ chưa?
> B : Chưa, tôi ____________________.

① chưa bao giờ học tiếng Việt
② bao giờ chưa học tiếng Việt
③ bao giờ học tiếng Việt chưa
④ chưa học bao giờ tiếng Việt
⑤ học chưa bao giờ tiếng Việt

26. Lê Lợi에 관한 글이다. 글에서 언급되지 않은 내용은?

Lê Lợi(1385-1433) là tên thật của Lê Thái Tổ. Lê Lợi đã sáng lập ra nhà Hậu Lê. Ông Lê rất nổi tiếng trong lịch sử Việt Nam vì Ông Lê đã đánh thắng quân đội nhà Minh. Ông ấy đã trở thành anh hùng dân tộc cho độc lập của đất nước.

보기

a. Lê Lơi의 고향
b. Lê Lơi가 민족 영웅이 된 이유
c. Lê Lơi이 건국한 나라
d. Lê Lơi이 사망한 날짜

① a, b ② a, d
③ b, c ④ b, d
⑤ c, d

27. 글의 내용과 일치하는 것은?

Nhà ở các thành phố Việt Nam thường là nhà riêng hoặc nhà chung cư. Nhà riêng thường hẹp và dài, có khoảng hai, ba hoặc bốn tầng. Tầng một có phòng khách, nhà bếp. Các tầng khác thường có hai phòng ngủ và nhà vệ sinh. Gần đây, có nhiều căn hộ chung cư với đầy đủ tiện nghi đã và đang được xây dựng ở các thành phố lớn.

① 단독주택은 보통 넓고 짧다.
② 단독주택의 1층에는 손님방이 있다.
③ 근래에 농촌에서 많은 아파트가 지어지고 있다.
④ 아파트에는 편의 시설이 부족하다.
⑤ 단독주택에는 층마다 침실과 화장실이 있다.

28. 베트남의 음식에 관한 글이다. 글의 내용과 일치하지 않는 것은?

Món ăn Việt Nam có vị khác nhau theo từng miền. Món ăn của người miền Bắc thường ít dùng gia vị và có vị chua nhẹ. Món ăn miền Trung thường có vị mặn và cay hơn các miền khác. Còn món ăn miền Nam thường có vị ngọt vì dùng nhiều đường.

① 베트남 음식의 맛은 지역별로 다르다.
② 북부 지역 음식은 짜다.
③ 중부 지역 음식은 맵다.
④ 남부 지역 음식은 달다.
⑤ 북부 지역 음식은 약간 시큼하다.

29. 글의 내용으로 알 수 없는 것은?

Người Việt Nam thường nghĩ là các số 7 và 3 có liên quan đến những việc không may mắn. Cho nên họ thường nói: "Chớ đi ngày bảy, chớ về ngày ba". Người Việt Nam nghỉ là nếu đi làm gì vào ngày bảy âm thì không làm được việc. Còn nếu ai đi xa, muốn về nhà vào ngày ba âm thì việc đi về cũng không thuận lợi.

① 베트남 사람은 보통 숫자 7과 3이 불행하다고 생각한다.
② 베트남 사람은 보통 음력 7일에 무엇인가를 하지 않으려고 한다.
③ 멀리 나가 있는 베트남 사람들은 양력 3일에는 집에 돌아가지 않으려고 한다.
④ 멀리 나가 있는 베트남 사람들은 음력 3일에는 집에 돌아가지 않으려고 한다.
⑤ 베트남에는 "7일에 가지 말고, 3일에 돌아오지 말라"라는 말이 있다.

30. Đài truyền hình Việt Nam에 관한 글이다. 글의 내용과 일치하지 않는 것은?

Đài truyền hình Việt Nam, gọi tắt là VTV(Vietnam Television), là Đài truyền hình quốc gia trực thuộc Chính phủ Nước Cộng hòa Xã hội chủ nghĩa Việt Nam. VTV có 9 kênh từ VTV1 đến VTV9. Ngoài ra, ở Việt Nam cũng có những đài phát thanh và truyền hình riêng của từng thành phố như Đài Phát thanh – Truyền hình Hà Nội, Đài truyền hình Thành phố Hồ Chí Minh.

① VTV는 베트남의 국영 방송국이다.
② VTV는 채널이 9개이다.
③ 베트남에는 지역마다 방송국이 없다.
④ 하노이에는 하노이 라디오, 텔레비전 방송국이 있다.
⑤ 호찌민시에는 호찌민시 텔레비전 방송국이 있다.

1과. 발음 및 철자

01 기출 문항 풀어보기

1 ① 2 ④ 3 ④ 4 ② 5 ① 6 ②

02 기출 문항 풀어보기

1 ② 2 ④ 3 ③ 4 ③ 5 ① 6 ④

1 ⑤

해설 ngh[응]과 ⑤ ng[응] 발음이 같다.
① giữ의 g[ㄱ] ② ghế의 ghe[ㄱ] ③ nấu의 n[ㄴ] ④ nho의 nh[(비음) ㄴ]

해석 nghỉ 쉬다

어휘 nghỉ 쉬다 | giữ 지키다 | ghế 의자 | nấu 요리하다 | nho 포도 | ngọt 달달한

2 ②

해설 Ga의 g[ㄱ]와 ② gh[ㄱ] 발음이 같다.
① cấm의 c[ㄲ] ③ kéo의 k[ㄲ] ④ phở의 ph[f] ⑤ nghỉ의 ngh[응]

해석 Đà Nẵng 역

어휘 ga 역 | cấm 금지하다 | ghế 의자 | kéo 잡아당기다, 끌다 | phở 쌀국수 | nghỉ 쉬다

3 ①

해설 ① ng[응], nghi[응] ② có[ㄲ], ch[ㅉ] ③ vì[v], b[ㅂ] ④ t[ㄸ], th[ㅌ] ⑤ d[(비음) ㅈ], đ[ㄷ]

해석
① 베트남 은행은 쉰다.
② 나의 집에 개 한 마리가 있다.
③ 왜 너는 학교에 가지 않니?
④ 저는 매일 운동합니다.
⑤ Hạ Long에 오는 여행객이 매우 가득합니다.

어휘 ngân hàng 은행 | nghỉ 쉬다 | nhà 집 | có 있다 | con chó 강아지, 개 | vì sao (의문사) 왜 | bạn 당신, 너 | không ~하지 않다 | đi 가다 | học 공부하다 | tập thể dục 운동하다 | mỗi ngày 매일 | du khách 여행객 | đến 오다 | rất 매우, 몹시 | đông 북적거리는, 가득한

4 ⑤

해설 ① đ[ㄷ], d[(비음) ㅈ] ② n[ㄴ], nh[(비음) ㄴ] ③ th[ㅌ], t[ㄸ] ④ v[v], b[ㅂ] ⑤ k[ㄲ], c[ㄲ]

해석
① 그 할머니께서는 집 청소를 하고 계십니다.
② 그 언니는 매우 빠르게 말합니다.
③ 이분은 수학을 가르치는 남자 선생님입니다.
④ 베트남 사람은 축구를 좋아합니다.
⑤ 저녁 7시에 저는 업무를 끝낼 것입니다.

어휘 bà ấy 그 할머니, 그녀 | đang (시제어) ~하고 있다 | dọn 청소하다 | nhà 집 | chị ấy 그 언니, 그녀 | nói 말하다 | rất 매우 | nhanh 빠른 | đây là 이분은 ~이다 | thầy 남자 선생님 | dạy 가르치다 | toán 수학 | thích 좋아하다 | bóng đá 축구 | kết thúc 끝내다 | công việc 업무

5 ④

해설 ① đ[ㄷ], d[(비음) ㅈ] ② th[ㅌ], t[ㄸ] ③ b[ㅂ], v[v] ④ ng[응], ngh[응] ⑤ g[ㄱ], gi[지]

해석
① 저는 보통 산책을 갑니다.
② 그는 사과 먹는 것을 좋아합니다.
③ 아버지는 병원에서 일을 합니다.
④ 내일 저는 쉽니다.
⑤ 저의 언니는 선생님입니다.

어휘 thường (빈도 부사) 보통 | đi dạo 산책하다 | anh ấy 그 형/오빠, 그 | thích 좋아하다 | ăn 먹다 | táo 사과 | bố 아버지 | làm ~하다 | ở (전치사) ~에서 | bệnh viện 병원 | ngày mai 내일 | nghỉ 쉬다 | chị gái 친누나, 친언니 | mình 나 | là ~이다 | giáo viên 교원, 선생님

6 ①

해설 cách đây(여기에서부터), xa(먼), lắm(매우, 몹시)의 글자를 조합하여 만들 수 있는 단어는 ① cam이다.

해석

A: 여기에서부터 Huế 은행까지 먼가요?

B: 아니요, 매우 가깝습니다.

어휘 ngân hàng 은행 | cách đây 여기에서부터 | xa 먼 | gần 가까운 | lắm 매우, 몹시 | cam 오렌지 | cơm 밥 | dao 칼 | tai 귀 | tìm 찾다

7 ④

해설 Kia là(저것은 ~이다), xe(차), mượn(빌리다)를 조합해서 만들 수 있는 단어는 ④ Kem이다.

해석 저것은 내가 빌린 Long 씨의 차이다.

어휘 kia là 저것은 ~이다 | chiếc (교통수단 종별사) 대, 개 | xe 차, 자동차 | mượn 빌리다 | của ~의 | bún 국수 | cam 오렌지 | đen 검은 | kem 아이스크림 | món 음식

8 ④

해석 (a) bánh 빵 (b) sách 책

9 ③

해석 (a) bút 펜 (b) mũ 모자

10 ②

해설 ① Em Nga dễ thương quá.

③ Ngày mai mình sẽ gặp chị Lan.

④ Dạo này mình hay đọc tiểu thuyết.

⑤ Nhà tôi đối diện với siêu thị ABC.

해석

① Nga는 너무 귀여워요!

② Tú 씨는 절대적으로 똑똑합니다.

③ 내일 저는 Lan 씨를 만날 것입니다.

④ 요즘 저는 자주 소설을 읽습니다.

⑤ 저의 집은 ABC 마트 맞은편입니다.

어휘 dễ thương 귀여운 | quá (감탄문) 매우, 몹시 | thông minh 총명한, 똑똑한 | tuyệt vời 절대적으로 | ngày mai 내일 | sẽ (시제어) ~할 것이다 | gặp 만나다 | dạo này 요즘 | hay (빈도 부사) 자주 | đọc 읽다 | tiểu thuyết 소설 | nhà 집 | đối diện với 맞은편의, 마주보는 | siêu thị 슈퍼마켓

2과. 어휘 이해 및 활용

01 기출 문항 풀어보기

1 ④ 2 ①

02 기출 문항 풀어보기

1 ① 2 ② 3 ③ 4 ② 5 ⑤

1 ①

해설 '보다'라는 뜻의 동사는 xem, ngắm, nhìn, trông이 있지만, 그 쓰임이 서로 다름에 주의해야 한다. xem은 텔레비전, 영화 등을 본다는 의미로 사용되고(xem tivi/phim), ngắm은 대체로 즐기며 감상하는 뉘앙스이기 때문에 풍경, 경치 등과 함께 사용된다(ngắm phong cảnh). nhìn은 의도적으로 보는 경우에 사용되며, trông은 '~처럼 보이다'의 의미로 사용되기 때문에 대체로 형용사와 함께 사용된다(trông trẻ/đẹp).

① xem phim 영화를 보다

ngắm phong cảnh 풍경을 주의 깊게 보다

해석

◯ 한가할 때, 저는 보통 영화를 봅니다.

◯ 우리 함께 풍경을 보러 갑시다.

어휘 khi (시간 접속사) ~할 때 | rồi 한가한 | thường (빈도 부사) 보통 | phim 영화 | chúng ta 우리 | cùng 함께 | đi 가다 | phong cảnh 풍경 | xem 보다 | ngắm (풍경 등을 감상하며) 보다 | nhìn 보다 | trông ~처럼 보이다

2 ③

해설 trông은 '~처럼 보이다'라는 의미 외에 '돌보다/지키다'의 의미가 있는데, 본 문항에서는 아기를 돌보다(trông em bé)의 의미로 사용되었다.

해석

A: 너 뭐 하는 중이니?

B: 난 집에 있어. 무슨 일 있어?

A: 좀 있다가, 나는 영화 보러 갈 거야. 같이 갈래?

B: 안 돼. 나는 아기 봐야 해.

어휘 bạn 너, 친구 | đang (시제어) ~하고 있다 | làm ~하다 | gì (의문사) 무엇 | ở ~에 있다 | nhà 집 | có 있다 | chuyện 일 | lát nữa 잠시 후 | đi 가다 | xem 보다 | cùng 함께 | không được 할 수 없다 | phải ~해야만 한다 | em bé 아기 | nhìn 보다 | thấy 보다 | trông ~처럼 보이다, 돌보다

3 ④

해설 본 문제는 'được + 동사'의 형태를 띠는 수동태 문형에 대한 것이다. 'bị + 동사'는 부정적인 뉘앙스의 수동태를 만들 때 사용된다.

해석

○ 나는 숙제를 잘했기 때문에 남자 선생님께 칭찬받았다.

○ 통일궁은 1871년에 지어졌다.

어휘 thầy 남자 선생님 | khen 칭찬하다 | vì 왜냐하면, ~이기 때문이다 | làm bài 숙제하다 | tốt 좋은, 잘 | Dinh Thống Nhất 통일궁 | xây dựng 짓다 | xong 끝내다, 마치다 | vào (시간의 전치사) | năm 년, 연 | bị (부정적 뉘앙스의 수동태) | vừa (시제어) 이제 막, 방금 | định ~하고자 한다 | được (긍적적 뉘앙스의 수동태) | từng ~하곤 했다

4 ④

해설 '곧'이라는 뜻의 시제어 sắp이 가장 적합하다.

해석

A: 당신 귀가했나요?

B: 저 곧 귀가합니다. 조금만 기다리세요.

어휘 về nhà 귀가하다, 집에 가다 | (đã) ~ chưa (경험 여부를 묻는 문형) | rồi 이미 | chờ 기다리다 | một chút 조금, 약간 | sẽ (시제어) ~할 것이다 | đều 모두 | hãy (권유형) ~하세요 | sắp (시제어) 곧 | tới 오다

5 ④

해설 수단을 나타내는 전치사 bằng에 관한 문제이다. 교통수단, 재료 등을 표현할 때 bằng을 사용한다.

해석

○ 당신은 무엇을 타고 학교에 갑니까?

○ 이 과일주스는 바나나로 만든 거 맞지요?

○ 저는 이 질문을 다른 질문으로 바꾸고 싶습니다.

어휘 đến trường 학교 가다 | gì (의문사) 무엇 | sinh tố 과일주스 | làm 만들다, ~하다 | chuối 바나나 | đúng không? 맞나요?, 맞지? | muốn 원하다 | đổi 바꾸다 | câu hỏi 질문 | khác 다른 | từ (전치사) ~로부터 | vào (시간의 전치사) | với (전치사) ~와 함께 | bằng (수단의 전치사) | thay 바꾸다

6 ①

해설 '신발을 신다'는 đi giày라고 표현한다. '옷을 입다'는 mặc quần áo, '모자를 쓰다'는 đội mũ라고 한다.

해석

A: 이미 늦었어. 10분밖에 안 남았어. 빨리 신발 신으렴.

B: 네. 저 바로 끝나요.

어휘
muộn 늦은 | rồi 이미 | chỉ ~ thôi 단지, 오직 | còn 남아 있다 | phút (시간) 분 | con 자식, 자녀 | giày 신발 | nhanh 빠른 | vâng 네, 예 | xong 끝내다 | ngay 즉시, 당장 | đi 가다 | ra 나가다 | đội (모자를) 신다 | mặc (옷을) 입다 | vào 안으로 들어가다

7 ⑤

해설 '편지를 쓰다'는 viết thư라고 표현할 수 있다.

해석

A: 너 아직 도서관 안 갔지?

B: 아직. 나는 아버지께 편지 쓰고 있어.

어휘
chưa 아직 ~ 아니다 | đi 가다 | thư viện | 도서관 | à 맞지? | đang (시제어) ~하고 있다 | thư 편지 | cho (전치사) ~에게 | bố 아버지 | lái 운전하다 | tắm 샤워하다, 목욕하다 | vay (돈을) 빌리다 | đứng 서다, 일어서다 | viết 쓰다

8 ④

해설 내용상 빈칸에 들어갈 동사의 뜻은 '보다'가 되어야 하기 때문에 thấy가 가장 적합하다.

해석

A: Lan 씨는 어디에 있지?

B: 오늘 아침에, 내가 그녀를 도서관에서 봤는데 지금은 모르겠네.

어휘
đang (시제어) ~하고 있다 | ở ~에 있다 | đâu (의문사) 어디 | sáng hôm nay 오늘 아침 | chị ấy 그녀 | ở (전치사) ~에서 | thư viện 도서관 | nhưng 하지만 | bây giờ 지금 | biết 알다 | bay 날다 | đọc 읽다 | đứng 서다, 일어서다 | thấy 보다 | viết 쓰다

9 ③

해설 A와 B의 대화에서 A가 책을 빌렸는지(mượn) 묻는 질문에 không(아니다)이라고 부정했기 때문에, 반대되는 뉘앙스의 mua(사다, 구매하다)가 가장 적합하다.

해석

A: 당신 도서관에서 이 책을 빌린 거 맞죠?

B: 아니에요. 저는 서점에서 샀어요.

어휘
mượn 빌리다 | quyển (책 등의 종별사) 권 | sách 책 | ở (전치사) ~에서 | thư viện 도서관 | nhà sách 서점 | dạy 가르치다 | mặc (옷을) 입다 | mua 사다 | nghỉ 쉬다 | quên 잊다

10 ⑤

해설 nói(말하다)를 수식하는 부사이자, 효과가 좋다는 뜻의 형용사로서의 술어가 되는 단어는 giỏi가 가장 적합하다.

해석

◌ 당신은 베트남어를 정말 잘 말합니다.

◌ 이 약은 건강에 좋습니다.

어휘
nói 말하다 | tiếng Việt 베트남어 | rất 매우 | thuốc 약 | cho ~에게 | sức khỏe 건강 | có 있다 | nó 그것 | tốt 좋은 | xấu 나쁜 | giỏi 우수한, 잘하는

3과. 문법 이해 및 적용

01 기출 문항 풀어보기

1 ④ 2 ③ 3 ③ 4 ② 5 ⑤ 6 ⑤ 7 ①

02 기출 문항 풀어보기

1 ⑤ 2 ① 3 ③ 4 ② 5 ④ 6 ② 7 ① 8 ⑤ 9 ④ 10 ①

1 ③

해설 Hoa là ca sĩ라는 문장과 Hoa là diễn viên nổi tiếng 문장을 한 문장으로 만드는 구문으로 가장 적합한 것은 vừa ⓐ vừa ⓑ(ⓐ이면서 ⓑ이다)이다.

해석

A: Hoa 씨는 베트남에서 유명한 가수이지요?

B: 네, Hoa 씨는 유명한 가수이자 배우입니다.

어휘 ca sĩ 가수 | nổi tiếng 유명한 | ở (전치사) ~에서 | à? 맞죠?, 그렇죠? | diễn viên 배우 | dù ~임에도 불구하고 | hãy (권유형) ~하세요 | nhưng 하지만 | vừa ⓐ vừa ⓑ ⓐ이면서 ⓑ이다 | thêm 추가하다, 더하다 | nữa 더 | chẳng 결코 ~ 아니다

2 ④

해설 내용상 '모든 사람들'을 표현하는 tất cả mọi người와 '한 주에 3~4번'을 표현하는 혹은 3~4 lần mỗi tuần 혹은 lần mỗi tuần가 되기 때문에 빈칸 (a)에는 mọi가, 빈칸 (b)에는 một가 적절하다.

해석

A: 우리 집에서는, 모든 사람들이 수영하는 것을 좋아해.

B: 그래, 그러면 너는 매우 자주 수영하러 가겠네?

A: 응, 나는 1주일에 대략 3~4번 수영하러 가.

B: 수영하기는 건강에 매우 좋아.

어휘 nhà 집 | tất cả 모두, 모든 | người 사람 | đều 모두 | thích 좋아하다 | bơi 수영하다 | thế à 정말요? 그래요? | vậy 그렇게, 그러면 | hay (빈도부사) 자주 | lắm 매우, 몹시 | đến (전치사) ~까지 | lần 횟수, 회차 | tuần 주 | cho (전치사) 에게 | sức khỏe 건강 | mỗi 각각의 | mọi 모든, 모두 | một (숫자) 1

3 ④

해설 (a)에는 비교급 문형을, (b)에는 원급 문형을 만드는 요소가 들어가야 하는데, nhiều tuổi hơn(보다 나이가 많은)과 bằng tuổi(동갑의)가 가장 적합하다.

해석

A: Hải 오빠와 Hùng 오빠 중 누가 나이가 더 많아?

B: 두 오빠들은 동갑이야.

어휘 ai (의문사) 누구 | nhiều 많은 | tuổi 나이 | nhau 서로서로 | bằng tuổi 동갑의 | ít 적은 | kém 부족한 | nhất (최상급) 가장, 제일 | hơn (비교급) ~보다 | bằng (원급) ~만큼

4 ②

해설 의문사 sao(왜)를 사용하여 만든 의문문의 대답은 이유를 설명하는 'vì ⓐ nên ⓑ(ⓐ이기 때문에 ⓑ이다)'가 가장 적합하다.

해석

A: 너 왜 숙제를 안 했니?

B: 숙제가 너무 어려워서 할 수 없었어요.

어휘 sao (의문사) 왜 | làm ~하다 | bài tập 숙제 | khó 어려운 | quá 너무, 매우 | 동사 + được ~할 수 있다 | cả ⓐ và ⓑ ⓐ, ⓑ 둘다 | vì ⓐ nên ⓑ ⓐ이기 때문에 ⓑ이다 | vừa ⓐ vừa ⓑ ⓐ하면서 ⓑ하다 | chỉ ~ thôi 단지, 오직 | tuy ⓐ nhưng ⓑ ⓐ임에도 불구하고 ⓑ이다

5 ①

해설 베트남어를 할 수 있는지, 프랑스어를 할 수 있는지를 묻는 hay(혹은)이 사용된 선택 의문문에서 B의 대답은 베트남어와 프랑스어를 모두 할 수 있다는 것이기 때문에 'cả ⓐ và ⓑ(ⓐ, ⓑ 둘다)'가 가장 적합하다.

해석

A: 그녀는 베트남어를 할 수 있나요 아니면 프랑스어를 할 수 있나요?

B: 그녀는 베트남어와 프랑스어 모두 말할 수 있습니다.

어휘 chị ấy 그녀 | nói 말하다 | 동사 + được ~할 수 있다 | tiếng Việt 베트남어 | hay 혹은, 또는 | tiếng Pháp 프랑스어 | cả ⓐ và ⓑ ⓐ, ⓑ 둘다 | vì ⓐ nên ⓑ ⓐ이기 때문에 ⓑ이다 | nếu ⓐ thì ⓑ 만약 ⓐ라면 ⓑ이다 | càng ⓐ càng ⓑ ⓐ할수록 ⓑ하다 | tuy ⓐ nhưng ⓑ ⓐ임에도 불구하고 ⓑ이다

6 ③

해설 Kim의 형이 어떤지 묻는 질문에 대한 B의 대답은 '잘생기고 똑똑하다'이기 때문에 'vừa ⓐ vừa ⓑ(ⓐ이면서 ⓑ하다)'가 가장 적합하다.

해석

A: 얘, 너 Kim의 형 만나 본 적 있니?

B: 이미요.

A: 넌 그가 어떻다고 생각하니?

B: 그는 잘생겼으면서 똑똑해요, 언니.

어휘 gặp 만나다 | anh trai 형, 오빠 | rồi 이미 | thấy 생각하다 | anh ấy 그 | thế nào (의문사) 어떠한 | đẹp trai 잘생긴 | thông minh 똑똑한 | từ ⓐ đến ⓑ ⓐ부터 ⓑ까지 | vừa ⓐ vừa ⓑ ⓐ하면서 ⓑ하다 | chỉ, thôi 단지, 오직

7 ⑤

해설 비교급 문형인 rộng hơn(보다 큰)을 사용하여, 보다 큰 사이즈의 바지가 있는지를 묻는 질문에 B가 không(아니요)라고 답한 상황에서, 최상급 문형인 rộng nhất(가장 큰)이 가장 적합하다.

해석

A: 더 큰 바지 있나요?

B: 아니요. 그것이 가장 큰 것입니다.

어휘 có 있다 | quần 바지 | nào 어떤 | rộng 넓은, 큰 | hơn (비교급) ~보다 | cái đó 그것 | ít 적은 | kém 부족한 | như ~처럼 | bằng (원급) ~만큼 | nhất (최상급) 가장, 제일

8 ④

해설 '그가 어디에 있는지(anh ấy ở đâu)'와 강한 부정문을 표현하는 '전혀 ~ 아니다(không ~ đâu)' 문장에서 공통적으로 사용되는 단어는 đâu이다.

해석

◯ 그가 어디에 있는지 아세요?

◯ 전 전혀 몰라요!

어휘 biết 알다 | anh ấy 그 | ở (전치사) ~에서 | có 있다 | nó 그애, 걔 | bởi ~에 의해 | đâu (의문사) 어디 | hãy (권유) ~하세요 | không ~ đâu (강한 부정) 전혀/절대 ~ 아니다

9 ⑤

해설 từ điển(사전)에 적합한 종별사를 고르는 문제로, sách(책), từ điển(사전), tạp chí(잡지) 등의 서적은 종별사 quyển 혹은 cuốn(권)을 사용한다.

① con (동물 등을 나타내는 종별사) 마리

② cây (펜 등을 나타내는 종별사) 자루

③ đôi (신발, 젓가락 등 한 벌이 되는 물건을 나타내는 종별사) 벌

④ chai (병 종류 등을 나타내는 종별사) 병

⑤ quyển (책 등의 서적을 나타내는 종별사) 권

해석

A: 아주머니, 저에게 러시아어 사전 한 권 파세요.

B: 응, 100,000동이란다.

어휘 cô 아주머니 | bán 팔다, 판매하다 | cho (전치사) ~에게 | cháu 조카, 조카뻘의 사람 | từ điển 사전 | tiếng Nga 러시아어 | con (동물 종별사) 마리 | cây (필기구 종별사) 자루 | đôi (한 쌍을 나타내는 종별사) chai (병 종류 종별사) | quyển (책 종류 종별사) 권 | đồng (베트남 화폐 단위) 동

10 ②

해설 A의 질문에 대해 B의 대답이 ba tháng rồi(3개월 되었습니다)이기 때문에, A의 질문은 기간을 묻는 의문사 bao lâu(얼마나 오래)가 가장 적합하다.

① bao giờ 언제 ② bao lâu 얼마나 오래 ③ khi nào 언제 ④ năm nào 몇 년 ⑤ ngày nào 며칠

해석

A: 여기 계신 지 얼마나 되셨나요?

B: 3개월 되었습니다.

A: 그러면 얼마나 더 오래 있다가 귀국하실 건가요?

B: 다음 달이요, 저는 귀국할 겁니다.

어휘 ở ~에 있다 | đây 여기 | rồi 이미 | tháng 월 | thế 그러면 | nữa 더 | sẽ (시제어) ~할 것이다 | về nước 귀국하다 | tháng sau 다음 달 | bao giờ (의문사) 언제 | bao lâu (의문사) 얼마나 오래 | khi nào (의문사) 언제 | năm nào 어떤 연도에 | ngày nào 어떤 날에

11 ③

해설 'có thể(할 수 있다)'는 항상 주어(tôi)와 술어(đi) 사이에 위치해야 하며, 'có thể'의 부정형은 không có thể가 아닌 'không thể(할 수 없다)'임을 기억하자! 그래서 'Tôi không thể đi một mình'으로 쓰는 것이 적절하다.

해석

a. 저희 집식구 모두 독서를 좋아합니다.

b. 저는 혼자 갈 수 없습니다.

c. 저 베트남어 사전은 저의 것입니다.

어휘 cả 모두 다 | nhà 집 | đều 모두 | thích 좋아하다 | đọc 읽다 | sách 책 | đi 가다 | một mình 혼자 | có thể ~할 수 있다 | quyển (책 등의 종별사) 권 | từ điển 사전 | tiếng Việt 베트남어 | kia là 저것은 ~이다 | của ~의

12 ②

해설 문법에 맞는 '*종별사 + 명사 + 형용사/구체화하는 명사 + 지시 형용사*'의 순서에 맞는 표현을 묻는 문제로 a는 'cái(종별사) túi xách(명사) màu trắng(구체화하는 명사) này(지시형용사)'가 올바른 표현이다. 한편, c는 '주어(Bạn) + 술어(mua)'에 이어 '두 마리의 새 고양이(hai con mèo mới)'와 전치사구 '어디에서(ở đâu)'를 배치하는 것이 가장 적합하다.

a. Cái túi xách màu trắng này đẹp quá!

c. Bạn mua hai con mèo mới ở đâu?

로 쓰는 것이 적절하다.

해석

a. 하얀색 가방 엄청 예쁜데!

b. 오늘자 Tuổi Trẻ 신문 한 부 주세요.

c. 너 새로운 고양이 2마리 어디에서 샀니?

어휘 cái (물건 등의 종별사) | túi xách 가방 | màu trắng 하얀색 | đẹp 아름다운, 예쁜 | quá 매우, 몹시 | cho 주다 | tờ (신문 등의 종별사) 장 | báo 신문 | hôm nay 오늘 | hai (숫자) 2 | con (동물 등의 종별사) 마리 | mèo 고양이 | mới 새로운 | mua 사다 | bạn 너, 친구 | đâu (의문사) 어디

13 ③

해설 'trước khi(~하기 전)'과 'sau khi(~한 후)'는 시간 접속사절이기 때문에, 반드시 뒤에 주어와 술어(형용사 혹은 동사)가 위치해야 한다. 반면, 'trước(앞, 전)'과 'sau(뒤, 후)'는 전치사이기 때문에 명사 앞에 위치한다. (a) 뒤에 6 giờ(6시)라는 명사가 있기 때문에 (a)는 trước khi가 아닌 trước으로 수정되어야 하고, (d) 역시 뒤에 khoảng 15 phút(약 15분)이라는 명사가 위치하기 때문에 sau khi가 아닌 sau로 수정되어야 한다.

(a) Trước khi → Trước (d) Sau khi → Sau

해석 오늘 아침, 친구와 등산 약속이 있기 때문에 나는 6시 전에 일어났다. 내가 약속 장소에 갔을 때, 친구는 아직 오지 않았다. 친구를 기다리는 동안, 나는 가져갈 물을 샀다. 15분 후, 친구가 왔다. 우리는 함께 등산하였고 즐거운 하루를 가졌다.

어휘 sáng hôm nay 오늘 아침 | thức dậy 일어나다 | trước khi ~하기 전에 | vì 왜냐하면 | có 있다 | hẹn 약속 | leo núi 등산하다 | với (전치사) ~와 함께 | khi ~할 때 | đến 오다 | chỗ hẹn 약속 장소 | chưa 아직 ~하지 않다 | trong khi ~하는 동안 | chờ 기다리다 | mua 사다 | nước 물 | để ~하기 위해 | mang theo 가져가다 | sau khi ~한 후에 | khoảng 대략, 약 | phút (시간) 분 | chúng tôi 우리 | cùng 함께 | ngày 날, 일 | vui vẻ 기쁜, 즐거운

14 ③

해설 A와 B 간의 대화 흐름상 (c) nên(~하는 게 좋다)이 과거의 시제를 나타내는 시제어 'đã(~했다)'가 되어야 한다.

(c) nên → đã

해석

A: 너 베트남에 언제 한번 가 본 적 있니?

B: 전 베트남에 3번 가 봤어요, 언니.

A: 많이 가 봤네! 아마도 너는 유명한 관광지를 갔었겠네, 그치?

B: 네. 저는 몇몇 곳을 가 봤어요.

어휘 đi 가다 | bao giờ 언제 | lần 번, 회 | rồi 이미 | nhiều 많은 | chắc 아마도 | điểm du lịch 여행지 | nổi tiếng 유명한 | phải không 맞지? 그렇지? | vâng 네, 예 | nên ~하는 게 좋다 | vài 몇몇의 | nơi 장소

15 ②

해설 A의 'có ~ không(Em có biết tiếng Hàn Quốc không)?' 의문문형에 대한 부정 답변은 'không(아니요)'이 된다. 그렇기 때문에 (b) Không phải는 Không으로 수정되어야 한다.

해석

A: 너 한국어 아니?

B: 아니요. 하지만 저는 곧 공부를 시작할 거예요.

A: 너는 어느 학원에서 한국어를 공부하고자 하니?

B: 저는 서울학원에서 공부할 거예요.

어휘 biết 알다 | tiếng Hàn Quốc 한국어 | ạ (높임말의 표현) | nhưng 하지만, 그러나 | sắp (시제어) 곧 | bắt đầu 시작하다 | học 공부하다 | định ~하고자 한다 | ở (전치사) ~에서 | trung tâm 센터, 중심 | nào (의문사) 어떤 | sẽ (시제어) ~ 할 것이다

16 ③

해설 올바른 문장을 찾는 문제로, 주어(cả hai anh)에 이어 술어(cao)가 위치하고 구체적인 수식의 의미인 bằng nhau(서로 같은, 똑같은)가 배치되어야 하기 때문에, cả hai anh cao bằng nhau가 올바른 문장이 된다.

해석

A: Nam 씨는 Bình 씨만큼 크죠?

B: 네. 두 분 다 키가 같아요.

어휘 cao 키가 큰, 높은 | bằng (원급 비교) ~만큼 | à? 맞지?, 그렇지? | cả 모두, 모든 | bằng nhau 서로 같은 | hai (숫자) 2

17 ②

해설 문법에 맞는 '*종별사 + 명사 + 형용사/구체화하는 명사 + 지시형용사*'의 순서에 맞는 표현을 묻는 문제로 'cái(종별사) bút(명사) màu đen(구체화하는 명사) này(지시 형용사)'가 올바른 표현이 된다.

해석

A: 이 검은색 펜 얼마예요?

B: 20,000동입니다.

어휘 bao nhiêu (의문사) 얼마나 많은 | tiền 돈 | đồng (베트남 화폐 단위) 동 | cái (물건 등의 종별사) | bút 펜 | màu đen 검은색

18 ②

해설 B의 질문(영화를 먼저 본 후 숙제를 해도 되나요?)에 대해 A가 không được(안 돼)이라고 대답하였기 때문에 내용상 '숙제를 먼저 한 후 영화를 보라(Con làm bài tập xong đi rồi xem)'는 내용이 가장 적합한 대화가 된다.

해석

A: 너 숙제했니?

B: 아직이요. 이 영화 다 본 후에 할게요, 괜찮죠?

A: 안 돼. 숙제 끝낸 후 보렴.

B: 네.

어휘 con 자식, 자녀 | làm ~하다 | bài tập 숙제 | chưa 아직 ~하지 않다 | xem 보다 | hết 다하다, 끝내다 | phim 영화 | được không? 할 수 있어요?, 괜찮아요? | không được 할 수 없다, 안 된다 | xong 끝내다

19 ④

해설 문법에 맞는 '*수량 + 종별사 + 명사 + 형용사/구체화하는 명사*'의 순서에 맞는 표현을 묻는 문제로 'một(수량) ly(종별사) cà phê(명사) sữa(구체화하는 명사)'가 올바른 표현이 된다.

해석

A: 아침식사 하셨어요?

B: 아직이요. 저는 단지 이제 막 밀크커피 한 잔만 마셨어요.

어휘 đã ~ chưa? (경험 등을 묻는 의문문형) | ăn sáng 아침 먹다 | chỉ ~ thôi 단지, 오직 | mới (시제어) 이제 막 | uống 마시다 | ly (종별사) 컵, 잔 | cà phê 커피 | sữa 우유

20 ⑤

해설 술어가 là 동사인 문형의 의문문형을 이해하는지를 확인하는 문제로 'có phải không?' 혹은 có가 생략된 'phải không?'이 문장 끝에 위치하여 의문문을 만들 수 있다.

해석

A: 당신은 변호사입니까?

B: 네. 저는 변호사입니다.

어휘 luật sư 변호사 | phải không? ~입니까? | có phải không? ~입니까?

4과. 의사소통 이해 및 활용

01 기출 문항 풀어보기

1 ⑤ 2 ④

02 기출 문항 풀어보기

1 ① 2 ①

03 기출 문항 풀어보기

1 ② 2 ③ 3 ④ 4 ⑤ 5 ③ 6 ⑤

04 기출 문항 풀어보기

1 ②

05 기출 문항 풀어보기

1 ②

06 기출 문항 풀어보기

1 ⑤ 2 ⑤ 3 ① 4 ⑤

07 기출 문항 풀어보기

1 ③ 2 ④ 3 ②

08 기출 문항 풀어보기

1 ④ 2 ⑤ 3 ④

09 기출 문항 풀어보기

1 ② 2 ③

10 기출 문항 풀어보기

1 ① 2 ① 3 ③

11 기출 문항 풀어보기

1 ③

---

1 ③

해설 A에게 B가 안부 인사를 건넨 후, 다시 B가 건넨 안부 인사에 A의 대답은 'Em vẫn bình thường(저도 별일 없어요)'가 가장 적합하다.

① 예쁜 옷이 있어요.

② 시계를 찹니다.

③ 여전히 보통이에요.

④ 외국인입니다.

⑤ 프랑스어를 알지 못합니다.

해석

A: 안녕하세요. 건강하신가요?

B: 형은 건강해. 너는?

A: 감사해요. 저는 여전히 보통이에요.

어휘 chào 안녕, 안녕하세요 | khỏe 건강한 | còn 그런데 | cảm ơn 감사합니다, 고맙습니다 | có 있다 | áo 옷 | đẹp 예쁜, 아름다운 | đeo (시계를) 차다 | đồng hồ 시계 | vẫn 여전히, 아직도 | bình thường 보통의, 별일 없는 | là ~이다 | người 사람 | nước ngoài 외국의 | biết 알다 | tiếng Pháp 프랑스어

2 ②

해설 A와 B가 헤어지며 건네는 인사말이 빈칸에 들어가야 하며, 선택지 가운데 Tạm biệt(잘 가)와 Hẹn gặp lại ngày mai(내일 또 만나)가 적합하다.

a. 잘 가! b. 너도 잘해. c. 지금 같이 공부해. d. 내일 또 만나.

해석

A: 시간 됐다, 난 갈게.

B: 응, 나도 돌아가야 해. 잘 가!

A: 잘 가! / 내일 또 만나.

B: 응, 안녕.

어휘 đến 오다 | giờ 시간 | rồi 이미 | đi 가다 | ừ 응 | cũng 또한, 역시 | phải ~해야만 한다 | về 돌아가다 | tạm biệt 잘 가 | giỏi 잘하는, 우수한 | bây giờ 지금 | cùng 함께, 같이 | học 공부하다 | hẹn 약속하다 | gặp 만나다 | lại 또 다시 | ngày mai 내일

3 ⑤

해설 A와 B가 서로 만나 인사를 하고 안부를 묻는 대화 상황이다. 빈칸에 들어갈 말로 'Lâu quá không gặp(오랜만이야)'가 가장 적합하다. 같은 의미로 'Lâu lắm rồi mới gặp bạn', 'Lâu lắm rồi không gặp bạn'이 있다.

① 또 만나.
② 잘 가.
③ 잘 자.
④ 만나고 싶지 않아.
⑤ 오랜만이야.

해석

A: 안녕. 오랜만이야. 잘 지냈니?
B: 응, 난 건강해. 너는?
A: 나도 건강해.

어휘 khỏe 건강한 | cũng 또한, 역시 | chúc ngủ ngon 잘 자요 | muốn 원하다 | gặp 만나다 | lâu 오랜 | quá 너무, 매우

4 ②

해설 A가 안부를 묻고 이에 B가 대답 후 A에게 안부를 묻는 상황이며, 이때 'Còn bạn(너는)?'과 'Bạn thì thế nào(너는 어때)?'라고 말할 수 있다.

a. 그런데 너는
b. 네 이름은 무엇이니
c. 너 누구 만나러 가니
d. 너는 어때

해석

A: 안녕! 잘 지냈니?
B: 응, 나는 건강해. 그런데 너는 / 너는 어때?
A: 나도 건강해.

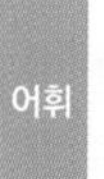
어휘 tên 이름 | gì (의문사) 무엇 | gặp 만나다 | ai (의문사) 누구 | thế nào (의문사) 어떤

5 ①

해설 B와 C가 처음 만나 인사하고, 자신을 소개하는 상황으로 'Xin chào(안녕하십니까)'가 가장 적합하다.

① 안녕하세요.
② 괜찮습니다.
③ 또 만나요.
④ 천만에요.
⑤ 안녕히 가세요.

해석

A: 소개할게요. 이분은 Hùng 씨입니다.
B: 안녕하세요. 제 이름은 Hana입니다.
C: 만나서 반갑습니다.

어휘 giới thiệu 소개하다 | đây là 이분은 ~입니다 | tên 이름 | rất 매우, 몹시 | vui 기쁜 | không sao 괜찮습니다 | không có gì 천만에요

6 ④

해설 Linh의 학교명(Trung học phổ thông Nguyễn Trãi), Linh이 좋아하는 과목(môn tiếng Anh và Lịch sử), Linh의 가족 수(có 4 người: bố mẹ, chị gái và Linh), Linh과 함께 사는 사람(sống chung với chị gái)에 대한 언급은 있으나 Linh의 부모님 댁 주소에 대한 내용은 없다.

① Linh의 학교명
② Linh의 좋아하는 과목
③ Linh의 가족 수
④ Linh의 부모님 댁 주소
⑤ Linh과 함께 사는 사람

해석 나의 이름은 Linh이며, Nguyễn Trãi 고등학교의 학생이다. 나는 영어 과목과 역사 과목 공부하는 것을 좋아한다. 나의 가족은 4명이며, 부모님, 언니 그리고 나이다. 부모님께서는 고향에서 살고 계신다. 언니는 은행 직원이다. 현재 나는 언니와 함께 다낭에서 살고 있다.

어휘 tên 이름 | học sinh 학생 | trung học phổ thông 고등학교 | thích 좋아하다 | môn 과목 | tiếng Anh 영어 | và 그리고 | Lịch sử 역사 | số 숫자, 수 | trong (전치사) ~ 안에 | địa chỉ 주소 | nhà 집

7 ②

해설 'có gia đình'은 '결혼하다'는 의미이며, 같은 의미로 'kết hôn', 'lập gia đình', 'lấy vợ/chồng'과 'có vợ/chồng'이 있다.

① 쓰다 ② 결혼하다 ③ 집을 사다 ④ 일하다
⑤ 가족을 만나다

해석

A: 당신은 여기에서 산 지 오래되었나요?
B: 저는 여기에서 산 지 2년 되었습니다.
A: 그러면 당신은 결혼하셨나요?
B: 이미요.

어휘 sống 살다 | ở đây 여기에서 | lâu 오랜 | năm 연, 년 | rồi 이미 | thế 그러면 | có gia đình 결혼하다 | viết 쓰다 | lấy vợ 결혼하다, 장가가다 | mua 사다 | nhà 집 | làm việc 일하다 | lần 횟수, 번, 회 | nào (의문사) 어떤

8 ③

해설

① Insu là kỹ sư xây dựng. [Insu는 건설 엔지니어이다. → Insu là sinh viên.]
② Insu đang học tiếng Nhật. [Insu는 일본어를 공부하고 있다. → Insu đang học tiếng Việt.]
③ Insu thích học ngoại ngữ. [Insu는 외국어 공부를 좋아한다.]
④ Insu có hai bạn Việt Nam. [Insu는 2명의 베트남인 친구가 있다.] → Insu có nhiều bạn Việt Nam.
⑤ Insu muốn đi Việt Nam trước khi tốt nghiệp. [Insu는 졸업 전에 베트남에 가길 원한다.] → Sau khi tốt nghiệp, Insu muốn đi Việt Nam.

해석 저는 Insu이며, 서울의 ABC 대학교 대학생입니다. 저는 회계학을 공부하지만 외국어 공부를 매우 좋아합니다. 현재, 저는 베트남어를 추가로 공부하고 있습니다. 저는 많은 베트남 친구가 있습니다. 나의 형은 건설 엔지니어이고, 베트남에서 일하고 있습니다. 졸업 후에, 저 또한 베트남에 가길 원합니다.

어휘 sinh viên 대학생 | trường đại học 대학교 | ở (전치사) ~에서 | kế toán 회계 | nhưng 하지만 | rất 매우, 몹시 | thích 좋아하다 | ngoại ngữ 외국어 | hiện nay 현재 | thêm 더하다, 추가하다 | có 있다 | nhiều 많은 | bạn 친구 | kỹ sư 기사, 엔지니어 | xây dựng 건설하다, 짓다 | làm việc 일하다 | trước khi ~하기 전에 | tốt nghiệp 졸업하다 | cũng 또한, 역시 | muốn 원하다

9 ②

해설 A와 B의 대화에서 서로에게 직업을 묻고 있는 상황이며, B의 물음에 A가 '저는 간호사입니다(Tôi là y tá)'라고 대답했기 때문에 B의 질문은 'Chị làm nghề gì(직업이 무엇인가요)?'가 가장 적합하다.

① 이름이 무엇인가요
② 무슨 일을 하시나요
③ 무슨 색상을 고르시나요
④ 무엇을 보길 좋아하시나요
⑤ 결혼하셨나요

해석

A: 안녕하세요, 듣자 하니 당신은 교수님이시죠, 그렇죠?
B: 네, 저는 교수입니다. 그런데 당신은 무슨 일을 하나요?
A: 저는 간호사입니다.

어휘 nghe nói 듣자 하니 | giáo sư 교수 | còn 그런데 | y tá 간호사 | tên 이름 | gì (의문사) 무엇 | làm ~하다 | nghề 직업 | chọn 선택하다, 고르다 | màu 색상, 색깔 | thích 좋아하다 | xem 보다 | kết hôn 결혼하다

10 ③

해설

① B의 가족은 6명이다. → B는 3남매이나 식구가 6명인지는 언급이 없다.

② B는 형제자매가 3명이 있다. → B를 포함하여 3남매이다.

③ B는 여자이다. → A가 B를 chị라고 부르기 때문에 B가 여자임을 알 수 있다.

④ A의 여동생은 대학생이다. → B의 여동생이 대학생이다.

⑤ B의 언니는 작년에 결혼했다. → B의 오빠는 작년에 결혼했다.

해석

A: 언니의 집에는 몇 명의 형제자매가 있나요?

B: 3남매야. 오빠, 여동생 그리고 언니.

A: 언니의 오빠는 결혼하셨나요?

B: 언니의 오빠는 작년에 이제 막 결혼했어. 한편 여동생은 대학생이야.

어휘 nhà 집 | mấy (의문사) 얼마나 많은 | anh chị em 형제 자매 | anh trai 친오빠, 친형 | em gái 여동생 | lập gia đình 결혼하다 | mới (시제어) 이제 막, 방금 | lấy vợ 결혼하다, 장가가다 | năm trước 작년 | còn 그런데, 한편 | đang (시제어) ~하고 있다 | sinh viên 대학생

11 ③

해설 오늘이 15일이고(Hôm nay là ngày mười lăm), 어제가 Yumi의 생일(Hôm qua là sinh nhật của chị Yumi)이기 때문에 14일이 Yumi의 생일이다.

해석

Hana: Lan 아! 오늘 며칠이지?

Lan: 오늘은 15일이야. 왜 그래?

Hana: 아, 어제는 Yumi 언니의 생일인데 내가 잊어버렸어.

Lan: 그러면, Yumi 언니한테 전화 걸어 봐.

어휘 hôm nay 오늘 | ngày 날, 일 | bao nhiêu (의문사) 얼마나 많은 | sao (의문사) 왜 | hôm kia 그제, 그저께 | sinh nhật 생일 | của ~의 | quên mất 잊어버리다 | thế thì 그렇다면 | gọi điện thoại cho ~에게 전화 걸다

12 ④

해설 '언제 수학 과목 시험을 보는지' 묻는 아버지의 질문(Bao giờ con thi môn Toán?)에 '다음 주에 시험 본다(Tuần sau, con sẽ thi bố ạ)'고 아이가 대답하였다. 뒤 이어 아버지가 아이에게 할 수 있는 말은 정황상 '힘내서 공부하렴(Con cố gắng học nhé)'이 가장 적합하다.

① 사진을 찍다 ② 음악을 듣다 ③ 스포츠 하다 ④ 공부하도록 노력하다(힘내서 공부하다) ⑤ 문학 과목을 가르치다

해석

아버지: 너 언제 역사 과목 시험 보니?

아이: 다음 주에 저 시험 봐요, 아빠.

아버지: 공부하도록 노력하렴!

아이: 네, 저 열심히 공부할게요.

어휘 bao giờ (의문사) 언제 | thi 시험 치다, 시험 보다 | môn Lịch sử 역사 과목 | tuần sau 다음 주 | sẽ (시제어) ~할 것이다 | học 공부하다 | chăm chỉ 열심히 | chụp ảnh 사진 찍다 | nghe nhạc 음악 듣다 | chơi thể thao 운동하다 | cố gắng 노력하다 | dạy 가르치다 | môn 과목 | Văn học 문학

13 ②

해설 수영하러 가자는 A의 제안을 B가 xin lỗi(미안해)라고 하며 거절하였다. B의 사과에 대해 A가 '괜찮아(không sao)'라고 답하는 것이 가장 적합하다.

① 저는 배부릅니다. ② 괜찮습니다.

③ 동의하지 않습니다. ④ 전혀 자지 않았습니다.

⑤ 만나서 반갑습니다.

해석

A: 이번 주말에 우리 수영하러 가자.

B: 미안해, 나는 바빠.

A: 괜찮아. 다음 주도 가능해.

B: 응. 다음 주에 우리 같이 가자.

어휘 cuối tuần 주말 | tuần này 이번 주 | chúng ta 우리 | đi 가다 | bơi 수영하다 | xin lỗi 미안하다, 죄송합니다 | bận 바쁜 | rồi 이미 | tuần sau 다음 주 | cũng được 괜찮다 | ừ 응 | cùng (전치사) 함께, 같이 | no 배부른 | không sao 괜찮습니다 | đồng ý 동의하다 | ngủ 잠자다 | không ~ đâu (강한 부정) 전혀 ~ 아니다 | rất 매우, 몹시 | vui 기쁜 | gặp 만나다

14 ②

해설 A가 베트남에 얼마나 오래 있었는지를 물어보고 (Em ở Việt Nam bao lâu rồi?) 이에 대한 답변으로 기간을 의미하는 표현이 필요한데, 〈보기〉 가운데 a. từ năm ngoái(작년부터)와 d. được ba tháng rồi(3개월 되었습니다)가 빈칸에 들어갈 말로 가장 적합하다.

a. 작년부터 b. 다음 달에 c. 가족과 함께 d. 3개월 되다

해석

A: 현재, 넌 어디에서 사니?

B: Hồ Chí Minh 시에요.

A: 그럼, 너는 베트남에서 얼마나 오래 있었니?

B: 저는 작년부터 베트남에 있습니다 / 베트남에 있은 지 3개월 되었습니다.

어휘 hiện nay 현재 | sống 살다 | ở (전치사) ~에서 | đâu (의문사) 어디 | thành phố 도시 | ở ~에 있다 | bao lâu (의문사) 얼마나 오래 | rồi 이미 | từ (전치사) ~부터 | năm ngoái 작년 | vào (시간 전치사) | tháng sau 다음 달 | cùng với (전치사) ~와 함께 | gia đình 가족 | ba (숫자) 3 | tháng 월, 달

15 ②

해석

6:00 아침 식사하다

7:00 학교 가다

12:30 집에서 점심 식사하다

14:00 도서관에 가다

17:00 귀가하여 저녁 식사하다

19:00 수영 배우러 가다

어휘 ăn sáng 아침 식사하다 | đi 가다 | học 공부하다 | ăn trưa 점심식사하다 | ở (전치사) ~에서 | nhà 집 | thư viện 도서관 | về nhà 귀가하다 | ăn tối 저녁 식사하다 | bơi 수영하다

16 ①

해설 사파의 날씨가 어떤지 묻는 B의 물음(Còn Sapa thì sao?)에 A의 대답은 비가 오고 있다고 대답(Ở đây trời đang mưa)하였다.

해석

A: Huế 날씨는 좋니?

B: 응, 날씨가 화창해. 그런데 Sapa는 어때?

A: 여기는 비가 오고 있어.

thời tiết 날씨 | đẹp 아름다운, 예쁜 | ừ 응 | trời 하늘 | đang (시제어) ~하고 있다 | nắng đẹp 화창한 | còn 그런데, 한편 | thì sao? 어때? | ở đây 여기 | mưa 비 오다

17 ①

해설 '오늘 날씨가 좋다'는 A의 말(Hôm nay trời đẹp nhỉ!)에 B가 '하지만 저녁까지 비가 내릴 것이다(nhưng đến tối sẽ mưa đấy)'라고 대답하였기 때문에, 오늘 저녁에는 비가 내림을 알 수 있다.

해석

A: 오늘 날씨 좋은데!

B: 응, 하지만 저녁까지 비가 올 거래.

A: 확실해?

B: 일기예보에서 그렇게 말했어.

어휘 hôm nay 오늘 | trời 하늘 | đẹp 아름다운 | vâng 네, 예 | nhưng 하지만 | đến (전치사) ~까지 | tối 저녁 | sẽ (시제어) ~할 것이다 | mưa 비, 비가 오다 | chắc chắn 확실한, 확실히 | dự báo 예보 | thời tiết 날씨 | đã (시제어) ~했다 | nói 말하다 | thế 그렇게 | mà (문미에 위치하며 강조)

18 ③

해설 '사과를 사고 싶다(Em muốn mua táo)'고 말하는 B가 A에게 물을 수 있는 말은 '사과를 어떻게 판매하는지 (Chị bán thế nào?)'이다.

① 어디에서 사시나요

② 무슨 색으로 바꾸시나요

③ 어떻게 파시나요

④ 몇 kg 필요하신가요

⑤ 계산합니까

해석

A: 무엇을 사고 싶으세요?

B: 저는 사과를 사고 싶어요. 어떻게 파시나요?

A: 1kg당 50,000동입니다.

B: 제게 2kg 주세요.

어휘 muốn 원하다 | mua 사다 | táo 사과 | đồng (베트남 화폐 단위) 동 | cân 킬로(kg) | cho 주다 | ở (전치사) ~에서 | đâu (의문사) 어디 | đổi 바꾸다 | màu 색상, 색깔 | gì (의문사) 무엇 | cần 필요하다 | mấy (의문사) 얼마나 많은 | trả tiền 지불하다, 계산하다

19 ①

해설 대화의 내용상, 100,000동을 지불한 A가 거스름돈으로 13,000동을 받았지만 2,000동을 덜 받은 상황이기 때문에 구매품의 정확한 가격은 85,000동이다.

해석

A: 저기요, 이거 87,000동 맞죠?

B: 아니에요. 85,000동이에요. 왜 그러세요?

A: 제가 100,000동을 건네드렸는데, 저한테 방금 13,000동만 거슬러 주셨어요. 2,000동이 부족하네요.

B: 죄송합니다. 돈 여기 있습니다.

어휘 cái này 이것 | à? 맞죠?, 그렇죠? | thôi 단지, 오직 | sao (의문사) 왜 | đa (시제어) ~했다 | đưa 건네다 | nhưng 하지만, 그러나 | mới (시제어) 이제 막, 방금 | trả lại 돌려주다 | cho (전치사) ~에게 | thiếu 부족한 | xin lỗi 죄송합니다, 미안합니다 | tiền 돈 | đây 여기

20 ⑤

해설 B가 '이것은 신상품이기 때문입니다(Vì đây là hàng mới về mà)'라고 대답한 것으로 보아, A가 '왜 이렇게 비싼지(Tại sao tivi này đắt thế)' 물었을 것으로 이해할 수 있다.

① 누구의 TV인가요

② 제가 어떤 TV를 가지나요

③ 당신은 TV가 있으신가요

④ 당신은 TV를 켭니까

⑤ 왜 이 TV는 그렇게 비싼가요

해석

A: 언니, 이 텔레비전 9,000,000동 맞죠?

B: 맞습니다.

A: 이 텔레비전 왜 그렇게 비싼가요?

B: 왜냐하면 이것은 신상품이기 때문이에요.

어휘 tivi 텔레비전 | à? 맞죠?, 그렇죠? | đúng rồi 맞다, 맞습니다 | vì 왜냐하면 | đây là 이것은 ~이다 | hàng 상품, 물건 | mới về 이제 막 입고된 | ai (의문사) 누구 | lấy 가지다, 갖다 | có 있다 | mở 켜다, 열다 | tại sao (의문사) 왜 | đắt 비싼 | thế 그렇게

21 ④

해설 가방의 가격이 400,000동이라는 B의 말에, A가 '350,000동이 가능하냐(350.000 đồng, được không?)'고 물었기 때문에, '가격이 좀 비싸다(Hơi đắt)'고 표현하는 것이 정황상 가장 적합하다.

① 너무 쉬운데 ② 사세요 ③ 너무 싸네요 ④ 좀 비싸네요 ⑤ 전혀 팔지 않습니다

해석

A: 이 가방 어떻게 파나요?

B: 400,000동입니다.

A: 좀 비싸네요. 350,000동, 가능한가요?

B: 좋습니다. 당신에게 팔게요.

어휘 túi xách 가방 | thế nào (의문사) 어떻게 | được không? 가능한가요? 괜찮아요? | thôi được 가능합니다 | bán 팔다 | cho (전치사) ~에게 | dễ 쉬운 | quá 매우, 몹시 | mua 사다 | rẻ 값이 싼 | lắm 매우, 몹시 | hơi 약간 | đắt 비싼 | không ~ đâu (강한 부정) 결코 ~ 아니다

22 ④

해설 어제 산 옷을 더 큰 사이즈로 교환하고자 하는 B에게 A가 큰 사이즈가 다 팔렸으니 내일 오라고 말을 하기 때문에 ④ B가 사이즈 교환을 위해 내일 다시 상점에 올 것으로 예상된다.

해석

A: 안녕하세요. 무엇을 사고 싶으신가요?

B: 안녕하세요. 어제 제가 여기에서 이 옷을 샀는데 약간 작네요. 교환할 수 있을까요? 저는 좀 더 큰 게 필요해요.

A: 가능합니다만 큰 종류가 모두 팔렸어요. 내일 오세요.

어휘 muốn 원하다 | mua 사다 | gì (의문사) 무엇 | hôm qua 어제 | đã (시제어) ~했다 | áo 옷 | ở đây 여기에서 | nhưng 하지만, 그러나 | nó 그것 | hơi 약간 | nhỏ 작은 | có thể + 동사 ~ 할 수 있다 | đổi 바꾸다 동사 | được ~할 수 있다 | cần 필요하다 | to 큰, 커다란 | hơn (비교급) ~보다 | loại 종류 | bán 팔다 | hết 모두, 다 | ngày mai 내일 | đến 오다

23 ④

해설 식당의 특정 상황 속에서 손님인 B가 A에게 할 수 있는 적절한 말은 '넴 2 접시 주세요(Cho chúng tôi hai đĩa nem)'와 '닭고기 쌀국수 2그릇 주세요(Cho chúng tôi hai bát phở gà)'가 된다.

a. 신문 1 부 b. 넴 2접시

c. 모자 2개 d. 닭고기 쌀국수 2그릇

해석

A: 메뉴 여기 있습니다. 두 분 무엇을 드시겠습니까?

B: 저희에게 넴 2접시 / 닭고기 쌀국수 2그릇 주세요.

A: 네, 두 분 조금만 기다려 주세요.

어휘 thực đơn 메뉴, 식단 | đây 여기 | dùng 드시다 | gì (의문사) 무엇 | cho 주다 | chờ 기다리다 | một chút 조금, 약간 | tờ (종이 등의 종별사) | báo 신문 | đĩa (종별사) 접시 | nem 넴(스프링롤) | nón lá 모자 | bát (종별사) 그릇 | phở gà 닭고기 쌀국수

24 ③

해설 B의 말에 A가 '모두 120,000동입니다(Tất cả là 120.000 đồng)이라고 한 것으로 보아 B의 말로 계산하겠습니다(Tính tiền cho tôi)가 적합하다.

① 그런데 당신은요?

② 무엇을 드시겠습니까?

③ 계산해 주세요.

④ 쌀국수를 주문하고 싶습니다.

⑤ 당신의 것은 120,000동입니다.

해석

A: 뭐 더 드시겠습니까?

B: 아니요. 감사합니다. 계산할게요.

A: 잠시만 기다려주세요. 네, 모두 120,000동입니다.

B: 돈 여기 있습니다.

어휘 dùng 드시다 | gì (의문사) 무엇 | thêm 더하다 | cảm ơn 감사합니다, 고맙습니다 | chờ 기다리다 | một chút 조금, 약간 | tất cả 모두, 모든 | gửi 보내다 | còn 그런데, 한편 | tính tiền 계산하다 | muốn 원하다 | gọi 주문하다 | phở 쌀국수 | của ~의

25 ⑤

해설 A의 질문에 B는 '맛있지만 약간 맵다(Ngon nhưng hơi cay)'라고 하였기 때문에 '너는 이 음식이 어떠니(Em thấy món này thế nào)?'가 가장 적합하다.

① 언제 먹었니

② 무슨 야채를 좋아하니

③ 어떤 과목을 좋아하니

④ 몇 시에 밥 할거니

⑤ 이 음식은 어떠니

해석

A: 이 음식 어떠니?

B: 맛있지만 약간 매워요.

어휘 ngon 맛있는 | nhưng 그러나 | hơi 약간, 조금 | cay 매운 | ăn 먹다 | khi nào (의문사) 언제 | thích 좋아하다 | rau 야채 | gì (의문사) 무엇 | môn 과목 | nào (의문사) 어떤 | nấu cơm 밥하다 | lúc (시간의 전치사) | mấy giờ 몇 시 | thấy 생각하다 | món 음식 | thế nào (의문사) 어떻게

26 ①

해설 ① 한번 먹어 보자 ② 공부를 시작하자 ③ 먹지 마 ④ 책 빌리러 가자 ⑤ 먹지 않는 게 좋겠어

해석

A: 이 식당은 맛있니?

B: 듣자하니 매우 맛있다고 하네.

A: 그러면, 우리 한번 먹어 보자.

B: 응, 들어가자.

어휘 quán 식당 | ngon 맛있는 | nghe nói 듣자 하니 | lắm 매우, 몹시 | chúng ta 우리 | ừ 응 | vào 들어가다 | ăn 먹다 | thử 시도하다 | bắt đầu 시작하다 | học 공부하다 | đừng (부정 명령문) ~하지 마라 | đi 가다 | mượn 빌리다 | sách 책 | không nên ~하지 않는 게 좋다

27 ①

해석

A: 여기 무슨 음식들이 있나요?

B: (a) 매우 많아요. 새우, 생선, 소고기…

A: (b) 저는 새우를 먹고 싶어요.

B: 어제 제가 여기에서 새우를 먹었는데 맛없었어요.

A: 그러면 (c) 우리 소고기 먹어요.

어휘 ở đây 여기에서 | có 있다 | món 음식 | gì (의문사) 무엇 | tôm 새우 | cá 생선, 물고기 | hôm qua 어제 | vừa (시제어) 이제 막 | thịt bò 소고기 | nhưng 하지만, 그러나 | thấy 생각하다, 느끼다 | ngon 맛있는 | nhiều 많은 | lắm 매우, 몹시 | vậy thì 그렇다면 | ăn 먹다

28 ③

해설

① 3박 2일 일정이다. → 2박 3일 일정이다. (3 ngày 2 đêm)

② Hà Nội로 출발한다. → 하노이에서 출발한다. (Khởi hành từ Hà Nội)

③ 교통수단은 기차와 자동차이다. → xe lửa và xe 16 chỗ

④ 8세 이상은 25% 할인된다. → 8세 미만은 25% 할인된다. (trẻ em dưới 8 tuổi được giảm 25%)

⑤ 가격은 1인당 30만동이다. → 가격은 1인당 300만동이다. (3.000.000 đồng/khách)

해석

Sa Pa여행 (Hà Nội에서 출발)

◌ 기간: 2박 3일

◌ 교통수단: 기차와 16인승 차량

◌ 가격: 3,000,000동/인 (8세 이하 어린이는 25% 할인됨)

◌ 연락처: 04 38xx 9291

어휘 du lịch 여행 | khởi hành 출발하다 | từ (전치사) ~부터 | thời gian 시간 | ngày 날, 낮 | đêm 밤 | phương tiện 방편, 교통수단 | xe lửa 기차 | và 그리고 | xe 16 chỗ 16인승 차량 | giá 가격 | khách 손님 | trẻ em 어린이 | dưới 미만의 | giảm 줄이다 | liên hệ 연락하다

29 ③

해설 전화 통화의 대화로, 손님인 B가 객실 예약을 하고 싶다고 말하자(Tôi muốn đặt một phòng đơn.), 호텔 직원인 A가 얼마나 머무를지(Anh sẽ ở mấy đêm ạ?)를 묻는다. 이어 B가 자신의 이름과 전화번호를 말하는 것으로 보아, A가 손님인 B의 성명과 연락처를 물었음(Làm ơn cho biết tên và số điện thoại ạ)을 알 수 있다.

해석

A: Hội An 호텔입니다.

B: 안녕하세요. (b) 저는 싱글 베드룸을 예약하고 싶습니다.

A: (a) 몇 박 머무르실 건가요?

B: 2박이요, 2월 6일부터 8일까지요.

A: (c) 성함과 전화번호 알려 주세요.

B: 제 이름은 Thanh입니다. 전화번호는 0913 4xx 789입니다.

어휘 khách sạn 호텔 | nghe 듣다 | đêm 밤 | từ ⓐ đến ⓑ ⓐ부터 ⓑ까지 | ngày 날, 일 | tháng 월 | tên 이름 | số điện thoại 전화번호 | sẽ (시제어) ~할 것이다 | ở ~에 있다 | mấy (의문사) 얼마나 많은 | muốn 원하다 | đặt 예약하다 | phòng đơn 싱글베드룸 | làm ơn ~해 주세요 | cho ~하게끔 하다 | biết 알다

30 ①

해설 매표원(Cô bán vé)의 왕복표 예약을 원하냐는 물음(Anh muốn đặt vé khứ hồi không ạ?)에 Minh Quân이 아니라고 했기 때문에 편도표 구매를 원한다(cần vé đi)는 것을 알 수 있다.

① 편도 티켓이 필요하다

② 왕복표를 예매하다

③ 티켓을 구매하지 않는다

④ 티켓 환불을 원한다

⑤ 비행기표를 판매한다

해석

Minh Quân: 저 이번 달 17일자 Hải Phòng에서 Nha Trang 가는 비행기표를 예약하고 싶습니다.

매표원: 네. 잠시만 기다리세요. 17일에 아직 표가 남아 있네요. 왕복표 예매하시길 원하시나요?

Minh Quân: 아니요. 저는 편도 티켓만 필요합니다.

매표원: 네.

어휘 muốn 원하다 | đặt 예약하다 | vé 티켓, 표 | máy bay 비행기 | từ (전치사) ~로부터 | đi 가다 | tháng này 이번 달 | bán 팔다 | đợi 기다리다 | một chút 약간 조금 | vẫn 여전히, 아직도 | còn 남아 있다 | khứ hồi 왕복의 | chỉ 단지, 오직 | cần 필요하다 | mua 사다 | trả lại 환불하다

31 ④

해석

A: 너 Đà Nẵng에 이미 가 봤지?

B: (b) 나는 아직 안 가 봤어.

A: (c) 그래? 나는 이미 Đà Nẵng에 가 봤어.

B: (a) 너 언제 갔었어?

A: 난 작년 8월에 갔었어. Đà Nẵng은 정말 아름다워!

어휘 đi 가다 | rồi 이미 | phải không? 맞죠?, 그렇죠? | tháng 월 | năm ngoái 작년 | đẹp 아름다운, 예쁜 | thật 진실로 | khi nào (의문사) 언제 | chưa 아직 ~하지 않다 | bao giờ (의문사) 언제 | vậy à? 그래요?

32 ②

해석

A: Trang아, 나 베트남 여행 가려고 하는데 어디 가는 게 좋을지 모르겠어.

B: (a) 언제 갈 거니?

A: (c) 나는 10월에 가고 싶어.

B: 그럼 너 하노이에 가는게 좋겠어. (b) 왜냐하면, 10월 날씨가 매우 아름답거든.

A: 그럼 나 하노이 여행할게.

어휘 định ~하고자 한다 | đi du lịch 여행 가다 | nhưng 하지만, 그러나 | biết 알다 | nên ~하는 게 좋다 | đâu (의문사) 어디 | thế, vậy 그러면 | bao giờ (의문사) 언제 | vì 왜냐하면 ~이기 때문이다 | thời tiết 날씨 | rất 매우, 몹시 | muốn 원하다 | đi 가다 | vào (시간의 전치사)

33 ③

해설

① 클럽 이름 → Câu lạc bộ nói tiếng Hàn

② 모임 시간 → 14:00 - 16:00

④ 모임 장소 → phòng 101 nhà D, Đại học Huế

⑤ 모임 연락처 → 0931 2xx 567

해석

한국어 말하기 클럽

시간: 14:00 - 16:00

장소: Huế 대학 D건물 101호실

연락처: 0931 2xx 567

어휘 câu lạc bộ 클럽 | nói 말하다 | tiếng Hàn 한국어 | thời gian 시간 | địa điểm 지점, 장소 | phòng 방 | đại học 대학 | liên hệ 연락

34 ①

해설 본문에서 초대권 수령 장소(phòng A-202), 영화 보는 장소(số 49 Nguyễn Du, Hà Nội), 초대권 수령 일시(từ ngày 2/1 đến 21/1/2019), 티켓 구매 여부(Chương trình không bán vé)에 대한 언급은 있지만, 영화 제목이 무엇인지에 대해서는 언급이 없다.

① 영화 이름이 무엇입니까?

② 초대권 수령은 어디에서 합니까?

③ 영화를 보는 곳은 어디입니까?

④ 언제 초대권을 수령합니까?

⑤ 티켓을 구매해야만 합니까?

해석 ABC 대학의 한국 클럽이 2019년 1월 2일부터 1월 22일까지 "한국 영화 주간"으로 여러분들을 초대합니다. 영화 관람 장소는 하노이 Nguyễn Du 49번지에서입니다. 티켓은 판매하지 않습니다. 2019년 1월 2일부터 21일까지 A-202실(클럽 사무실)에서 초대권을 수령하세요.

어휘 câu lạc bộ 클럽 | trường đại học 대학교 | mời 초대하다 | đến 오다 | với (전치사) ~와 함께 | từ ⓐ đến ⓑ ⓐ부터 ⓑ까지 | ngày 날, 일 | địa điểm 지점, 장소 | xem phim 영화 보다 | tại (전치사) ~에서 | số 숫자, 호 | chương trình 프로그램 | bán 팔다 | vé 티켓, 표 | nhận 받다, 얻다, 수령하다 | vé mời 초대장 | phòng 방, 실 | văn phòng 사무실 | đâu (의문사) 어디 | nơi 장소, 곳 | khi nào (의문사) 언제 | phải ~해야만 한다 | mua 사다

35 ②

해설 A의 물음(Tuần sau lớp mình thi môn Toán, phải không ạ?)에 대해 선생님인 B의 대답은 시험공부(Các em ôn thi kỹ / Các em học bài chăm chỉ) 등과 관련되어야 한다.

a. 꼼꼼히 시험공부하다

b. 시험을 시작하다

c. 수학 과목을 가르치다

d. 열심히 공부하다

해석

A: 선생님, 다음 주에 저희 반 수학 시험 보는 거 맞죠?

B: 맞아, 너희들 꼼꼼히 시험 공부하렴 / 열심히 공부하렴.

A: 네, 저희 모두 노력할게요.

어휘 thưa (공손한 표현) ~님 | thầy 남자 선생님 | tuần sau 다음 주 | lớp 교실, 반 | thi 시험 보다, 시험 치다 | môn Toán 수학 과목 | phải không? 맞죠?, 그렇죠? | đúng rồi 맞습니다 | cả 모든, 모두 | sẽ (시제어) ~할 것이다 | cố gắng 노력하다 | ôn thi 시험공부하다 | kỹ 주의 깊게, 꼼꼼히 | bắt đầu 시작하다 | dạy 가르치다 | học bài 공부하다 | chăm chỉ 열심히

36 ⑤

해설

① (저) 배고프나요

② (저) 한가한가요

③ (저) 기쁘죠

④ (저) 여기 무엇을 하러 왔나요

⑤ (저) 선생님께 여쭤봐도 되죠

해석

선생님: 뭐가 필요하니?

학생: 이 문제가 너무 어려워요, 여쭤봐도 되죠?

선생님: 응, 어디 보자.

학생: 네.

어휘 giáo viên 선생님 | học sinh 학생 | cần 필요하다 | gì (의문사) 무엇 | bài 과, 단원 | khó 어려운 | quá (감탄문) 너무, 몹시 | ừ 응 | để ~하게끔 하다 | cô 여자 선생님 | xem 보다 | đói 배고픈 | rỗi 한가한, 여유있는 | vui 기쁜 | chứ (당연함의 뉘앙스 표현) | đến 오다 | đây 여기 | làm ~하다 | hỏi 묻다, 질문하다 | được 가능하다

37 ①

해설 B의 대답으로 보아 3번 숙제를 끝내지 못한 이유는 '이 문제가 어렵기 때문이다(vì bài này khó ạ)'가 가장 적합하다.

① 어렵습니다. ② 재미있습니다. ③ 너무 쉽습니다.

④ 너무 쉬운데요. ⑤ 어렵지 않습니다.

해석

A: 너 3번 숙제 다했니?

B: 선생님, 이 숙제가 어려워서 아직 못 했습니다.

A: 그래? 선생님이 도와줄게.

어휘 đã (시제어) ~했다 | làm ~하다 | xong 끝내다 | bài tập 숙제 | số 3 3번 | chưa 아직 ~하지 않다 | được ~할 수 있다 | vì 왜냐하면 ~이기 때문이다 | thế à? 그래요?, 정말요? | sẽ (시제어) ~할 것이다 | giúp 돕다 | khó 어려운 | hay 재미있는 | rất 매우, 몹시 | dễ 쉬운 | quá (감탄문) 매우, 몹시

38 ④

해설 '지금 병원에 가려고 한다(em định đi bây giờ chị ạ)'는 B의 대답으로 보아, A의 질문은 병원에 가 봤는지(Em đã đi bệnh viện chưa?)가 가장 적합하다.

① (너) 의사가 되길 원하는 거 맞지

② (너) 간호사 맞지

③ (너) 언제부터 배가 아프니

④ (너) 병원 갔다 왔니

⑤ (너) 몸은 좀 어떠니

해석

A: 왜 뭐 안 먹니?

B: 저 아침부터 배가 아프네요.

A: 병원에 갔다 왔니?

B: 아직이요, 지금 가려구요.

어휘 sao (의문사) 왜 | ăn 먹다 | gì (의문사) 무엇 | thấy 느끼다 | đau 아픈 | bụng 배 | từ (전치사) ~부터 | sáng 아침 | chưa 아직 ~ 하지 않다 | định ~하고자 한다 | đi 가다 | bây giờ 지금 | muốn 원하다 | làm ~하다 | bác sĩ 의사 | y tá 간호사 | phải không? 맞죠?, 그렇죠? | khi nào (의문사) 언제 | bệnh viện 병원 | thấy 느끼다 | trong ~안, ~안에 | người 사람 | thế nào (의문사) 어떻게

39 ⑤

해설 몸 상태가 어떤지를 묻는 A의 질문(Anh thấy trong người thế nào?)에 B의 대답은 아픈 상태에 대해 말하는 것(Tôi nhức đầu và buồn nôn lắm)이 가장 적합하다.

① 진료받으러 갔습니다

② 매우 건강하다고 느낍니다

③ 의사가 되길 원합니다

④ 당신을 진료해 볼게요

⑤ 머리가 지끈거리고 매우 구역질이 나요

해석

A: 안녕하세요. 몸은 좀 어떠세요?

B: 네 머리가 지끈거리고 매우 구역질이 납니다.

A: 얼마나 되셨나요?

B: 네, 어제 아침부터 그랬습니다.

어휘 thấy 느끼다 | trong (전치사) ~안에 | người 몸 | thế nào (의문사) 어떻게 | bị 아픈 | bao lâu (의문사) 얼마나 오래 | rồi 이미 | từ (전치사) ~부터 | sáng hôm nay 오늘 아침 | khám 진료받다 | khỏe 건강한 | muốn 원하다 | làm ~하다 | khám bệnh 진찰하다 | cho ~에게 | nhức đầu 머리가 지끈한 | buồn nôn 구역질 나는 | lắm 매우, 몹시

40 ②

해설

① 기침하지는 않죠

② 열이 있으신가요

③ 머리가 아프시나요

④ 저는 조금 피곤해요, 당신은요

⑤ 언제 제가 진료했나요

해석

A: 어디가 불편하신가요?

B: 제가 기침이 많이 나고 너무 피곤해요.

A: 열이 있으신가요?

B: 아니요, 하지만 머리가 아파요.

어휘 bị làm sao thế? 어떻게 불편합니까? | ho 기침하다 | nhiều 많은 | mệt 피곤한 | rất 매우, 몹시 | nhưng 하지만, 그러나 | đau đầu 머리 아픈 | sốt 열나는 | hơi 약간 | khi nào (의문사) 언제 | khám bệnh 진찰하다

41 ③

해설 몸 상태가 어떤지를 묻는 A의 질문(Cháu thấy trong người thế nào?)에 B의 대답은 아픈 상태에 대해 말하는 것(Cháu hơi sốt / Cháu nhức đầu / Cháu đau bụng lắm ạ / Cháu ho nhiều từ hôm qua)이 가장 적합하다.

① 열이 약간 나요

② 머리가 지끈거려요

③ 양해해 주세요

④ 배가 너무 아파요

⑤ 어제부터 기침이 많이 나요

해석

A: 몸이 좀 어떠니?

B: 저 열이 약간 나요/ 머리가 지끈거려요 / 배가 너무 아파요/ 어제부터 기침이 많이 나요.

어휘 thấy 느끼다 | trong (전치사) ~안에 | người 몸 | thế nào (의문사) 어떻게 | hơi 약간 | sốt 열나는 | nhức đầu 머리가 지끈한 | thông cảm 양해하다 | đau bụng 배 아픈 | lắm 매우, 몹시 | ho 기침하다 | nhiều 많은 | từ (전치사) ~부터 | hôm qua 어제

42 ①

해설 ① 병원 ② 공원 ③ 교회/성당 ④ 학교 ⑤ 우체국

해석

A: 어디가 불편하신가요?

B: 제가 열이 나고, 머리가 지끈거려요, 선생님.

A: 제가 좀 볼게요.

B: 어떤가요?

A: 걱정할 필요 없어요. 가벼운 감기에 걸렸을 뿐이네요.

어휘 bị làm sao thế? 어떻게 불편합니까? | bị sốt 열이 나다 | nhức đầu 머리가 지끈한 | bác sĩ 의사 | để ~하게끔 하다 | xem 보다 | cho ~를 위해 | thế nào (의문사) 어떠한 | cần 필요하다 | lo 걱정하다 | chỉ ~ thôi 단지, 오직 | bị cảm 감기에 걸리다 | nhẹ 가벼운 | bệnh viện 병원 | công viên 공원 | nhà thờ 교회, 성당 | trường học 학교 | bưu điện 우체국

43 ⑤

해설 ① A sẽ giúp B thuê nhà. [A는 B가 집을 빌리는 것을 도울 것이다.]

② B thuê nhà ở gần nhà A. [B는 A의 집 근처에서 집을 빌렸다.]

③ A thuê nhà ở gần trung tâm. [A는 시내 근처에 집을 빌렸다.]

④ Giá nhà A chưa kể tiền điện. → Sáu triệu một tháng, kể cả tiền điện, tiền nước. [A의 집 가격은 전기세를 아직 포함하지 않는다.]

⑤ Nhà B thuê không rộng, đi lại thuận tiện. [B의 집은 넓지 않고 이동이 편하다.]

해석

A: 당신은 집을 빌렸죠, 그렇죠?

B: 네. 집이 넓지는 않지만 시내에서 가까워서, 이동이 매우 편리해요.

A: 집 임대료가 어떻게 되나요?

B: 전기세와 물세 포함하여, 월 600만 동입니다.

어휘 thuê 빌리다, 임대하다 | nhà 집 | phải không? 맞죠?, 그렇죠? | không ⓐ nhưng ⓑ ⓐ가 아닌 ⓑ | gần 가까운 | trung tâm 시내, 중심 | đi lại 오고 가다, 이동하다 | rất 매우, 몹시 | thuận tiện 편리한 | giá 가격 | thế nào (의문사) 어떻게 | triệu 백만 | kể 포함하다 | cả 모두 | tiền nước 수도세 | tiền điện 전기세 | giúp 돕다 | chưa 아직 ~하지 않다

44 ①

해설 ① 감사합니다 ② 너무 싸네요 ③ 가지 마세요 ④ 깎아 주세요 ⑤ 시끄럽게 하지 마세요

해석

A: 저기요, 여기에서 충무로 길까지 얼마나 오래 걸리나요?

B: 버스 타고 대략 10분 걸립니다.

A: 네, 감사합니다.

어휘 từ ⓐ đến ⓑ ⓐ부터 ⓑ까지 | đây 여기 | đường 길, 도로 | mất 소요되다, 시간이 걸리다 | bao lâu (의문사) 얼마나 오래 | cảm ơn 감사합니다 | rẻ 값이 싼, 저렴한 | quá (감탄문) 매우, 몹시 | đừng (부정 명령문) ~하지 마라 | giảm giá 가격을 깎다 | làm ồn 시끄럽게 하다

45 ④

해설 B의 대답이 10분 정도 걸린다고 한 것으로 보아, A의 질문은 얼마나 오래 시간이 소요되는지를 묻는 내용(mất bao nhiêu phút)이 되어야 가장 적합하다.

a. 무엇을 타고 가나요 b. 먼가요 c. 몇 분 걸리나요

해석

A: 여기에서 Hà Nội 은행까지 먼가요? / 몇 분 걸리나요?

B: 그다지 멀지 않아요. 대략 10분입니다.

어휘 từ ⓐ đến ⓑ ⓐ부터 ⓑ까지 | đây 여기 | ngân hàng 은행 | không ~ lắm 그닥 ~하지 않다 | khoảng 대략, 약 | phút (시간) 분 | thôi 단지, 오직 | bằng (수단 전치사) ~타고 | gì (의문사) 무엇 | xa 먼 | bao nhiêu (의문사) 얼마나 많은

46 ④

해설 손님인 A가 공항에 갈 택시가 필요함을 말하고(cho tôi một xe taxi ra sân bay), 택시 회사 직원인 B의 질문(Anh cần xe taxi mấy chỗ?)에 7인승 차량이 필요하다고 A가 대답(xe bảy chỗ)한다. 이어, 택시가 갈 주소지가 전달된 이후, B의 조금만 기다려 달라는 말(xin anh chờ một chút)이 건네지는 상황이 가장 적합하다.

해석

A: (c) 공항 갈 택시 한 대 보내 주세요.

B: 몇 인승 택시가 필요하신가요?

A: (a) 7인승이요.

B: 주소가 어디입니까?

A: Nguyễn Trãi길 30번지요

B: 감사합니다, (b) 조금만 기다려 주세요.

어휘 cần 필요하다 | xe 차 | mấy (의문사) 얼마나 많은 | chỗ 자리, 곳 | địa chỉ 주소 | ở ~에 있다 | đâu (의문사) 어디 | cảm ơn 감사합니다, 고맙습니다 | chờ 기다리다 | một chút 조금, 약간 | cho 주다 | ra 나가다, 가다 | sân bay 공항

47 ②

해설 학교에 무엇을 타고 가는지 묻는 A의 질문(Thế anh đến trường bằng gì?)에 대한 B의 대답은 자전거를 타고 간다는 내용(Anh đi bằng xe đạp)이 가장 적합하다.

① 호텔에 가다

② 자전거를 타고 가다

③ 젓가락으로 먹다

④ 손으로 빵을 만들다

⑤ 그녀와 친구 하기를 원하다

해석

A: 형네 집에서 학교까지 먼가요?

B: 그다지 멀지 않아.

A: 그럼 형은 무엇을 타고 학교에 가나요?

B: 형은 자전거 타고 가.

어휘 từ ⓐ đến ⓑ ⓐ부터 ⓑ까지 | nhà 집 | trường 학교 | xa 먼 | không ~ lắm 그닥 ~하지 않다 | đến trường 학교 가다 | bằng (수단 전치사) ~타고 | gì (의문사) 무엇 | đến 가다 | khách sạn 호텔 | xe đạp 자전거 | ăn cơm 식사하다 | đũa 젓가락 | làm bánh 빵을 만들다 | bằng tay 손으로 | muốn 원하다 | làm bạn với ~와 친구가 되다

48 ②

해설

① B의 남동생은 야구를 좋아한다.

② 이번 주말, B는 바쁘다.

③ B는 음악 감상을 좋아한다.

④ 다음 주말에, B의 남동생과 B는 야구할 것이다.

⑤ 야구하기는 B의 취미가 아니다.

해석

A: 다음 주말에 너 한가하니?

B: 아니, 나 동생이랑 야구해야 해.

A: 네 남동생이 야구하는 거 좋아하는구나?

B: 응, 내 동생의 취미가 야구야. 근데 나는 독서와 음악 감상만 좋아해.

어휘 cuối tuần 주말 | tuần sa 다음 주 | rảnh 한가한, 여유 있는 | phải ~해야만 한다 | chơi bóng chày 야구하다 | với (전치사) 와 함께 | em trai 남동생 | thích 좋아하다 | à? 맞지?, 그렇지? | ừ 응 | sở thích 취미 | còn 한편 | chỉ 단지, 오직 | đọc sách 독서하다 | và 그리고 | nghe nhạc 음악 감상하다

49 ④

해설

a. Huy thích bơi và bóng đá. [Huy는 수영과 축구를 좋아한다.] → Huy thích chơi bóng đá.

b. Huy và Kim thích chơi bóng đá. [Huy와 Kim은 축구하기를 좋아한다.]

c. Huy thường chơi bóng đá với Kim. [Huy는 보통 Kim과 함께 축구한다.] → 언급 없음

d. Huy và Kim hẹn chơi bóng đá vào thứ bảy này. [Huy와 Kim은 이번 주 토요일에 축구하기로 약속했다.]

해석

Huy: 너 축구하는 거 좋아하니?

Kim: 당연하지, 축구는 너무 재미있어. 너는?

Huy: 나도 그래.

Kim: 그래? 그러면 이번 주 토요일에 같이 축구하자.

Huy: 응, 토요일!

어휘 thích 좋아하다 | chơi bóng đá 축구하다 | dĩ nhiên 당연하다 | rất 매우, 몹시 | thú vị 재미있는 | còn 그런데 | cũng 또한, 역시 | thế à? 그래요?, 정말? | thứ bảy 토요일 | cùng 함께, 같이 | ừ 응 | bơi 수영하다 | thường (빈도 부사) 보통 | với (전치사) ~와 함께 | hẹn 약속하다 | vào (시간의 전치사)

50 ②

해설 이번 주 일요일에 영화 보러 가자(Chủ nhật này chị đi xem phim với em được không?)는 A의 제안에, B는 다음으로 미루며 엄마와 쇼핑가기로 약속했다(Để lần sau nhé. Chị có hẹn đi mua sắm với mẹ rồi.)고 대답하기 때문에, B의 이번 주 일요일 일정은 쇼핑하기가 가장 적합하다.

해석

A: 언니의 취미는 무엇인가요?

B: 언니는 독서와 영화 보기를 좋아해.

A: 그래요! 이번 주 일요일에 언니 저랑 같이 영화 보러 가실래요?

B: 다음에. 언니는 엄마랑 쇼핑 가기로 이미 약속했어.

어휘 sở thích 취미 | gì (의문사) 무엇 | thích 좋아하다 | đọc sách 독서하다 | và 그리고 | xem phim 영화 보다 | chủ nhật 일요일 | được không? 가능한가요? | để 두다 | lần sau 다음번 | có 있다 | hẹn 약속 | mua sắm 쇼핑하다 | mẹ 엄마

51 ④

해석 란 씨의 취미는 사진 촬영이라서 그녀는 현대적인 많은 종류의 카메라가 있다. 그녀는 풍경과 꽃 촬영하는 것을 매우 좋아한다. 아름다운 사진이 있을 때, 그녀는 자주 지인에게 보내거나 혹은 전람회에 보낸다. 사진 촬영은 그녀가 아름다운 추억을 갖게 해 준다.

어휘 sở thích 취미 | chụp ảnh 사진 찍다 | nên 그래서 | chị ấy 그녀 | có 있다 | nhiều 많은 | loại 종류 | máy chụp ảnh 카메라 | hiện đại 현대적인 | phong cảnh 풍경 | hoa 꽃 | rất 매우, 몹시 | thích 좋아하다 | khi (시간 접속사) ~할 때 | ảnh 사진 | đẹp 아름다운 | hay (빈도 부사) 자주 | gửi 보내다 | cho ~에게 | người thân 지인 | hoặc 혹은, 또는 | triển lãm 전람회 | giúp 돕다 | giữ 지키다, 유지하다 | kỷ niệm 기념, 추억

52 ③

해설 영화를 보러 가자는 A의 제안(3 giờ chiều chúng ta đi xem được không?)에 B가 거절(Cảm ơn bạn nhưng mình có hẹn rồi)을 했기 때문에 A에게 다음에 보자(Thế thì để lần sau nhé!)라고 대답하는 대화 내용이 가장 자연스럽고 적합하다.

① 커피가 향이 좋지만 약간 쓰다.

② 밥이 맛있지만 나는 이미 배가 불러.

③ 고마워 하지만 나는 이미 약속이 있어.

④ 나는 바다를 좋아하지만 갈 수 없어.

⑤ 농구는 재미있지만 나는 축구를 좋아해.

해석

A: 나 "46년 하노이의 겨울"이라는 영화 표 2장이 있어. 오후 3시에 우리 영화 보러 갈 수 있어?

B: 고마워 하지만 나는 이미 약속이 있어.

A: 그럼 다음으로 하자!

어휘 có 있다 | vé 티켓, 표 | xem phim 영화 보다 | mùa đông 겨울 | giờ (시간) 시 | chiều 오후 | chúng ta 우리 | được không? 할 수 있어?, 좋아? | thế thì 그렇다면 | để 두다 | lần sau 다음번 | cà phê 커피 | thơm 향기 좋은 | nhưng 하지만 | hơi 약간 | đắng 맛이 쓴 | cơm 밥 | ngon 맛있는 | no 배부른 | rồi 이미 | cảm ơn 고마워 | hẹn 약속 | thích 좋아하다 | biển 바다 | bóng rổ 농구 | hay 재미있는 | bóng đá 축구

5과. 베트남 문화 이해 및 활용

01 기출 문항 풀어보기

1 ② 2 ⑤

02 기출 문항 풀어보기

1 ④ 2 ⑤ 3 ① 4 ⑤

03 기출 문항 풀어보기

1 ②

04 기출 문항 풀어보기

1 ③ 2 ① 3 ③ 4 ① 5 ④ 6 ⑤

1 ④

해설 a. Đại Việt을 건국했다. → 언급 없음

b. 본명은 Trần Quốc Tuấn이다. → Ông tên thật là Trần Quốc Tuấn.

c. 그의 이름을 딴 도시가 있다. → 틀림 (Trần Hưng Đạo được chọn làm tên cho một số đường ở Việt Nam.)

d. Đại Việt 군대를 이끌고 Nguyên-Mông군을 세 번 물리쳤다. → Ông đã lãnh đạo quân đội Đại Việt (tên cũ của Việt Nam) đánh thắng quân đội Nguyên - Mông ba lần.

해석 Trần Hưng Đạo는 베트남의 유명한 민족 영웅이다. 그의 본명은 Trần Quốc Tuấn이다. 그는 Đại Việt(베트남의 옛 이름) 군대를 이끌어 원-몽 군대를 3번 물리쳤다. 현재 Trần Hưng Đạo는 베트남의 몇몇 도로와 학교를 위한 이름으로 선택되었다.

어휘 anh hùng 영웅 | dân tộc 민족의 | nổi tiếng 유명한 | tên thật 진짜 이름, 본명 | lãnh đạo 지도하다, 이끌다 | quân đội 군대 | cũ 오래된, 옛 | đánh thắng 승리하다, 이기다 | lần 번, 회 | hiện nay 현재 | chọn 선택하다 | làm tên 이름으로 하다 | cho (전치사) ~에게 | một số 몇몇의 | đường 길, 도로 | trường học 학교

2 ④

해석 시인 Tố Hữu(1920~2002)의 본명은 Nguyễn Kim

Thành으로 Thừa Thiên - Huế가 고향이다. 그는 Từ ấy, Việt Bắc 같은 애국을 주제로 하는 시를 많이 썼다. Tố Hữu는 베트남의 부총리였던 시절이 있다. 현재 베트남에는 그의 이름을 딴 도로가 있다.

어휘 nhà thơ 시인 | tên thật 본명 | quê 고향 | viết 쓰다, 작성하다 | nhiều 많은 | bài thơ 시 | đề tài 주제 | yêu nước 애국 | có 있다 | thời gian 시간 | phó thủ tướng 부총리 | hiện nay 현재 | đường phố 길, 도로 | mang 가지다

3 ②

해설 b. 3,254개의 글자로 된 Truyện Kiều를 썼다. → Nguyễn Du viết Truyện Kiều bằng chữ Nôm, dài 3.254 câu.

d. 한국에서는 아직 번역본이 발간되지 않았다. → Truyện Kiều được dịch ở nhiều nước, trong đó có Hàn Quốc.

해석 Nguyễn Du는 민족의 문화적 역사에 큰 기여를 한, 베트남의 대시호이다. Nguyễn Du는 Truyện Kiều를 chữ Nôm으로 3,254개 문장을 썼다. Truyện Kiều는 많은 나라에서 번역되고 소개되었는데, 그 가운데 한국이 있다. 2015년 베트남은 Nguyễn Du 탄생 250주년을 기념하였다.

어휘 đại thi hào 대시호 | đóng góp 기여하다, 일조하다 | lớn 큰, 커다란 | cho (전치사) ~에게 | lịch sử 역사 | văn hóa 문화 | dân tộc 민족의 | viết 쓰다 | Truyện Kiều Kiều 이야기 | bằng (수단의 전치사) | chữ Nôm 베트남 고유 문자 | dài 긴, 기다란 | câu 문장 | dịch 번역하다 | và 그리고 | giới thiệu 소개하다 | ở (전치사) ~에서 | nhiều 많은 | nước 나라 | trong đó 그 가운데 | có 있다 | kỷ niệm 기념하다 | năm sinh 출생

4 ①

해설 ① 동생아 ② 엄마 ③ 누나야/언니야 ④ 선생님 ⑤ 선생님

해석 다른 사람은 친밀하게 부를 때, 베트남 사람은 보통 "엄마!", "동생아!", "언니!"처럼 "ơi(~야)"라는 단어를 사용한다. "ơi"라는 이 단어는 "남자 선생님!" 혹은 "여자 선생님"처럼 선생님을 부를 때 역시 사용할 수 있다. 응답할 때, "Ơi!"라고 말할 수 있다. 하지만, 나이가 더 어린 사람은 "Dạ!"라고 답해야만 한다.

어휘 khi (시간 접속사) ~ 할 때 | gọi 부르다 | người khác 다른 사람 | một cách + 형용사 부사 | thân mật 친밀한 | một cách thân mật 친밀히게 | thường (빈도 부사) 보통 | dùng 사용하다 | từ 글자 | như ~처럼 | cũng 또한, 역시 | có thể ~ 할 수 있다 | giáo viên 선생님, 교사 | hay 혹은, 또는 | đáp 답하다, 응답하다 | nói 말하다 | ít 적은 | ít tuổi 나이가 적은 | hơn (비교급) ~ 보다 | phải ~해야만 한다

5 ⑤

해석 Hồ Chí Minh 시는 베트남의 남쪽에 위치한다. 이곳은 베트남의 큰 경제 중심지 가운데 하나이다. 이곳에서의 날씨는 단지 우기와 건기, 두 계절만 있다. 1976년부터 베트남 초대 국가주석의 이름을 갖게 되었다.

어휘 thành phố 도시 | nằm 위치하다 | ở (전치사) ~에서 | phía Nam 남쪽 | đây là 이것은 ~이다 | một trong những 여럿 가운데 하나 | trung tâm 중심, 센터 | kinh tế 경제 | lớn 큰, 커다란 | thời tiết 날씨 | ở đây 여기에서 | chỉ 단지, 오직 | có 있다 | mùa 계절 | mưa 비 | và 그리고 | khô 건조한 | mùa mưa 우기 | mùa khô 건기 | từ (전치사) ~부터 | mang tên 이름을 갖다 | chủ tịch nước 국가주석 | đầu tiên 처음의, 최초의

6 ①

해설

a. 귀한 유적들이 여전히 Huế에 많이 남아 있다.

b. Huế는 아름다울 뿐 아니라 매력적이다.

c. Huế는 항상 역사 속에서 여러 왕조들의 수도였다. → Huế đã từng là thủ đô của triều đại Nguyễn.

d. Nguyễn 왕조는 베트남의 최초 왕조이다. → Huế đã từng là thủ đô triều đại cuối của Việt Nam.

해석 Huế는 베트남의 작지만 아름답고 매력적인 도시이다. 이 도시는 여러 문화, 역사, 관광 중심지 가운데 하나이다. Huế는 베트남의 마지막 왕조인 Nguyễn 왕조의 수도였다. 지금까지 Huế는 여전히 이 왕조가 남겨 둔 많은 귀한 유적을 보존하고 있다.

어휘 thành phố 도시 | nhỏ 작은, 조그만한 | nhưng 하지만, 그러나 | đẹp 아름다운, 예쁜 | và 그리고 | hấp dẫn 매력적인 | một trong những 여럿 가운데 하나 | trung tâm 센터, 중심 | văn hóa 문화 | lịch sử 역사 | du lịch 여행 | từng ~하곤 하다 | thủ đô 수도 | triều đại 왕조 | cuối 끝의, 말의 | đến (전치사) ~까지 | bây giờ 지금 | vẫn 여전히, 아직도 | giữ 지키다, 유지하다 | nhiều 많은 | di tích 유적 | quý 귀중한, 소중한 | mà (관계대명사) | để lại 남기다 | còn 남아 있다 | không những ⓐ mà còn ⓑ ⓐ뿐 아니라 ⓑ도 | luôn (빈도 부사) 항상 | trong (전치사) ~안에서 | đầu tiên 처음의, 최초의

7 ②

해설

① 모든 물건을 살 수 있다. → 언급 없음

② 외국인 여행객들이 아주 좋아한다. → Nhiều khách du lịch nước ngoài rất thích nơi này.

③ 바다 위에 있는 시장이다. → Chợ nổi là chợ trên sông.

④ 항구에서 물건을 사고 판다. → Người bán dùng thuyền để bán trái cây, rau, đồ ăn...còn người mua dùng thuyền để đi mua.

⑤ Cái Bè 수상 시장은 베트남 북부에 있다. → Sông Cửu Long ở miền Nam Việt Nam nổi tiếng với nhiều chợ nổi như: Cái Răng, Cái Bè.

해석 베트남 남부 지방에 있는 Cửu Long 강은 Cái Răng, Cái Bè 같은 많은 수상 시장으로 유명하다. 수상 시장은 강 위에 있는 시장이다. 거기에서, 판매자는 과일, 야채, 먹을거리를 팔기 위해 배를 사용하고 한편 구매자는 사러 가기 위해 배를 사용한다. 많은 외국인 관광객들은 이곳을 매우 좋아한다.

어휘 Sông Cửu Long 구룡강, 메콩강 | ở ~에 있다 | miền Nam 남쪽 지방 | nổi tiếng 유명한 | nhiều 많은 | chợ nổi 수상시장 | như ~처럼, ~같은 | chợ 재래시장 | trên (전치사) ~위에 | sông 강 | ở đó 거기에서 | người bán 상인 | dùng 사용하다 | thuyền 배 | để ~하기 위하여 | bán 팔다, 판매하다 | trái cây 과일 | rau 야채 | đồ ăn 먹을거리 | còn 한편 | người mua 구매자 | đi 가다 | mua 사다, 구매하다 | nhiều 많은 | khách du lịch 관광객 | nước ngoài 외국의 | rất 매우, 몹시 | thích 좋아하다 | nơi 장소, 곳

8 ④

해설

① T1 터미널은 국제선 전용이다. → T1 chỉ được sử dụng cho các chuyến bay trong nước.

② 수도 하노이의 서남쪽에 있다. → Nội Bài nằm ở phía Tây Bắc của Thủ đô Hà Nội.

③ 모든 국제선은 T2 터미널을 이용한다. → T2 phục vụ toàn bộ các chuyến bay quốc tế.

④ 베트남의 현대화된 규모가 큰 국제공항이다.

⑤ 하노이 중심부에서 공항까지 세 개의 고속도로로 연결된다. → Từ trung tâm Hà Nội đến Nội Bài có thể đi theo hai đường cao tốc là Thăng Long - Nội Bài và Nhật Tân - Nội Bài.

해석 Nội Bài는 베트남에서 규모가 큰 현대적인 국제 공항이다. Nội Bài는 수도 하노이의 서북쪽에 위치한다. 하노이 시내에서 Nội Bài까지는 2개의 고속도로인 Thăng Long - Nội Bài와 Nhật Tân - Nội Bài를 따라갈 수 있다. Nội Bài 공항에는 터미널 T1과 T2가 있다. T1은 단지 국내 비행편을 위해서만 사용되고, 한편 T2는 국제 비행편 전부를 서비스한다.

어휘 sân bay 공항 | quốc tế 국제의 | hiện đại 현대의 | có 있다 | quy mô 규모 | lớn 큰, 커다란 | ở (전치사) ~에서 | nằm 위치하다 | phía Tây Bắc 서북쪽의 | thủ đô 수도 | từ ⓐ đến ⓑ ⓐ부터 ⓑ까지 | có thể ~할 수 있다 | đi 가다 | theo 따르다 | đường cao tốc 고속도로 | nhà ga 터미널 | chỉ 단지, 오직 | sử dụng 사용하다 | chuyến bay 비행편 | trong nước 국내의 | còn 한편 phục vụ 서비스하다 | toàn bộ 전부

9 ①

해설

a. Thành phố Hồ Chí Minh có 4 chợ. [Hồ Chí Minh 시는 4개 시장이 있다.] → 언급 없음

b. Nhiều khách du lịch không thích Chợ Bến Thành. [많은 관광객은 Bến Thành 시장을 좋아하지 않는다.] → Nhiều khách du lịch đến Thành phố Hồ Chí Minh thích đến nơi này.

c. Thành phố Hồ Chí Minh có chợ Bến Thành. [Hồ Chí Minh 시에는 Bến Thành 시장이 있다.]

d. Trong chợ Bến Thành có cửa hàng quần áo. [Bến Thành 시장에는 의류 상점이 있다.]

해석 Bến Thành 시장은 Hồ Chí Minh 시에 위치한다. 시장에는 큰 문 4개가 있는데 동문, 서문, 남문과 북문이다. 시장에는 식품, 의류, 기념품 등을 판매하는 상점들이 있다. Hồ Chí Minh 시에 오는 많은 관광객들은 베트남의 시장 문화에 대해 더 이해하기 위해 이곳에 오길 좋아한다.

어휘 chợ 재래시장 | nằm 위치하다 | ở (전치사) ~에서 | có 있다 | cửa 문 | lớn 커다란, 큰 | Đông 동 | Tây 서 | Nam 남 | Bắc 북 | cửa hàng 상점, 가게 | bán 팔다 | thực phẩm 식품 | quần áo 옷, 의류 | đồ lưu niệm 기념품 | nhiều 많은 | khách du lịch 여행객, 관광객 | đến 오다 | thích 좋아하다 | nơi 장소, 곳 | để ~하기 위하여 | hiểu 이해하다 | thêm 더하다 | về (전치사) ~에 관하여 | văn hóa 문화

10 ⑤

해설

a. 신맛이 난다. → 짠맛이 난다. (Nước mắm mặn.)

b. 지역마다 제조법이 다르다. → 언급 없음

c. 음식을 요리할 때 사용한다. → Nước mắm được dùng để nấu các món ăn.

d. 주로 바다 생선을 원료로 하여 만든다. → Nước mắm thường được làm từ các loại cá biển.

해석 Nước mắm은 보통 각종 바다 생선으로부터 만들어진다. Nước mắm은 짜고 매우 향이 좋다. Nước mắm은 찍어 먹고 음식들을 요리하기 위해서 사용된다. 베트남인의 매일 식사에 항상 Nước mắm이 있다.

어휘 thường (빈도 부사) 보통 | làm 만들다 | từ (전치사) ~로부터 | loại 종류 | cá biển 바다 생선 | mặn 맛이 짠 | rất 매우, 몹시 | thơm ngon 맛있는 향이 나는 | dùng 사용하다 | để ~하기 위하여 | chấm 찍어먹다 | nấu 요리하다 | món ăn 음식 | bữa cơm 식사 | hàng ngày 매일 | luôn (빈도 부사) 항상 | có 있다

11 ④

해설

① 베트남 커피는 종류가 다양하다. → Cà phê Việt Nam có nhiều loại khác nhau.

② 베트남 커피는 나날이 유명해지고 있다. → Cà phê Việt Nam ngày càng nổi tiếng.

③ 베트남은 현재 세계 제2위 커피 수출국이다. → Việt Nam là nước xuất khẩu cà phê lớn thứ hai trên thế giới.

④ 커피 재배에 적합한 지역은 베트남 남부이다. → 언급 없음

⑤ 베트남을 방문하는 여행객은 주로 커피를 구입한다. → Du khách khi đến Việt Nam thường mua cà phê.

해석 커피 나무는 프랑스인에 의해 19세기부터 베트남으로 들어왔다. 베트남의 커피는 날이 갈수록 유명하고 서로 다른 많은 종류가 있다. 현재 베트남은 전 세계에서 두 번째로 큰 커피 수출국이다. 베트남에 오는 관광객은 보통 가족을 위한 선물을 하기 위해 커피를 산다.

어휘 cây 나무 | cà phê 커피 | người Pháp 프랑스인 | đưa 건네다 | từ (전치사) ~부터 | thế kỷ 세기 | ngày càng 날이 갈수록 | nổi tiếng 유명한 | nhiều 많은 | loại 종류 | khác nhau 서로 다른 | hiện nay 현재 | nước 나라, 국가 | xuất khẩu 수출하다 | lớn 큰, 커다란 | thứ hai 두 번째 | trên thế giới 전 세계에서 | du khách 여행객 | khi (시간 접속사) ~할 때 | đến 가다 | thường (빈도 부사) 보통 | mua 사다, 구매하다 | để ~하기 위하여 | làm quà 선물하다 | cho (전치사) ~에게 | gia đình 가족

12 ⑤

해석 Chèo는 베트남의 전통 악극 종류이다. Chèo에는 노래 부분이 구술 부분보다 많이 있어서 Chèo 노래라고 부른다. Chèo는 북쪽에서 크게 발전하였다. Thái Bình, Nam Định, Bắc Ninh은 Chèo가 유명한 지역들이다. 설 명절날, 북쪽의 몇몇 곳에는 보통 Chèo 노래가 있다.

어휘 loại 종류 | nhạc kịch 악극 | truyền thống 전통의 | trong (전치사) ~ 가운데 | phần 부분 | hát 노래하다 | nhiều 많은 | hơn (비교급 문형) ~보다 | nói 말하다 | nên 그래서 | gọi 부르다 | phát triển 발전하다 | mạnh 강한, 강하게 | ở (전치사) ~에서 | phía Bắc 북쪽 | nơi 장소 | nổi tiếng 유명한 | về (전치사) ~에 관하여 | ngày lễ Tết 설날, 설 명절날 | một số 몇몇의

13 ⑤

해설

a. Người Việt thường không đi đâu quá bảy ngày. [베트남 사람은 보통 7일을 넘겨 어디를 가지 않는다.] → 언급 없음

b. Người Việt nghĩ nên đi xa vào ngày bảy âm lịch. [베트남 사람은 음력 7일에 멀리 가는게 좋다고 생각한다.] → 틀림 (Người Việt nghĩ không nên đi xa vào ngày bảy âm lịch.)

c. Nhiều người Việt tin 7 và 3 là các số không may mắn. [많은 베트남 사람들은 7과 3은 불운한 숫자라고 믿는다.]

d. Người Việt ở xa thường không thích về nhà vào ngày ba âm lịch. [멀리 있는 베트남인은 보통 음력 3일에 귀가하기를 좋아하지 않는다.]

해석 숫자 7과 숫자 3은 불운한 일과 연관이 있다는 관념 때문에, 베트남 사람들은 보통 "7일에 가지 말고, 3일에 돌아오지 마라"라고 말한다. 그들은 만약 음력 7일에 무엇을 하러 간다면 일이 잘되지 않는다고 생각한다. 한편, 만약 누군가 음력 3일에 멀리 갔다 귀가하길 원한다면, 귀가 역시 평탄하지 않다고 생각한다.

어휘 vì 왜냐하면, ~이기 때문이다 | quan niệm 관념 | có 있다 | liên quan đến ~에 연관 있는 | may mắn 행운, 행운의 | thường (빈도 부사) 보통 | nói 말하다 | chớ (부정 명령문) ~하지 마라 | đi 가다 | về 돌아오다 | họ (인칭 대명사) 그들 | nghĩ 생각하다 | nếu ⓐ thì ⓑ 만약 ⓐ라면 ⓑ이다 | âm lịch 음력 | ai (의문사) 누구 | xa 먼 | muốn 원하다 | về nhà 귀가하다 | cũng 또한, 역시 | thuận tiện 편리한, 평탄한 | quá 넘어서 | nên ~하는 게 좋다 | tin 믿다 | thích 좋아하다

14 ④

해설

a. 지폐의 크기는 모두 동일하다. → 언급 없음

b. 오십만동이 가장 큰 액수의 지폐다. → Tờ tiền có mệnh giá cao nhất là 500.000 đồng.

c. 오천동 이하의 지폐는 거의 사용되지 않는다. → Các tờ tiền có mệnh giá dưới 500 đồng ít được dùng hơn. (500동 이하의 지폐는 거의 사용되지 않는다.)

d. 호찌민 주석은 지폐에 인쇄된 유일한 역사적 인물이다. → Chủ tịch Hồ Chí Minh là nhân vật lịch sử duy nhất được in trên các tờ tiền.

해석 현재, 베트남에는 액면가가 서로 다른 여러 종류의 지폐가 있다. 가장 액면가가 높은 지폐는 500,000동이다. 500동 이하의 액면가가 있는 지폐들은 보다 적게 사용된다. 특히, 호찌민 주석은 지폐 위에 인쇄된 유일한 역사적 인물이다.

어휘

hiện nay 현재 | có 있다 | nhiều 많은 | loại 종류 | tiền giấy 지폐 | với (전치사) ~와 함께, ~와 | mệnh giá 액면가 | khác nhau 서로 다른 | tờ tiền 지폐 | cao 높은 | nhất (최상급) 가장, 최고 | dưới (전치사) ~ 밑의, ~이하의 | ít 적은 | dùng 사용하다 | hơn (비교급) ~보다 | đặc biệt 특히, 특별히 | chủ tịch 국가 주석 | nhân vật 인물 | lịch sử 역사 | duy nhất 유일한 | in 인쇄하다 | trên (전치사) ~ 위에

15 ②

해설 ① 선풍기 ② 모자 ③ 젓가락 ④ 우산 ⑤ 아오자이

해석

A: Mina야, 오빠가 너한테 줄 선물이 있어. 이것은 베트남 사람들이 모자라고 부른단다.

B: 아! 저 텔레비전에서 아오자이 입은 베트남 아가씨가 그것을 쓰고 있는 거 봤어요.
그럼, 이것은 무엇으로부터 만들어진 건가요?

A: 그것은 나뭇잎 종류로부터 만들어진 거야.

B: 너무 예뻐요! 고마워요 오빠.

어휘

có 있다 | quà 선물 | cho ~에게 | cái này 이것 | gọi 부르다 | thấy 보다 | cô gái 아가씨 | mặc (옷을) 입다 | áo dài 아오자이 | đội (모자를) 쓰다 | nó 그것 | trên tivi 텔레비전에서 | làm 만들다 | từ (전치사) ~로부터 | loại 종류 | lá 나뭇잎 | đẹp 아름다운, 예쁜 | quá (감탄문) 매우, 몹시 | cảm ơn 고맙습니다 | quạt 선풍기 | nón lá 모자 | đũa 젓가락 | ô 우산

16 ①

해설 ① 아오자이(áo dài) ② 모자(nón) ③ 차(trà) ④ 커피(cà phê) ⑤ 양복(bộ đồ)

해석

◌ 보통 결혼, 졸업 같은 특별한 날에 본다.

◌ 보통 베트남에 오는 관광객들에 의해 기념하기 위해 구매된다.

◌ 학교 갈 때, 베트남 남부 지방의 많은 중·고등학교 여학생들에 의해 입혀진다.

어휘

thường (빈도 부사) 보통 | thấy 보다 | trong (전치사) ~동안에 | đặc biệt 특별한 | như ~처럼 | kết hôn 결혼하다 | tốt nghiệp 졸업하다 | khách du lịch 관광객, 여행객 | đến 오다 | mua 사다 | để ~하기 위하여 | làm ~하다 | kỷ niệm 기념 | học sinh nữ 여학생 | ở (전치사) ~에서 | nhiều 많은 | trường trung học 중·고등학교 | miền Nam 남부 지방 | mặc (옷을) 입다 | khi (시간 접속사) ~할 때 | đi học 학교 가다

실전 모의고사 정답

1	③	11	④	21	③
2	③	12	②	22	③
3	④	13	④	23	①
4	⑤	14	③	24	④
5	④	15	②	25	①
6	②	16	④	26	②
7	⑤	17	②	27	⑤
8	③	18	②	28	②
9	②	19	④	29	③
10	④	20	④	30	③

실전 모의고사 해설

1 ③

해설

① **t** [ㄸ]
② **th** [ㅌ]
③ **ch** [ㅉ], tr [ㅉ]
④ **r** [ㅈ]
⑤ **kh** [ㅋ]

해석

남자

어휘 con trai 남자 | tôi 나 | thầy 남자 선생님 | chuối 바나나 | rồi (완료) 이미, 벌써 | khen 칭찬하다

2 ③

해설

③ lợn 돼지 / điện thoại 전화기 / đèn 전등

어휘 lợn 돼지 | điện thoại 전화기 | đèn 전등, 등

3 ④

해설

④ 코는 mũi, 산은 núi이다.

어휘 mũi 코 | núi 산

4 ⑤

해설

① 얼음 ② 어려운 ③ 혹은 ④ 뜨거운 ⑤ 혹은, 재미있는

해석

○ 커피 드시겠습니까 혹은 차 드시겠습니까?
○ 베트남어는 매우 재미있다.

분석

▶ 선택 의문문 hay (혹은, 또는)

주어	술어(동사)		hay	
Anh	uống	cà phê	hay	trà?
당신은 마십니까?		커피 혹은 차를		

▶ 형용사 hay = thú vị

주어	rất	술어(형용사)
Tiếng Việt	rất	hay
베트남어는	매우	재미있는

어휘 uống 마시다 | cà phê 커피 | trà 차 | tiếng Việt 베트남어 | rất 매우, 몹시 | đá 얼음 | khó 어려운 | hoặc 혹은, 또는 | nóng 뜨거운, 더운 | hay 재미있는, 혹은

5 ④

해설

① ~ ③ 네 ④ 아니요 ⑤ ~ 입니까?

해석

A: 너 베트남인 맞지?

B: 아닙니다. 저는 한국인입니다.

분석

▶부가의문문 phải không? = à = đúng không?

주어	술어(동사)			, phải không?
Em	là	người	Việt Nam	, phải không?
너는 베트남 사람 맞지?				

어휘 là ~이다 | người 사람 | , phải không? 맞지?, 그렇지? | vâng (긍정 답변) 네 | có (긍정 답변) 네 | không phải (부정 답변) 아니오

6 ②

해설

Loan의 질문에 대한 Sơn의 대답 가운데 미래 시제를 나타내는 시간 부사 năm sau(내년)이 있기 때문에 Loan의 질문은 미래의 행위에 대한 질문이 가장 적합하다.
② Sơn은 언제 (베트남) 여행을 갈 거니?

해석

Loan: Sơn아, 언제 베트남 여행 갈 거니?

Sơn: 아마도 내년 여름방학 때.

분석

▶의문사 bao giờ = khi nào (언제)

Bao giờ	주어	시제어	술어			미래 시제
Bao giờ	Sơn	sẽ	đi	du lịch	ở Việt Nam?	
언제 Sơn은 베트남 여행을 갈 것입니까?						

주어	시제어	술어			bao giờ?	과거 시제
Sơn	đã	đi	du lịch	ở Việt Nam	bao giờ?	
언제 Sơn은 베트남 여행을 갔었습니까?						

'언제'의 뜻인 의문사 bao giờ와 khi nào는 문장 내 위치에 따라, 미래 시점의 언제인지, 과거 시점의 언제인지를 나타낸다. 즉, 문장 앞에 위치할 경우 미래 시제를 나타내며, 문장 뒤에 위치하면 과거 시제를 나타낸다.

어휘 bao giờ (의문사) 언제 | sẽ (시제어) ~할 것이다 | đi 가다 | du lịch 여행 | có lẽ 아마도 | kỳ nghỉ hè 여름방학 | năm sau 내년

7 ⑤

해설

① không 아니다, nhưng 하지만
② vừa 하면서, vừa 하다
③ mỗi 마다, một 하다
④ sở dĩ 인 것은, là vì 때문이다
⑤ không những 뿐 아니라, mà còn 이다

해석

A: 당신은 Thủy를 어떻게 생각하나요?

B: Thủy는 똑똑할 뿐 아니라 예쁘다.

분석

▶의문사 thế nào (어떻게, 어떠한)

주어	술어		의문사 thế nào
Anh	thấy	em Thủy	thế nào?
당신은 Thủy를 어떻게 생각하세요?			

▶상관 접속사 구문 không những ⓐ mà còn ⓑ (ⓐ뿐 아니라 ⓑ이다)

주어	không những	ⓐ	mà còn	ⓑ
Em Thủy	không những	thông minh	mà còn	xinh đẹp
Thủy는	똑똑할 뿐 아니라 예쁘다			

어휘 thấy 느끼다, 생각하다 | thế nào (의문사) 어떠한, 어떻게 | thông minh 똑똑한 | xinh đẹp 예쁜 | không (부정문) ~아니다 | nhưng 하지만, 그러나 | vừa ⓐ vừa ⓑ ⓐ하면서 ⓑ하다 | mỗi ⓐ một ⓑ ⓐ마다 ⓑ하다 | sở dĩ ⓐ là vì ⓑ ⓐ인 것은 ⓑ 때문이다 | không những ⓐ mà còn ⓑ ⓐ뿐 아니라 ⓑ이다

8 ③

해설

a는 'Minsu rất thích ăn phở.'로 쓰고, b는 'Tôi học tiếng Việt vì tôi muốn đi du lịch ở Việt Nam.'로 쓰는 것이 알맞다.

해석

a. Minsu는 쌀국수를 매우 좋아한다.

b. 왜냐하면 베트남 여행을 가고 싶기 때문에 나는 베트남어를 공부한다

c. Bún chả는 싸면서 맛있다.

분석

▶부사 rất (매우, 몹시)

주어	rất	술어(동사)		
Minsu	rất	thích	ăn	phở
민수는	매우 좋아한다		쌀국수 먹는 것을	

▶구문 ⓑ vì ⓐ (ⓐ이기 때문에 그래서 ⓑ)

주어	술어	ⓑ	vì	주어	술어	ⓐ	
Tôi	học	tiếng Việt	vì	tôi	muốn	đi du lịch	ở Việt Nam
저는 베트남어를 공부합니다			베트남에서 여행하기를 원하기 때문에				

▶구문 vừa ⓐ vừa ⓑ (ⓐ하면서 ⓑ하다)

주어	vừa	ⓐ	vừa	ⓑ
Bún chả	vừa	rẻ	vừa	ngon
Bún chả는 값이 싸면서 맛이 있다				

어휘 thích 좋아하다 | ăn 먹다 | rất 매우, 몹시 | nên 그래서 | học 공부하다 | tiếng Việt 베트남어 | vì ~이기 때문에 | muốn 원하다 | đi du lịch 여행하다 | vừa ⓐ vừa ⓑ ⓐ하면서 ⓑ하다 | rẻ 값이 싼 | ngon 맛있는

9 ②

해설

① (낱장 종별사) 장 ② (그릇 종별사) 접시 ③ (컵 종별사) 컵, 잔 ④ (교통수단 종별사) 대 ⑤ (책 종별사) 권

해석

A: 무엇을 드시겠습니까?

B: 제게 해산물 볶음밥 한 접시 주세요.

A: 네.

분석

▶종별사 đĩa (접시)

(주어)	술어		수량	종별사	명사
(Anh)	cho	tôi	1	đĩa	cơm chiên hải sản
(당신은) 저에게 해산물 볶음밥 한 접시 주세요					

어휘 dùng 드시다 | gì (의문사) 무엇 | cho 주다 | cơm chiên 볶음밥 | hải sản 해산물 | tờ (낱장 종별사) 장 | đĩa (그릇 종별사) 접시 | cốc (컵 종별사) 컵, 잔 | chiếc (교통수단 종별사) 대 | quyển (책 종별사) 권

10 ④

해설

안부를 묻는 질문에 대한 답변으로 현 상태에 대해 언급하는 ④ Thầy bình thường이 가장 적합한 답변이라 할 수 있다.

① 선생님 이름은 Nam이야.

② 선생님은 가지 않아.

③ 선생님은 베트남 사람이야.

④ 선생님은 건강해(보통이야).

⑤ 선생님은 시간이 없어.

해석

A: 선생님 안녕하세요. 건강하신가요?

B: 안녕. 선생님은 건강해(보통이야). 너는?

A: 저도 건강해요.

분석

▶có ~ không (~입니까)? 의문문형

질문	주어	có	술어(형용사)	không	ạ?
	Thầy	có	khỏe	không	ạ?
	선생님은	건강하십니까?			
답변	주어	술어(형용사)			
	Thầy	khỏe	선생님은 건강하단다		
	Thầy	bình thường	선생님은 그저 그렇단다		

어휘 chào 인사하다 | thầy 남자 선생님 | khỏe 건강한 | còn 그런데 | tên 이름 | đi 가다 | là ~이다 | người Việt 베트남인 | bình thường 보통의 | có 있다 | thời gian 시간

11 ④

해설

Hoa가 아침부터 한 일과에 대해 공원에서 운동하기(tập thể dục ở công viên) → 학교 가기(đến trường) → Sơn과 저녁 먹으러 가기(đi ăn tối)의 순으로 배열할 수 있다.

해석

오늘 아침, Hoa는 공원에서 운동을 하였다.

그 후에, Hoa는 학교에 갔다.

저녁 6시에, Hoa는Sơn과 함께 저녁을 먹었다.

어휘 sáng nay 오늘 아침 | tập thể dục 운동하다 | ở (전치사) ~에서 | công viên 공원 | sau đó 그 후에 | đến trường 학교 가다 | lúc (시간의 전치사) | (buổi) tối 저녁 | ăn tối 저녁 먹다 | với (전치사) ~와 함께

12 ②

해설

'Nhung은 보통 학교에 오토바이를 타고 간다'의 문장을 통해 ②의 내용은 정확한 내용이 아님을 알 수 있다.

① Nhung은 대학교에서 공부한다.

② Nhung은 보통 학교까지 걸어간다. → Nhung thường đi bằng xe máy khi đi học.

③ 내년에 Nhung은 한국에 갈 것이다.

④ Nhung의 가족은 4명이다.

⑤ Nhung의 가족은 매우 행복하게 산다.

해석

Nhung은 한국어과 대학교 4학년 학생입니다. Nhung은 보통 학교 갈 때 오토바이를 탑니다. 내년에 Nhung은 한국어를 실습하기 위해 한국에 갈 것입니다.
Nhung의 가족은 4명인데, 부모님, 오빠 그리고 Nhung입니다. Nhung의 가족은 Đà Nẵng시에서 삽니다. Nhung의 가족은 매우 행복합니다.

분석

▶ 수단의 전치사 bằng (~을 타고)

주어	술어(동사)	bằng	
Nhung	đi	bằng	xe máy
Nhung은	오토바이를 타고 간다		

▶ 목적 để (~하기 위하여)

주어	술어(동사)		để		
Nhung	sang	Hàn Quốc	để	thực tập	tiếng Hàn
Nhung은 한국에 간다			한국어를 실습하기 위해서		

어휘

sinh viên 대학생 | năm thứ tư 4학년 | khoa 학과 | tiếng Hàn 한국어 | thường (빈도 부사) 보통 | bằng (수단의 전치사) ~을 타고 | xe máy 오토바이 | khi (시간 접속사) ~할 때 | đi học 학교 가다 | năm sau 내년 | sang 가다, 건너가다 | để ~하기 위하여 | thực tập 실습하다 | gia đình 가족 | có 있다 | bố mẹ 부모님 | anh trai 오빠, 형 sống 살다 | ở (전치사) ~에서 | thành phố 도시 | rất 매우, 몹시 | hạnh phúc 행복한 | trường đại học 대학교 | đi bộ 걷다 | đến (전치사) ~까지 | sang năm 내년

13 ④

① 당신은 어디에서 사십니까

② 당신은 무슨 일을 하십니까

③ 올해는 몇 년도입니까

④ 당신은 몇 살입니까

⑤ 오늘 당신은 어디 갑니까

해석

A: 당신은 몇 살입니까?
B: 올해 저는 29세입니다.

분석

▶ 의문사 bao nhiêu (얼마나 많은)

주어	bao nhiêu	
Anh	bao nhiêu	tuổi?
당신은	몇 살입니까?	

어휘

năm nay 올해 | tuổi 나이, 세 | sống 살다 | ở (전치사) ~에서 | đâu (의문사) 어디 | làm ~하다 | nghề 직업, 업 | gì (의문사) 무엇 | năm 년, 해 | bao nhiêu (의문사) 얼마나 많은 | hôm nay 오늘 | đi 가다

14 ③

해설

① 4시 15분 : bốn giờ mười lăm

② 4시 45분 : bốn giờ bốn mươi lăm 혹은 năm giờ kém mười lăm

③ 3시 45분 : ba giờ bốn mươi lăm 혹은 bốn giờ kém mười lăm

④ 3시 30분 : ba giờ ba mươi 혹은 ba giờ rưỡi

⑤ 3시 15분 : ba giờ mười lăm

해석

A: 실례합니다, 말씀 좀 여쭙겠습니다. 지금 몇 시인가요?
B: 지금은 4시 15분 전입니다.

분석

▶ 시간을 묻는 표현 mấy giờ (몇 시)?

주어	술어	mấy giờ
Bây giờ	là	mấy giờ
지금은	몇 시입니까?	

시간을 묻는 표현으로 '몇 시?'는 bao nhiêu giờ(×)가 아닌 mấy giờ(○)임을 꼭 기억하자.

xin lỗi 실례합니다 | làm ơn (공손한 표현) 제발 | cho ~하게끔 하다 | hỏi 묻다, 질문하다 | một chút 조금, 약간 | bây giờ 지금 | mấy giờ 몇 시 | kém 부족한, 모자란

15 ②

① A는 B의 절친이다.
② A와 B는 영화 보러 갈 것이다.
③ B는 1월 22일에 바쁘다.
④ 이번 주 수요일은 1월 22일이다.
⑤ 오늘은 수요일이다.

해석

A: 우리 다음 주 수요일에 영화 보러 가자.
B: 응, 근데 다음 주 수요일이 며칠이야?
A: 다음 주 수요일은 1월 22일이야.

분석

▶ 날짜를 묻는 표현 ngày bao nhiêu (며칠)?

주어		술어		의문사 bao nhiêu
Thứ tư	tuần sau	là	ngày	bao nhiêu?
다음 주 수요일은		며칠입니까?		

▶ 날짜표현 일/월/년

Ngày 22	tháng 1	năm 2019
22일	1월	2019년

베트남의 날짜 표현은 우리나라의 '년/월/일' 순과 달리 '일/월/년'의 순서로 기재함을 꼭 기억하자. 또한, ngày/tháng/năm 뒤에 숫자가 위치함 역시 유념하자. 'Ngày 22'은 시점을 나타내는 '22일'이 되지만, '22 ngày'는 기간을 나타내는 '22일 간'을 나타내기 때문이다.

어휘

chúng ta (청자 포함) 우리 | xem phim 영화 보다 | vào (시간의 전치사) | thứ tư 네 번째, 수요일 | tuần sau 다음 주 | ngày 일, 날 | bao nhiêu (의문사) 얼마나 많은 | tháng 월 | bạn thân 절친 | hôm nay 오늘

16 ④

날씨가 흐리다 (trời âm u)
날씨가 비 오다 (trời mưa)
날씨가 맑다 (trời nắng)

해석

A: 오늘 하노이의 날씨는 어때요?
B: 오늘은 비가 옵니다. 하지만 듣자 하니 내일은 날이 화창할 거라 하네요.

분석

▶ 의문사 thế nào (어떻게, 어떠한)

주어				thế nào	
Hôm nay	thời tiết	ở	Hà Nội	thế nào?	질문
오늘	Hà Nội에서 날씨는			어떤가요?	
Hôm nay	trời			mưa	답변
오늘	날씨(하늘)는			비가 옵니다	
Ngày mai	(trời)			nắng	
내일	날씨(하늘)는			화창합니다	

어휘

hôm nay 오늘 | thời tiết 날씨 | thế nào (의문사) 어떻게, 어떠한 | trời 하늘 | nắng 화창한 | nhưng 하지만 | nghe nói 듣자 하니 | ngày mai 내일 | sẽ (시제어) ~ 할 것이다 | mưa 비가 오다

17 ②

해석

A: 아주머니! 이 셔츠 얼마인가요?
B: (a) 개당 75,000동입니다.
A: 왜 그렇게 비싸요?
B: (c) 왜냐하면 새로 입고된 제품이기 때문입니다.
A: (b) 가격 좀 깎아 주실 수 있으세요?
B: 당연하죠. 제가 10,000동 깎아 드릴게요.
A: 네, 감사합니다.

분석

▶ 가격을 물을 때 쓰는 의문사 bao nhiêu (얼마나 많은)

주어	bao nhiêu			
Táo này	bao nhiêu	tiền	1	cân?
이 사과	얼마인가요?		1 kg 당	
(Táo này)	75.000 đồng		1	cân
1 kg 당 75,000 동입니다				

어휘

áo sơ mi 셔츠 | bao nhiêu tiền 얼마 | sao (의문사) 왜 | đắt 비싼 | chứ (당연함의 뉘앙스 표현) | bớt 덜다 | cho (전치사) ~에게 | đồng (베트남 화폐 단위) 동 | giảm giá 가격을 깎다 | được không? 할 수 있나요?, 가능한가요? | vì 왜냐하면, ~이기 때문이다 | đây là 이것은 ~이다 | hàng 제품 | mới về 이제 막 입고된 | mà (문장 끝에 위치하여 강조)

18 ②

해설

① 거기 누구세요
② 당신은 무엇을 마시겠습니까
③ 당신은 오렌지 어떻게 파시나요
④ 당신은 오렌지 있으신가요
⑤ 당신은 어떤 나라 사람입니까

해석

A: 무엇을 마시겠습니까?
B: 제게 오렌지주스 한 잔 주세요.

분석

▶ 동사 cho (주다)

주어	술어(동사)			
(Anh)	cho	tôi	1 ly	nước cam
	저에게 주세요		1 컵	오렌지주스

A의 질문에 B의 대답이 '오렌지주스 한 잔 주세요(Cho tôi 1 ly nước cam)'이기 때문에, '무엇을 마시겠습니까(Chị uống gì ạ)?'가 A가 할 수 있는 가장 적합한 질문이다.

어휘
cho 주다 | ly (종별사) 컵 | nước cam 오렌지주스 | ai (의문사) 누구 | uống 마시다 | gì (의문사) 무엇 | bán 팔다 | thế nào (의문사) 어떻게, 어떠한 | có 있다 | quả cam 오렌지 | người 사람 | nước 국가, 나라, 물

19 ④

해설

a. 센터 주소 b. 학습 시간 c. 학비 수준 d. 센터 연락처

해석

SADANG 외국어센터
- 외국인을 위한 베트남어 학습반
- 기초반, 중급반
- 매주 화요일과 목요일, 19시부터 21시까지
- 연락처: 0934 237 875

어휘
trung tâm 센터, 중심 | ngoại ngữ 외국어 | lớp học 학급, 반 | số điện thoại 전화번호 | dành cho ~을 위한 | nước ngoài 외국의 | trình độ 수준, 진도 | cơ sở 기초의 | trung cấp 중급의 | học phí 학비 | liên hệ 연락처 | địa chỉ 주소 | thời gian 시간 | mức 수준, 정도

20 ④

해설

a. 네, 저는 베트남어를 공부합니다.
b. 왜냐하면 제가 베트남을 좋아하기 때문입니다.
c. 왜 저는 베트남 사람을 좋아합니까.
d. 왜냐하면 저는 여행을 가고 싶기 때문입니다.

해석

Thầy Sơn: 너는 왜 베트남어를 공부하니?
Trang: 왜냐하면 제가 베트남을 좋아하기 때문입니다. / 왜냐하면 저는 여행을 가고 싶기 때문입니다.
Thầy Sơn: 그래? 너 베트남어 잘하는구나!

분석

▶ 의문사 sao = vì sao = tại sao (왜)

의문사 sao	주어	술어	
Sao	em	học	tiếng Việt?
왜	너는	베트남어를 공부하니?	

▶ 이유를 나타내는 vì = bởi vì = tại vì (왜냐하면)

왜냐하면	주어	술어	
Bởi vì	em	thích	Việt Nam
저는 베트남을 좋아하기 때문입니다			
Tại vì	em	muốn	đi du lịch ~
저는 베트남 여행을 가고 싶기 때문입니다			

어휘
sao, tại sao (의문사) 왜 | học 공부하다 | vâng (긍정 답변) 네 | bởi vì, tại vì 왜냐하면 | thích 좋아하다 | người 사람 | muốn 원하다 | du lịch 여행 | nói 말하다 | giỏi 잘하는, 우수한

21 ③

해설

① (의문사) 누구 ② 가다 ③ (질병 등으로 아픔을 의미)
④ ~이다 ⑤ 수동태 문형

해석

A: 안녕하세요. 당신은 무슨 병에 걸렸나요?
B: 안녕하세요, 의사 선생님. 저는 머리와 배가 아픕니다.

분석

▶ 질병 등을 나타내는 술어 bị (병에 걸리다)

주어	술어 bị	질병	
Tôi	bị	đau đầu	và đau bụng
저는	머리가 아프고 배가 아픕니다		

어휘 bệnh 병, 질병 | gì (의문사) 무엇 | bác sĩ 의사 | đau 아픈 | đầu 머리 | bụng 배 | lắm 매우, 몹시 | ai (의문사) 누구 | đi 가다 | bị (질병 등으로 아픔을 의미) | là ~이다

22 ③

해설

① 방 안에 책상, 의자, 거울 및 에어컨이 있다. → 방 안에 책상, 의자, 침대 및 에어컨이 있다.
② 공용 화장실이 있다. → 개별 화장실이 있다.
③ 하노이 대학 근처에 있다.
④ 임대료는 비싸다. → 언급 없음
⑤ 1월 22일까지만 빌릴 수 있다. → 1월 22일부터 빌릴 수 있다.

해석

방 임대

- 책걸상, 침대 및 에어컨 있음.
- 개별 화장실 있음.
- 1월 22일부터 임대함.
- 하노이 대학 근처임.
- 연락처: 03 ×××× 6789(Hạnh)

어휘 phòng 방 | cho thuê 임대해 주다, 빌려주다 | bàn ghế 책걸상 | giường 침대 | máy lạnh 에어컨 | nhà vệ sinh 화장실 | riêng 개별적인 | gần 가까운 | trường đại học 대학교

23 ①

해설

① 몇 시에? ② 어디에서? ③ 누구랑? ④ 왜?
⑤ 어떻게 하는데?

해석

A: 이번 주 일요일 오전에, 너 축구하러 갈 수 있어?
B: 갈 수 있어, 몇 시에?
A: 오전 10시에.

어휘 sáng 오전 | chủ nhật 일요일 | có thể (가능) ~할 수 있다 | chơi bóng đá 축구하다 | lúc (시간의 전치사) | mấy giờ 몇 시 | đâu (의문사) 어디 | ai (의문사) 누구 | vì sao (의문사) 왜 | thế nào (의문사) 어떻게

분석

▶시간 부사

때	요일	표현	뜻
(buổi) sáng	chủ nhật	sáng chủ nhật	일요일 오전
	thứ hai	sáng thứ hai	월요일 오전
	thứ tư	sáng thứ tư	수요일 오전

▶가능함을 묻는 의문문형 có thể ~ không?
(할 수 있어?, 오케이?)

	주어	có thể	술어 (동사)		không?	
	Bạn	có thể	đi	chơi bóng đá	không?	질문
	너는	축구하러 갈 수 있니?				
Có thể	Mình	có thể	đi	chơi bóng đá	được	긍정 답변
할 수 있어	나는	축구하러 갈 수 있어				
Không thể,	Mình	không thể	đi	chơi bóng đá	được	부정 답변
할 수 없어	나는	축구하러 갈 수 없어				

24 ④

해설

① 언니의 취미는 텔레비전 보기야.
② 저의 취미는 영화 보기입니다.
③ 언니의 취미는 등산하기야.
④ 언니의 취미는 영화 보기야.
⑤ 언니는 취미가 없어.

해석

A: 언니의 취미는 무엇인가요?
B: 언니의 취미는 영화 보기야. 너도 영화 좋아하니?
A: 저도 그래요.

분석

▶의문사 gì (무엇)

주어			술어	의문사 gì
Sở thích	của	chị	là	gì?
언니의 취미는			무엇인가요?	
Sở thích	của	chị	là	xem phim
언니의 취미는			영화 보기야	

어휘 sở thích 취미 | gì (의문사) 무엇 | cũng 또한, 역시 | thích 좋아하다 | phim 영화 | xem tivi 텔레비전 보기 | xem phim 영화 보기 | leo núi 등산하기

25 ①

해석

A: 당신은 언제 한번 베트남어를 공부해 본 적이 있나요?

B: 아직이요. 저는 아직 한번도 베트남어를 공부한 적이 없습니다.

어휘 học 공부하다 | tiếng Việt 베트남어 | chưa 아직 ~하지 않다

26 ②

해설

a. Lê Lơi의 고향 → 언급 없음

b. Lê Lơi가 민족 영웅이 된 이유 → 명나라 군대를 물리쳤기 때문

c. Lê Lơi이 건국한 나라 → Hậu Lê 왕조를 건립함

d. Lê Lơi이 사망한 날짜 → 언급 없음

해석

레 러이(1385-1433)는 레태조의 실명이다. 레 러이는 Hậu Lê 왕조를 건립하였다. 그는 베트남 역사 속에서 매우 유명하다. 왜냐하면 그가 명나라 군대를 물리쳤기 때문이다. 그는 나라의 독립을 위한 민족 영웅이 되었다.

분석

▶ 원인을 나타내는 vì (왜냐하면)

vì	주어	시제어	술어	
vì	ông Lê	đã	đánh thắng	quân đội nhà Minh
왜냐하면	Lê가	명나라 군대를 물리쳤기 때문에		

어휘 tên 이름 | thật 진실의 | sáng lập 세우다 | nổi tiếng 유명한 | trong (전치사) ~안에서 | lịch sử 역사 | vì 왜냐하면, ~하기 때문이다 | đánh thắng 이기다 | quân đội 군대 | trở thành ~가 되다 | anh hung 영웅 | dân tộc 민족 | độc lập 독립 | đất nước 나라

27 ⑤

해설

① 단독주택은 보통 넓고 짧다. → 단독주택은 보통 좁고 길다.

② 단독주택의 1층에는 손님방이 있다. → 단독주택의 1층에는 거실이 있다.

③ 근래에 농촌에서 많은 아파트가 지어지고 있다. → 근래에 대도시에서 많은 아파트가 지어지고 있다.

④ 아파트에는 편의시설이 부족하다. → 아파트에는 편의시설이 충분하다.

⑤ 단독주택에는 다른 층마다 침실과 화장실이 있다. → Các tầng khác thường có hai phòng ngủ và nhà vệ sinh. (다른 층마다 보통 2개의 침실과 화장실이 있다).

해석

베트남 도시의 집은 보통 단독주택 혹은 아파트이다. 단독주택은 보통 좁고 길며, 대략 2, 3 혹은 4개 층이 있다. 1층에는 거실과 주방이 있다. 다른 층에는 보통 2개 침실과 화장실이 있다. 근래에는 대도시에서 지어졌고, 지어지고 있는 편의시설이 가득한 아파트가 많이 있다.

분석

▶ 빈도 부사 thường (보통)

주어	thường	술어
Nhà riêng	thường	hẹp và dài
단독주택은	보통	좁고 길다

어휘 nhà 집 | thành phố 도시 | thường (빈도 부사) 보통 | nhà riêng 단독주택 | nhà chung cư 아파트 | hẹp 좁은, 비좁은 | dài 긴, 기다란 | tầng 층 | phòng khách 거실 | nhà bếp 주방 | phòng ngủ 침실 | nhà vệ sinh 화장실 | gần đây 근래에 | nhiều 많은 | đầy đủ 충분한 | tiện nghi 편의 | xây dựng 건설하다, 짓다 | lớn 커다란, 큰

28 ②

해설

② 북부 지역 음식은 짜다. → 중부 지역 음식은 짜다.

해석

베트남 음식은 지역마다 서로 다른 맛이 있다. 북부 지역 사람의 음식은 조미료를 적게 사용하고 살짝 신맛이 있다. 중부 지역의 음식은 짠맛과 타 지역에 비해 보다 매운맛이 있다. 한편 남부 지역의 음식은 보통 단맛이 있는데, 설탕을 많이 사용하기 때문이다.

분석

▶ 비교급 hơn 비교 문형

주어	빈도부사	술어	hơn	비교 대상
Món ăn miền Trung	thường	có vị cay	hơn	các miền khác
중부 지역 음식은	보통	타 지역보다 매운맛이 있습니다		

어휘
món ăn 음식 | vị 맛 | khác nhau 서로 다른 | theo từng~ 에 따라 | miền 지역 | thường (빈도 부사) 보통 | ít 적은 | dùng 사용하다 | gia vị 조미료 | chua 시큼한, 신맛의 | mặn 짠맛의 | cay 매운 | ngọt 단맛의 | đường 설탕

29 ③

해설

③ 멀리 나가 있는 베트남 사람들은 양력 3일에는 집에 돌아가지 않으려고 한다. → 멀리 나가 있는 베트남 사람들은 음력 3일에는 집에 돌아가지 않으려고 한다.

해석

베트남인은 보통 숫자 7과 3은 불행과 연관이 있다고 생각한다. 그래서 그들은 보통 '7일에 가지 말고, 3일에 돌아오지 말라'라고 말한다. 베트남 사람은 만약 음력 7일에 무엇인가를 하러 간다면 일을 할 수가 없게 된다고 생각한다. 한편, 누군가 멀리 갔다가 음력 3일에 집에 돌아오길 원한다면, 돌아오는 일 역시 순탄하지 않다고 생각한다.

분석

▶조건 문형 nếu ⓐ thì ⓑ (만약 ⓐ라면 ⓑ이다)

nếu	ⓐ		thì	ⓑ
nếu	đi làm gì	vào ngày bảy âm	thì	không làm được việc
음력 3일에 만약 무엇인가를 하러 간다면			일을 할 수가 없다	

어휘
thường (빈도 부사) 보통 | nghĩ 생각하다 | số 숫자 | có liên quan đến ~에 연관 있다 | may mắn 행운 | cho nên 그래서 | họ 그들 | chớ (부정 명령문) ~하지 말라 | nếu 만약 | đi 가다 | làm 일하다 | âm 음력 | xa 먼 | muốn 원하다 | về nhà 귀가하다 | thuận lợi 편리한, 순탄한

30 ③

③ 베트남에는 지역마다 방송국이 없다. → ở Việt Nam cũng có những đài phát thanh và truyền hình riêng của từng thành phố. (베트남에는 도시마다 개별 라디오 방송국과 텔레비전 방송국도 있다.)

해석

베트남 방송국은, 줄여서 VTV라고 부르는, 베트남 사회주의 공화국 정부 직속의 국영 방송국이다. VTV는 VTV1부터 VTV9까지 9개의 채널이 있다. 게다가, 베트남에는 하노이 라디오-텔레비전 방송국, 호찌민 텔레비전 방송국처럼 도시마다 개별 라디오 방송국과 텔레비전 방송국도 있다.

어휘
Đài truyền hình 방송국 | gọi tắt 줄여 부르다 | quốc gia 국가의 | trực thuộc 직속의 | Chính phủ 정부 | Nước Cộng hòa Xã hội chủ nghỉa Việt Nam 베트남 사회주의 공화국 | kênh 채널 | từ ⓐ đến ⓑ ⓐ부터 ⓑ까지 | ngoài ra 게다가 | đài phát thanh 라디오 방송국 | riêng 개별적인 | từng ~마다 | như ~처럼

딱! 한권 수능 베트남어

초판인쇄 2019년 3월 20일
초판발행 2019년 4월 10일

저자 정유경
책임편집 김효은, 장은혜, 양승주
펴낸이 엄태상
디자인 박경미
조판 박진영
마케팅 이승욱, 오원택, 전한나, 왕성석
온라인 마케팅 김마선, 김제이, 유근혜
경영기획 마정인, 조성근, 박현숙, 김예원, 전태준, 오희연
물류 유종선, 정종진, 최진희, 윤덕현

펴낸곳 랭기지플러스
주소 서울시 종로구 자하문로 300 시사빌딩
주문 및 교재 문의 1588-1582
팩스 (02)3671-0500
홈페이지 www.sisabooks.com
이메일 book_etc@sisadream.com
등록일자 2000년 8월 17일
등록번호 제1-2718호

ISBN 978-89-5518-611-6 (53730)